स्वयंविकास

डॉ. शैलेंद्र शिवाजीराव गायकवाड

सकाळ प्रकाशन

सकाळ प्रकाशन

Swayamvikas

स्वयंविकास

लेखक : डॉ. शैलेंद्र शिवाजीराव गायकवाड

प्रथम आवृत्ती : डिसेंबर २०१८

मांडणी व मुखपृष्ठ : यशोधन लोवलेकर

प्रकाशक : सकाळ मीडिया प्रा. लि.
५९५, बुधवार पेठ,
पुणे - ४११ ००२

ISBN : 978-93-87408-55-5

संपर्क : ०२०-२४४० ५६७८/८८८८८ ४९०५०
sakalprakashan@esakal.com

माझ्यातील लेखकाला जागे करून व्यासपीठ देणारे
प्रेरणादायी व्यक्तिमत्त्व मा. श्री. शैलेंद्र तनपुरे यांना सविनय अर्पण...

संस्कार, शिक्षण आणि अनुभवातून जे काही चांगलं मला जगाकडून मिळालंय,
तेच माझ्या लिखाण आणि अस्तित्वाद्वारे जगाला परत करण्याचा प्रयत्न करतोय.
यात माझं किंवा मी निर्माण केलेलं असं काहीच नाही.
मी तर केवळ एक माध्यम आहे... जीवनाचा!

- शैलेंद्र

ऋणनिर्देश

स्वानंद बेदरकर, गायत्री कुलकर्णी
कै. म.मु. जोशी गुरुजी, श्री. प्रभाकर बागुल गुरुजी, कै. सुधाकर आहेरराव सर
आण्णा, आक्का, मीनल, संदीप खुटाडे,
बाळा, सनी, टिना, जुई, चिमु, भैया, चिऊ, अरू आणि अवनी

अनुक्रमणिका

भाग १ : स्वतःला घडवा

बाह्य आणि आंतरिक व्यक्तिमत्त्व १३

स्वतःची ओळख १६

एकाग्रतेचे महत्त्व १९

सकारात्मकतेला पर्याय नाही २१

विवेकी दृष्टिकोन २४

अमर्याद चिकाटी २७

स्वप्रतिष्ठा हवीच! ३०

चिंता सोडा, चिंतन करा ३३

आशावादीच राहा ३६

विलंब-वृत्ती सोडा ४०

ओळखा दोष ४३

अपयश पचवताना ४७

भावनिक बुद्धिमत्ता ५१

भावनिक बुद्धिमत्तेच्या विकासासाठी ५५

गरज सहकार्य वृत्तीची ६०

रिस्क घ्यायला शिका ६४

ईर्षा टाळा, यश मिळवा ६७

भाग २ : समाजात वावरताना

विकासाची सुरुवात घरातूनच ७३

बदला विचारांची दिशा ७७

हवा भावनिक आधार ८१

कौतुक करा ८५

मन करा रे एकाग्र ८९

करिअरबाबत साधा मुक्त संवाद ९३

कॉलेजजीवनाची सुरुवात करताना ९७

कॉलेजला जाताय? सावधान... ....१०१

मित्र बनवताय? १०७

आव्हाने कॉलेजजीवनातील १११

करा स्वयंअध्ययनाचा श्रीगणेशा ११६

असा करा सेल्फ स्टडी १२०

ग्रुप स्टडी करताय? १२५

अपयश पचवा १३०

अपयश टाळा १३४

नोकरी आणि स्पर्धा परीक्षा १३८

वेळेचा योग्य वापर १४२

स्वप्नांना हवी प्रयत्नांची जोड १४७

संधी की बरबादी? १५२

इच्छा तिथेच मार्ग १५७

भाग ३ : व्यावसायिक स्तरावर

व्यवसाय की नोकरी १६३

उद्योजक होताना........ १६७

इंटरव्ह्यू देताना........ १७०

सुरुवात करा योग्य १७४

बोलते व्हा........ १७८

ट्रेनिंगकडे पाहा सकारात्मकपणे १८२

नियोजन वेळेचे........ १८६

मल्टिटास्किंग... काळाची गरज १९०

नावात आहे प्रगती........ १९३

गॉसिपिंग टाळा १९७

ऑफिस पॉलिटिक्सला मारा गोळी........ २०२

एकाच ठिकाणी काम करताना २०६

नोकरी बदलताना........ २१०

ब्रेक के बाद... .... २१५

बना जबाबदार अधिकारी २१८

भाग १

स्वतःला घडवा

बाह्य आणि आंतरिक व्यक्तिमत्त्व

व्यक्तिमत्त्व ही एकदाच एकदाच घडविण्याची गोष्ट नाही. दैनंदिन जीवनात विविध प्रसंगी, विविध प्रकारच्या परिस्थितीत आपण राहतो, वागतो, प्रतिक्रिया, प्रतिसाद देतो आणि त्यातून मार्गक्रमण करत कशी प्रगती साधतो यावरून आपले व्यक्तिमत्त्व घडते. अशा वेळी हेच आंतरिक गुण-दोष कार्यान्वित होऊन आपल्या जीवनाचा स्तर ठरवितात, आपल्या यशापयशाला कारणीभूत ठरतात.

स्वयंविकास ही मोठी व्यापक गोष्ट आहे. जीवनाच्या आरंभापासून अंतापर्यंत स्वयंविकासाला अविरत वाव आहे किंबहुना ती गरज आहे. प्रत्येक जीवाच्या बाबतीत ही एक अखंडित चालणारी प्रक्रिया आहे. पशु, पक्षी, प्राणी, वनस्पतींना निसर्गाकडून सातत्याने मार्गदर्शन आणि सहकार्य मिळत असते. मानवासाठीदेखील हे सर्व भरभरून उपलब्ध आहे. म्हणूनच स्वयंविकासासाठी आपल्याला अधिक सजग बनायचे आहे.

मित्रांनो, आपले व्यक्तिमत्त्व घडण्यामागे शारीरिक, बौद्धिक, मानसिक, भावनिक आणि अध्यात्मिक घटक असतात. व्यक्तिमत्त्वाचा सर्वांगीण विकास साधून जीवन सफल बनविण्यासाठी या घटकांना अनन्यसाधारण महत्त्व आहे. प्रत्येकाला आपले व्यक्तिमत्त्व प्रभावी असावे, इतरांवर आपली छाप पडावी, त्यायोगे आपण सफल व्हावे असे वाटते. त्यासाठी तरुणच नव्हे, तर सर्वच वयोगटांतील स्त्रीपुरुष प्रयत्न करताना दिसतात.

आपल्या व्यक्तिमत्त्वाचा पहिला भाग म्हणजे बाह्य व्यक्तिमत्त्व, ज्यामध्ये व्यक्तीची शारीरिक ठेवण, सौंदर्य, लकबी, केशरचना, पेहराव इत्यादींचा समावेश

होतो. आज बाह्य व्यक्तिमत्त्वाबद्दल सर्वच मंडळी खूप जागरूक झालेली दिसतात. त्यामुळे सगळीकडे जिम, ब्युटी पार्लर्स यांची रेलचेल दिसते.

प्रथमदर्शनी जरी बाह्य व्यक्तिमत्त्वाचाच प्रभाव पडत असला तरी कुठलीही व्यक्ती ही खरेतर आपल्या आंतरिक व्यक्तिमत्त्वाच्या आधारेच यशाचे शिखर सर करत असते. व्यक्तीच्या यशामध्ये बाह्य व्यक्तिमत्त्वाचा केवळ १० टक्के वाटा असतो आणि ९० टक्के वाटा असतो आंतरिक व्यक्तिमत्त्वाचा! आज संपूर्ण जगभरातील महत्त्वाच्या कार्यक्षेत्रात या आंतरिक विकासावर सर्वाधिक लक्ष दिले जाते. मी आपल्याला आंतरिक व्यक्तिमत्त्वातील काही गुण सांगतो, त्यावरून आपली खातरी होईल की स्वयंविकासासाठीचे खरे कार्यक्षेत्र आपल्या आंतरिक व्यक्तिमत्त्वातच आहे. आत्मविश्वास, उत्साह, कार्यक्षमता, निर्भयता, प्रसन्नता, मनमोकळेपणा, एकाग्रता, स्मरणशक्ती, ग्रहणशक्ती, नेतृत्वगुण, हजरजबाबीपणा, सक्रियता, आशावादी, स्थिरवृत्ती, चाणाक्षपणा, धैर्य, विनोदबुद्धी, प्रेम, उत्कटता, मायाळूपणा, माणुसकी यांसारखे गुण व्यक्तीला जीवनाचा खरा आनंद देतात, यशस्वी बनवितात.

सर्वांनी लक्षात ठेवले पाहिजे, की बाह्य व्यक्तिमत्त्वाचा समोरच्या व्यक्तीवर फार काळ प्रभाव राहू शकत नाही. आतले व्यक्तिमत्त्व समोर येतेच. आंतरिक व्यक्तिमत्त्व अनेक दुर्गुणांनी युक्त असेल तर बाह्य सौंदर्य फार काही उपयोगी पडत नाही, उलट त्याचे तोटेच होताना दिसतात. आळस, कंटाळा, निरुत्साह, भीती, काळजी, चिंता, अस्वस्थता, नैराश्य, राग, द्वेष, मत्सर, चिडचिड, लाजाळूपणा, न्यूनगंड, अहंगंड, निराशावादी मनोवृत्ती, एकलकोंडेपणा, हट्टी, मनोदुर्बलता इ. आंतरिक दोषांमुळे व्यक्तिमत्त्वाचा एकंदर प्रभाव क्षीण होतो.

मित्रांनो, व्यक्तिमत्त्व ही एकदाच घडविण्याची गोष्ट नाही. दैनंदिन जीवनात विविध प्रसंगी, विविध प्रकारच्या परिस्थितीत आपण राहतो, वागतो, प्रतिक्रिया, प्रतिसाद देतो आणि त्यातून मार्गक्रमण करत कशी प्रगती साधतो यावरून आपले व्यक्तिमत्त्व लक्षात येते आणि घडतेसुद्धा! अशा वेळी हेच आंतरिक गुण दोष कार्यान्वित होऊन आपल्या जीवनाचा स्तर ठरवितात, आपल्या यश-अपयशाला कारणीभूत ठरतात.

मी सुरुवातीलाच म्हटल्याप्रमाणे आपल्याला आता स्वयंविकासाच्या बाबतीत सजग व्हायचे आहे. याचा अर्थ केवळ माहिती मिळविण्यापुरता मर्यादित न राहता आपल्या आंतरिक व्यक्तिमत्त्वातील दोषांचे उच्चाटन करून सद्गुणांना वृद्धिंगत करायचे आहे. वास्तविक प्रत्येक जीव हा सातत्याने उन्नत होत असतो.

आत्मविश्वास, उत्साह, कार्यक्षमता, निर्भयता, प्रसन्नता, मनमोकळेपणा, एकाग्रता, स्मरणशक्ती, ग्रहणशक्ती, नेतृत्वगुण, हजरजबाबीपणा, सक्रियता, आशावादी, स्थिरवृत्ती, चाणाक्षपणा, धैर्य, विनोदबुद्धी, प्रेम, उत्कटता, मायाळूपणा, माणुसकी यांसारखे गुण व्यक्तीला जीवनाचा खरा आनंद देतात, यशस्वी बनवितात.

प्रत्येक पुढची पिढी ही आधीच्या पिढीकडून सर्वोत्तम गुणांना नैसर्गिकरीत्या निवडून, सोबत घेऊन उदयाला येत असते. जनुकशास्त्रानुसार याला 'नॅचरल सिलेक्शन' असे म्हणतात. मग स्वयंविकासासाठी सजग होऊन त्या दृष्टीने जाणीवपूर्वक प्रयत्नशील होणे हा त्याच उन्नती प्रक्रियेचा भाग आहे असे ठामपणे मानून आपण सर्व जण या या दोषांचे निर्मूलन आणि गुणांचा विकास करणार आहोत.

स्वतःची ओळख

“

स्वतःला ओळखण्याची ही प्रक्रिया खूप विलक्षण असते. आपल्यातील गुण-अवगुण ओळखून ते मान्य करण्यासाठी सर्वप्रथम सातत्याने स्वतःचे अवलोकन केले पाहिजे. स्वतःशी फक्त सत्य आणि सत्यच बोलावे. स्वतःशी प्रतारणा नको. अर्थात स्वतःला ओळखणे हे स्वयंविकासासाठी करत आहोत ही भावना प्रामाणिक असली म्हणजे ही अडचण येणार नाही. जसे जमिनीत पाया एकदम पक्का, भक्कम असला म्हणजे इमारत उत्तुंग उंचीची होते; तसेच स्वयंविकास प्रक्रियेत स्वतःला ओळखणे हा उत्तुंग व्यक्तिमत्त्वरूपी इमारतीचा भक्कम पाया आहे.

”

स्वयंविकासाला खरी सुरुवात होते ती स्वतःला ओळखण्यापासून! जन्मपूर्व, नवजात, शैशव, बाल्य, कुमार, यौवनारंभ, तारुण्य, प्रौढ व वृद्ध या विकासाच्या अवस्था असतात. प्रत्येक अवस्थेची आपली स्वतंत्र वैशिष्ट्ये, शारीरिक व मानसिक बदल, त्यासाठीचे समायोजन, भावनिक, सामाजिक, नैतिक विकासाचे टप्पे व त्यामधील धोकेही असतात. त्यातून व्यक्तीचा सकारात्मक विकास किंवा तिच्या अभिवृत्तीवर दूरगामी परिणाम होत असतात. याशिवाय महत्त्वाची बाब म्हणजे निसर्गाने मानवाला विचार करण्याचे, त्यांचा अर्थ लावण्याचे आणि त्यानुसार कृती करण्याचे स्वातंत्र्य बहाल केले आहे. आपण त्याचा सतत वापरही करत असतो. त्यातून आपल्याला आपल्या उणिवा, मर्यादा तसेच विशेषता व क्षमता कळत असतात. मात्र स्वयंविकासासाठी या गोष्टी जाणीवपूर्वक ओळखायला हव्यात. स्वतःचे परखड अवलोकन करायला हवे. आपल्या उणिवा, आपले दुर्गुण

दूर करण्याचे तंत्र आत्मसात करून त्यावर मात करावी लागेल. स्वत:तील गुण, क्षमता, विशेषताना योग्य दिशेने अधिक चालना देऊन, नियोजनबद्ध पद्धतीने वापर करून खरा स्वयंविकास साधता येईल.

स्वत:ला ओळखण्याची ही प्रक्रिया खूप विलक्षण असते. आपल्यातील गुण-अवगुण ओळखून ते मान्य करण्यासाठी सर्वप्रथम सातत्याने स्वत:चे अवलोकन केले पाहिजे. असे अवलोकन दोन प्रकारे करता येते. पहिला प्रकार म्हणजे आपली दिनचर्या लिहिणे. रोज एखाद्या डायरीमध्ये आपल्या दिवसातील सर्व घडामोडी अगदी सत्य स्वरूपात लिहाव्यात. सुरुवातीला कंटाळा येईल, स्वत:तील कमतरता, चुका स्वीकारताना आतमध्ये संघर्ष होईल, तरीही चिकाटीने सत्य तेच लिहायला हवे. त्यात कृती व त्यामागची खरी भावना, त्यामध्ये आपण अजून काय चांगले करू शकलो असतो, काय टाळू शकलो असतो या बाबींची नोंद, इतरांमधील चांगले गुण, गोष्टी, सवयी, दिवसभरातील विविध गोष्टींच्या विश्लेषणात स्वत:तील आंतरिक मर्यादा प्रामाणिकपणाने मान्य करून त्यावर पुढच्या वेळी आपण त्यात सुधारणा करणार असल्याचे स्वतंत्ररीत्या नोंदवून ठेवले पाहिजे. थोडे दिवस हे काम कष्टाचे वाटते. मात्र या पद्धतीच्या अवलोकनातून स्वत:मधील सुधारणेला सुस्पष्ट दिशा मिळायला लागते.

लक्षात असू द्या, जगभरातील जवळजवळ सर्वच महान आणि यशस्वी व्यक्तींना स्वत:ची रोजनिशी लिहिण्याची सवय होती. अशी डायरी लिहिण्याने स्वत:ची प्रगती, स्वयंविकासाचे मूल्यमापन आपल्याला लिखित स्वरूपात उपलब्ध राहते. त्याची भविष्यातदेखील वेळोवेळी स्वत:ला तसेच इतरांनाही समजून घेण्यासाठी खूप मदत होते.

स्वत:ला ओळखण्यासाठीचा दुसरा प्रकार म्हणजे मानसिक अवलोकन करणे. मानसिक अवलोकन हे सकाळी उठल्यानंतर आणि रात्री झोपण्यापूर्वी करावयाचे असते. सकाळी उठल्यानंतर आपण दिवसभरात काय काय करावयाचे आहे, अशा सर्व गोष्टींची, कृतींची मनातल्या मनात उजळणी किंवा स्मरण करावे. याला

> स्वत:शी फक्त सत्य आणि सत्यच बोलावे. स्वत:शी प्रतारणा नको. अर्थात स्वत:ला ओळखणे हे स्वयंविकासासाठी करत आहोत ही भावना प्रामाणिक असली म्हणजे ही अडचण येणार नाही.

पूर्वस्मरण किंवा पूर्वावलोकन असे म्हणतात. या प्रक्रियेमुळे आपण स्वतःबद्दल अधिकाधिक सजग होऊ लागतो. आपल्या दैनंदिन कामामध्ये तणावमुक्त सहजपणा, उत्साह यायला लागतो. स्वतःतील वाढत असलेल्या क्षमतांचा अनुभव येऊ लागतो.

रात्री झोपण्यापूर्वीसुद्धा मानसिक अवलोकन केले पाहिजे. या प्रक्रियेत आपण दिवसभरात केलेल्या कृती, घडलेल्या घटनांचे पुनरावलोकन करतो. सफलतेने केलेल्या कृतींमधून स्वतःच्या क्षमता, गुणांना जाणणे आणि असफलतेतून उणिवा, दोष जाणून घेण्यात यशस्वी होतो. या प्रक्रियेला पुनरावलोकन असे म्हणतात. या दोन्ही गोष्टी मानसिक स्तरावर स्वतःशीच करावयाच्या असल्याने आपण एका गोष्टीबद्दल खूप सावध राहायला हवे. स्वतःशी फक्त सत्य आणि सत्यच बोलावे. स्वतःशी प्रतारणा नको. अर्थात स्वतःला ओळखणे हे स्वयंविकासासाठी करत आहोत ही भावना प्रामाणिक असली म्हणजे ही अडचण येणार नाही. जसे जमिनीत पाया एकदम पक्का, भक्कम असला म्हणजे इमारत उत्तुंग उंचीची होते, सुरक्षित ठामपणे उभी राहते; तसेच स्वयंविकास प्रक्रियेत स्वतःला ओळखणे, स्वतःचे सातत्याने अवलोकन करणे म्हणजे यशस्वी, उत्तुंग व्यक्तिमत्त्वरूपी इमारतीचा भक्कम पायाच रोवणे.

▶ ▶ ▶

एकाग्रतेचे महत्त्व

> **आपली एकाग्रता कधीही कमी होत नसते. मात्र आपण ती चुकीच्या पद्धतीने वापल्यामुळे आपले त्यावरचे नियंत्रण सुटते. आपले तार्किक बाह्य मन सतत भूतकाळ किंवा भविष्याकडे धाव घेत राहते. जणू काही एका तंद्रीतच आपण वावरत असतो...**

स्वयंविकासातील सर्वात महत्त्वाचा घटक म्हणजे मानसिक एकाग्रता!

स्वत:ला ओळखण्याच्या प्रक्रियेत आपण मानसिक अवलोकन हे तंत्र बघितले. आता 'एकाग्रता' या विषयावर बोलू. वास्तविक आपली एकाग्रता कधीही कमी होत नसते. मात्र आपण ती चुकीच्या पद्धतीने वापरल्यामुळे आपले त्यावरचे नियंत्रण सुटते. आपले तार्किक बाह्य मन सतत भूतकाळ किंवा भविष्याकडे धाव घेत राहते. जणू काही एका तंद्रीतच आपण वावरत असतो...

कित्येक लोकांची तक्रार असते की त्यांचे मन एकाग्र होत नाही. मनात सतत बेचैनी, ताणतणाव, भीती, राग, दु:ख असते. अशा वेळी विलक्षण कौशल्य आणि क्षमता असूनही आपण यशस्वी होऊ शकत नाही आणि मग ही धारणा दृढ होत जाते. स्वयंविकासाचा जाणीवपूर्वक निर्णय घेतलेल्या व्यक्तींसाठी आता या प्रकारची कारणे देऊन चालणार नाही. स्वत:लाच पुढे पाऊल टाकावे लागेल. मनाची एकाग्रता हवी तेव्हा, हव्या त्या पद्धतीने वापरण्याचे कौशल्य प्राप्त होण्यासाठी आपण काही तंत्रे पाहू. यासाठी तुम्हाला तुमची दिवसभरातील फक्त दहाच मिनिटे द्यायची आहेत. दिवसभरातील जेवणानंतरची वेळ सोडून इतर कुठल्याही वेळी दहा मिनिटे एकांतात बसायचे. डोळे बंद, नजर स्थिर, श्वासोच्छ्वास नियमित. मन सवयीप्रमाणे वेगवेगळे विचार करेल, त्याकडे पूर्ण दुर्लक्ष करायचे. शरीर विश्रामित ठेवायचे आणि दूरवरून येणारे विविध आवाज फक्त ऐकत बसायचे. रस्त्यावरून

धावणाऱ्या गाड्या, हॉर्न, पक्षी, प्राणी असे सगळ्यांचे बारीकसारीक आवाज फक्त ऐकत राहायचे. त्याबद्दल काहीही विचार करायचा नाही. हळूहळू विचार करणारे बाह्य मन निष्क्रिय व्हायला लागते, झोप येत आहे असे वाटते. तरीही थोडी सावधानता शिल्लक राहते. ही अक्रिय सावधानता जसजशी वाढू लागते, तसतशी तुम्ही आंतरिक व्यक्तिमत्त्वातील असीम शांतता अनुभवू लागता. स्वतःवरील आत्मविश्वास स्पष्ट स्वरूपात जाणवायला लागतो. एकाग्रतेच्या या तंत्राने 'मन तुमचे सेवक आहे, मालक नाही' ही जाणीव विकसित होते. हे तंत्र अचूकरीत्या वापरले तर अगदी पहिल्या सत्रापासून तुम्ही सकारात्मक अनुभव घेऊ लागता.

मानसिक एकाग्रतेचे दुसरे तंत्रदेखील खूप सोपे आहे. यामध्येदेखील पुन्हा मन एकाग्र करायचे आहे. फक्त बाहेरच्या गोष्टींवर न करता स्वतःच्या श्वासावर करायचे आहे. ही दोन्ही तंत्रे खुर्चीत बसून किंवा मांडी घालून बसून करायची आहेत. पाठीवर पडून केली, तर झोप लागण्याची शक्यता असते. यामध्ये आपल्याला बाह्य मन सावध असायला हवे, पण ते असावे अक्रिय!

डोळे बंद करून आतबाहेर होणाऱ्या श्वासावर लक्ष केंद्रित करा. नाकात, घशात, छातीत होणाऱ्या हवेचा स्पर्श अनुभवत राहा. या ठिकाणी तार्किक बाह्य मन तुमची एकाग्रता भंग करण्यासाठी अनेक तथाकथित महत्त्वाची कामे आठवायला लागेल. पण त्यांच्याकडे साफ दुर्लक्ष करायचे. हळूहळू श्वासाची गती कमी व्हायला लागेल. याचा अर्थ तुमचे मन शांत होत आहे.

आणि शांत मनच एकाग्र होऊ शकते हे लक्षात घ्या.

मित्रांनो, आपण दिवसभरातील खूप वेळ चिंता करण्यात, धुसफुसण्यात घालवतो. मात्र स्वयंविकासाची आस धरणाऱ्या मंडळींना या दोन्ही तंत्रासाठीची वीस मिनिटे निश्चितपणे क्रांतिकारी ठरतील. मनाची एकाग्रता साधणे हा स्वभाव बनण्यासाठी या तंत्रांचा सातत्याने सराव करावा लागेल हे कृपया लक्षात घ्या.

पुरेसा सराव होता क्षणी तुम्ही चकित व्हाल, की तुम्ही जे काम हाती घेत आहात त्यात तुमचे मन विलक्षण आणि विनासायास एकाग्र होईल. तुमच्या कामाचा दर्जा सुधारेल आणि सोबत अनुभवाल मनःशांती!

▸ ▸ ▸

सकारात्मकतेला पर्याय नाही

वास्तविक सकारात्मकता हा मानवाचा स्थायिभाव आहे. उत्क्रांती हा त्याचा ढळढळीत पुरावा आहे. नकारात्मकता ही बाहेरून स्वीकारलेली गोष्ट आहे. जीवनाप्रती चुकीच्या समजुती, चुकीच्या धारणा, पलायनवादी मनोवृत्ती यामुळे मन अनियंत्रित आणि अशक्त होते.

स्वयंविकासासाठी सकारात्मकतेला पर्याय नाही. तुम्ही स्वत:बाबत आणि तुमच्या जीवनाबाबत जसा विचार करत असता, तसेच तुम्ही आणि तुमचे जीवन बनून जाते, हे त्रिकालाबाधीत सत्य आहे. सकारात्मक विचार आपल्याला जीवनातील अक्षरश: अमर्याद संधींचे दरवाजे खुले करत असतो, तर नकारात्मक विचार अगदी हाताशी असलेली सहजसाध्य संधी हिरावून पराभवाच्या गर्तेत ढकलून देतो. जीवनातील यश-अपयश, संपन्नता-विपन्नता, आरोग्य-अनारोग्य हे फक्त आणि फक्त आपल्या विचारांवरच ठरत असते.

स्वयंविकासाची कास धरलेल्यांसाठी आपण खरोखर सकारात्मक आहोत की नकारात्मक हे ओळखून त्यात तात्काळ सुधारणा करणे गरजेचे असते. यासाठी एक छोटेसे उदाहरण द्यायचे झाले, तर समजा, तुम्हाला एखादे काम करायचे आहे आणि जर ते करण्याबाबत तुम्ही खूप आशावादी असाल, त्यातील सफलतेचे अनेक परिणाम तुम्ही मनाने अनुभवू शकत असाल, तर तुम्ही सकारात्मक आहात असे म्हणता येऊ शकेल. पण प्रत्यक्ष काम सुरू करण्यापूर्वीच ते होणार नाही किंवा जमणार नाही, ते काम कसे फारसे उपयुक्त नाही याची यादीच तुमच्या मनात तयार होत असेल, तर तुम्ही नकारात्मकतेकडे झुकता आहात असे म्हणायला वाव निर्माण होतो.

वास्तविक जीवनाचा पायाच मुळी आशावादी असणे हा आहे. आपल्या म्हणीसुद्धा काळाच्या, अनुभवाच्या कसोटीवर सिद्ध झालेले जीवन-सिद्धान्तच म्हणावे लागतील. 'इच्छा तिथे मार्ग' ही साधी म्हण आपल्याला यशस्वी जीवनाचे सूत्र शिकविते. इच्छा म्हणजे तरी काय? एक प्रामाणिक आशादायी विचार. संपूर्ण जगभरातील सर्वच संस्कृतींमध्ये प्रामाणिक आशादायी विचार करणाऱ्यांसाठी योग्य मार्ग उपलब्ध असतात अशा आशयाचे सुविचार, म्हणी आहेत. वास्तविक सकारात्मकता हा आपला मानवाचा स्थायिभाव आहे, आपली उत्क्रांती हा त्याचा ढळढळीत पुरावा आहे. नकारात्मकता ही बाहेरून स्वीकारलेली गोष्ट आहे. जीवनाप्रती चुकीच्या समजुती, चुकीच्या धारणा, पलायनवादी मनोवृत्ती यामुळे मन अनियंत्रित आणि अशक्त बनते. स्वयंविकासाच्या प्रक्रियेत सामर्थ्याची गुरूकिल्ली असलेल्या सकारात्मकतेला मारक गोष्टी आणि नकारात्मकतेचा ब्रह्मराक्षस बलशाली करणाऱ्या काही बाबी जाणून घेणं क्रमप्राप्त आहे.

यामध्ये सर्वात पहिली असते ती भीती. आपण म्हण ऐकलीच असेल, 'भित्यापाठी ब्रम्हराक्षस'! सकारात्मक विचारांच्या आणि आत्मविश्वासाच्या अभावी भीती उत्पन्न होते. खरे तर भीती हा संरक्षणात्मक प्रणालीचा भाग आहे. त्यायोगे परिस्थितीचे वास्तविक भान मानवाला यावे आणि त्यावर त्याने मात करावी हा नैसर्गिक हेतू त्यामागे असतो. सकारात्मक व्यक्ती असाच अर्थ घेतात. परंतु कुठल्याही परिस्थितीबद्दल फक्त भीतीच बाळगणे ही मात्र नकारात्मकताच आहे. खरे तर अशा परिस्थितीत भीती ही निवळ एक नकारात्मक कल्पनाच असते. काही लोक स्वतःला बदलण्यास घाबरतात, आव्हानात्मक परिस्थितीला सामोरे जाण्यापेक्षा त्यांना त्याच नकारात्मक परिस्थितीत राहणे सुरक्षित वाटत राहते. स्वयंविकासासाठी ही मोठी बाधक गोष्ट आहे. यावर मात करावी असे ज्यांना वाटते त्यांनी तात्काळ आशावादी बनावे. माणसाच्या विकासासाठी आशा अत्यावश्यक आहे.

नकारात्मकता वाढविणारी दुसरी घातक गोष्ट म्हणजे चिंता किंवा काळजी होय. प्रत्यक्ष कृती कमी, त्याऐवजी त्यांच्या नकारात्मक परिणामांचाच सतत विचार हा स्वयंविकासाचा मोठा शत्रूच आहे. 'चिंता से चतुराई घटें' हे अक्षरशः खरे आहे. चिंता आणि चिता दोन्ही जाळण्याचेच काम करतात. आपल्या हाती कृती करणे इतकेच आहे. परिणाम आपल्या हातात नाहीत. आपण अपेक्षित परिणामांच्या दिशेने सर्वोत्तम प्रयत्न करू शकतो, करत राहू शकतो असा विचार करणे ही सकारात्मकता आहे.

भीती हा संरक्षणात्मक प्रणालीचा भाग आहे. त्यायोगे परिस्थितीचे वास्तविक भान मानवाला यावे आणि त्यावर त्याने मात करावी हा नैसर्गिक हेतू त्यामागे असतो. सकारात्मक व्यक्ती असाच अर्थ घेतात. परंतु कुठल्याही परिस्थितीबद्दल फक्त भीतीच बाळगणे ही मात्र नकारात्मकताच आहे. काही लोक स्वत:ला बदलण्यास घाबरतात, आव्हानात्मक परिस्थितीला सामोरे जाण्यापेक्षा त्यांना त्याच नकारात्मक परिस्थितीत राहणे सुरक्षित वाटत राहते. स्वयंविकासासाठी ही मोठी बाधक गोष्ट आहे.

स्वयंविकासाच्या मार्गातील अजून एक मोठा अडथळा म्हणजे शंकेखोरपणा. वास्तविक, नकारात्मक व्यक्ती जेव्हा इतर गोष्टी किंवा व्यक्तींबद्दल शंका घेत असतात, तेव्हा खरे तर त्या स्वत:बद्दलच साशंक असतात. अशा व्यक्ती कधीही यशस्वी होऊ शकत नाही, कारण त्यांच्या स्वत:च्या इच्छा अपेक्षादेखील प्रामाणिक नसतात आणि मार्ग तर प्रामाणिक इच्छा करणाऱ्यांसाठीच खुले होतात. सफल होण्याची प्रामाणिक इच्छा करणारी व्यक्तीच सकारात्मक असते आणि ती इच्छा प्रामाणिक असणे हाच यशस्वी होण्याचा एकमात्र उपाय!

विवेकी दृष्टिकोन

फार थोडे लोक विवेकी पद्धतीने विचार करतात. बहुसंख्य लोक मात्र या टोकाच्या दृष्टिकोनामुळे जीवनातील आनंद, माधुर्य गमावून त्याची किंमत चुकवितात. स्वयंविकास या संज्ञेतच स्वतःला ओळखण्यापासून ते सुधरवण्यापर्यंतच्या सर्व बाबी समाविष्ट आहेत आणि मग त्या पद्धतीने जीवनाचा खरा अर्थ जाणून घेण्याचा आहे.

विवेकी विचार करण्याची सवय किंवा विवेकी दृष्टिकोन हा स्वयंविकासाचा अजून एक महत्त्वपूर्ण घटक आहे. टोकाचे, तीव्र, उग्र, पूर्वग्रहदूषित आणि अतिआग्रही विचार आपल्याला खूप नुकसान पोहोचवितात. 'सूर्य पूर्वेला उगवतो' हे जसे सर्वमान्य आणि ठाम विधान आहे, त्याच धर्तीवर आपण अनेक अविवेकी विचार, दृष्टिकोन अंगिकारतो आणि त्यांना जीवनाच्या सर्वच अंगांना ठामपणे जोडतो.

निसर्गाने मानवाला स्वतंत्ररीत्या विचार करण्याची देणगी बहाल केली आहे. मात्र आपण विवेकी पद्धतीने तिचा वापर करतो की नाही हे स्वयंविकास करणाऱ्या व्यक्तींनी तपासून पाहणे गरजेचे आहे. कारण अनेकदा, किंबहुना बहुतेकदा आपण आपल्या मनात निर्माण होत असलेले दृष्टिकोन स्वतंत्र विचार करून किंवा विवेकाच्या कसोटीवर पारखून घेतलेले नसतात. अपयश, दुःख, राग, द्वेष, भीती, वैर, अपराधीपणाच्या भावना अशा भयंकर विघातक भावनांच्या मुळाशी असेच अविवेकी विचारांतून निर्माण झालेले दृष्टिकोन असतात.

किती सहजपणे बोलतो आपण, की माझ्या नशीबात सुखच नाही, मी हुशार नाही, माझ्यावर कुणी प्रेमच करत नाही, हे जगच वाईट आहे, माझे व्यक्तिमत्त्व अजिबात प्रभावशाली नाही, ठरवलेले काम होणारच नाही याची पक्की खातरी

आहे, कितीही चांगला वागलो, कितीही हर प्रकारे मदत केली तरी माझ्याशी कोणी चांगले वागतच नाही, मनासारखे होतच नाही, मी असे काय पाप केले आहे की या सर्व गोष्टी माझ्याच पदरात याव्यात, कोणावरही विश्वास ठेवू नये.

मित्रांनो, ही काही एखाद्या नाटकातली स्वगते नाहीत. माझ्याकडे समस्या घेऊन आलेल्या अनेक व्यक्तींनी स्वतःला याच अविवेकी दृष्टिकोनांनी दुःखी केलेले होते, त्यांचेच नव्हे तर त्याच्याशी जोडल्या गेलेल्या व्यक्तींच्या जीवनातही ते या दृष्टिकोनांनी दुःखाची पेरणी करत होते. जीवन अस्वस्थ करून घेत होते. स्वयंविकासाची कास धरलेल्यांसाठी अविवेकी दृष्टिकोन कसे निर्माण होतात हे समजणे खूप आवश्यक आहे.

विवेकनिष्ठ मानसोपचाराचे जनक डॉ. अल्बर्ट एलिस यांनी प्रदीर्घ संशोधनातून स्वयंविकासाला अडथळा ठरणारे आणि मानसिक दुःखाला कारणीभूत ठरणारे अविवेकी दृष्टिकोन शोधून काढले, ते मी आपल्यासमोर मांडतो, त्यामुळे निदान आपले दृष्टिकोन विवेकी आहेत की अविवेकी हे ओळखून त्यात सुधारणा करण्याची प्रामाणिक इच्छा स्वयंविकासाच्या दृष्टीने एक महत्त्वपूर्ण पाऊल ठरेल.

१. पहिला आहे, स्वतःबद्दलचा अविवेकी दृष्टिकोन! यामध्ये व्यक्तीला 'मी सर्व गोष्टी बिनचूक आणि परिपूर्ण रीतीनेच केल्या पाहिजेत, माझ्या सभोवतालच्या महत्त्वपूर्ण व्यक्तींकडून त्याबद्दल कौतुक आणि मान्यता मिळवलीच पाहिजे, नाहीतर मी कुचकामी आहे असे सिद्ध होईल' असे वाटते. आहे की नाही हा स्वतःबद्दलचा टोकाचा आणि अविवेकी दृष्टिकोन? या दृष्टिकोनामुळे सततची चिंता, न्यूनत्वाची भावना निर्माण होते.

२. दुसरा दृष्टिकोन आहे, इतरांबद्दलचा अविवेकी दृष्टिकोन! यामध्ये व्यक्तीला इतरांनी माझ्याशी चांगलंच, न्याय्यपणे, सहृदयपणे वागलेच पाहिजे, जे माझ्याशी अशा पद्धतीने वागणार नाहीत, ते लोक नालायक असून, त्यांचा धिक्कार केला पाहिजे. त्यांना जबरदस्त शासन झालेच पाहिजे असे वाटते. बघा, किती अविवेकी दृष्टिकोन! या दृष्टिकोनामुळे क्रोध आणि शत्रुत्वाची भावना वाढीस लागते.

३. तिसरा दृष्टिकोन आहे, जगाबद्दलचा दृष्टिकोन! 'माझ्या सभोवतालच्या परिस्थितीने माझा रस्ता सोपा केलाच पाहिजे, नाही तर काही करण्यात मुळी अर्थच नाही', अशी भावना निष्क्रियतेला आणि विषण्णतेला जन्म देणारा हा दृष्टिकोन किती अविवेकी आहे!!

निसर्गाने मानवाला स्वतंत्ररीत्या विचार करण्याची देणगी बहाल केली आहे. मात्र आपण विवेकी पद्धतीने तिचा वापर करतो की नाही हे स्वयंविकास करणाऱ्या व्यक्तींनी तपासून पाहणे गरजेचे आहे. कारण अनेकदा, किंबहुना बहुतेकदा आपण आपल्या मनात निर्माण होत असलेले दृष्टिकोन स्वतंत्र विचार करून किंवा विवेकाच्या कसोटीवर पारखून घेतलेले नसतात. अपयश, दुःख, राग, द्वेष, भीती, वैर, अपराधीपणाच्या भावना अशा भयंकर विघातक भावनांच्या मुळाशी असेच अविवेकी विचारांतून निर्माण झालेले दृष्टिकोन असतात.

विचार करा, या जगातील सर्वच व्यक्ती या पद्धतीच्या दृष्टिकोनाने जगू लागल्या तर? कल्पना करवत नाही इतकी भयंकर परिस्थिती निर्माण होईल. दुर्दैवाने फार थोडे लोक विवेकी पद्धतीने विचार करतात. बहुसंख्य लोक मात्र या टोकाच्या दृष्टिकोनामुळे जीवनातील आनंद, माधुर्य गमावून त्याची किंमत चुकवितात. स्वयंविकास या संज्ञेतच स्वतःला ओळखण्यापासून ते सुधरवण्यापर्यंतच्या सर्व बाबी समाविष्ट आहेत आणि मग त्या पद्धतीने जीवनाचा खरा अर्थ जाणून घेण्याचा आहे. तर मग आजच तुम्ही स्वतःचे दृष्टिकोन तपासून बघा, जर अविवेकी असतील तर स्वतःशीच मान्य करा. पुढील भागांमध्ये जीवनाच्या सर्वच महत्त्वपूर्ण भागातील अविवेकी दृष्टिकोन दूर करून त्याऐवजी विवेकी दृष्टिकोन रुजवून आपण स्वयंविकासाच्या दिशेने स्वतःला घेऊन जाऊ या.

अमर्याद चिकाटी

> **"चिकाटीची जागा या जगात कोणीही घेऊ शकत नाही. निवळ प्रतिभा नाही, कारण अपयशी प्रतिभावान सगळीकडे आढळतात. निवळ बुद्धिमत्ता नाही, कारण अनेक बुद्धिमान अपयशी झाले आहेत. निवळ शिक्षण नाही, हे जग उपेक्षित सुशिक्षितांनी भरले आहे. केवळ चिकाटी आणि दृढ निश्चय हेच सर्व शक्तिमान आहेत."**

स्वयंविकासासाठी, पर्यायाने यशस्वी, तंदुरुस्त, संपन्न, दर्जेदार, अर्थपूर्ण जीवन जगण्यासाठी अजून एक महत्त्वाचा गुणधर्म म्हणजे चिकाटी! संपूर्ण जगभरातील प्रत्येक क्षेत्रात यशस्वी झालेल्या व्यक्तींमध्ये एक समान गुण सतत बघायला मिळतो, तो म्हणजे अमर्याद चिकाटी!

आपणही आपल्या जीवनात मागे वळून सर्व क्षेत्रांचा थोडा मागोवा घेतला तर निश्चितपणे लक्षात येईल की जर त्या ठिकाणी फक्त चिकाटी बाळगली असती तर आपण यशस्वी होऊ शकलो असतो, अपेक्षित प्रगती साधू शकलो असतो. स्वयंविकास ही एका क्षणात होणारी आणि फक्त क्षणभरासाठीची गोष्ट नव्हे, तो असतो एक ध्यास. एखादे ध्येय साध्य करण्यासाठी कुठल्याही प्रकारची माघार न घेता सातत्याने, चिकाटीने पाठलाग करत तो प्रत्यक्षात साकार करणे आणि टिकवून ठेवणे म्हणजे खरा स्वयंविकास!

एखादी गोष्ट मला आज जमत नाही, याचा अर्थ ती भविष्यातही जमणार नाही असा अतिशयोक्तिपूर्ण निष्कर्ष काढणाऱ्या व्यक्तींमध्ये खातरीने चिकाटीचा अभाव असतो. चिकाटीने एखाद्या व्यक्तीचे जीवन कसे देदीप्यमान बनू शकते याचे उदाहरण देताना अमेरिकेचे सर्वात प्रभावशाली अध्यक्ष अब्राहम लिंकन यांचा उल्लेख करणे क्रमप्राप्त आहे. वयाच्या एकविसाव्या वर्षी व्यावसायिक अपयश,

बाविसाव्या वर्षी विधीमंडळाच्या निवडणुकीत पराभव, चोविसाव्या वर्षी पुन्हा व्यावसायिक अपयश, सव्विसाव्या वर्षी प्रिय व्यक्तीचा मृत्यू, सत्ताविसाव्या वर्षी नैराश्याचा झटका, चौतिसाव्या, छत्तिसाव्या आणि पंचेचाळिसाव्या वर्षी पुन्हा निवडणुकीत पराभव, सत्तेचाळिसाव्या वर्षी उपाध्यक्ष होता नाही आले, एकोणपन्नासाव्या वर्षी सिनेटमध्ये निवडून येता आले आणि शेवटी, वयाच्या बावन्नाव्या वर्षी लिंकन यांच्या गळ्यात चिकाटी नावाच्या गुणधर्माने अमेरिकेच्या अध्यक्षपदाची माळ घातली!

केल्व्हिन कुलीज चिकाटीची महती सांगताना म्हणतात, "चिकाटीची जागा या जगात कोणीही घेऊ शकत नाही. निवळ प्रतिभा नाही, कारण अपयशी प्रतिभावान सगळीकडे आढळतात. निवळ बुद्धिमत्ता नाही, कारण अनेक बुद्धिमान अपयशी झाले आहेत. निवळ शिक्षण नाही, हे जग उपेक्षित सुशिक्षितांनी भरले आहे. केवळ चिकाटी आणि दृढ निश्चय हेच सर्व शक्तिमान आहेत." स्वयंविकास करू इच्छिणाऱ्या प्रत्येकासाठी हा संदेश संजीवनी आहे आणि चिकाटी वापरत नसलेल्या गुणवानांसाठी झणझणीत अंजन!

तुमच्यातील चिकाटीचा तुम्हाला पूर्ण वापर करावयाचा असेल, तर काही गोष्टी तुम्हाला कराव्याच लागतील. सर्वप्रथम तुमचे नेमके ध्येय काय आहे, हे अगदी तपशीलवार ठरवावे लागेल. त्या ध्येयाची फलश्रुती नेमकी कशी अपेक्षित आहे ते लिहून काढा. अपेक्षित ध्येय साध्य करण्यासाठी तुमच्यापाशी उपलब्ध असलेल्या, तसेच नव्याने हव्या असलेल्या सुविधांची यादी बनवा. ध्येय साध्य करताना तुम्हाला स्वतःमध्ये कोणते बदल (जसे नवीन कौशल्य शिकणे, काही सवयींचा त्याग करणे) करावे लागतील, यांचीदेखील यादी बनवा. ध्येयपूर्ती तुम्ही कधीपर्यंत करणार याची एक कालमर्यादा ठरवून द्या. या माहितीचा आधार घेऊन एक टप्पेवार कृतिजन्य आराखडा बनवा. प्रत्येक टप्प्याचा क्रम ठरवा. आता पहिला टप्पा कृतीत आणण्याचे पाऊल उचला. एका मागोमाग टप्पे पार

स्वयंविकासाचा निर्णय हा जेव्हा तुमचा स्वतःचा असेल, तुम्हाला त्याचे महत्त्व जेव्हा मान्य असेल, तुम्हाला ते जेव्हा खरोखर हवे असेल, तेव्हाच तुम्ही तुमची चिकाटी वापरू शकणार आहात आणि त्या यशाचे खरे श्रेय हे फक्त तुमचेच असणार आहे.

करत राहा. ध्येय सतत डोळ्यांसमोर ठेवून कृती आणि फक्त कृती करत राहा. दरम्यान गरजेनुसार ध्येयपूर्ती ठाम होण्यासाठी आराखड्यात सुधारणा करू शकता. पुढेच जात राहा. तुमचे ध्येय सतत नजरेसमोर ठेवा. ध्येयाची पूर्ती झाल्यानंतर तुम्हाला किती आनंद होईल याची कल्पना करा.

मित्रांनो, जर तुम्ही हे करत राहिलात तर तुम्ही तुमची चिकाटी वापरू लागला आहात. कारण यात तुम्हाला मिळणारा आनंद, ऊर्जा आणि समाधान शब्दांत वर्णन करता येणार नाही. कायम लक्षात ठेवा, आपल्याला ही चिकाटी त्याच बाबतीत वापरता येते, जी आपल्याला खरोखर महत्त्वाची वाटते किंवा आपल्याला मनापासून मिळवावीशी वाटते. याचा अर्थ स्वयंविकासाचा निर्णय हा जेव्हा तुमचा स्वतःचा असेल, तुम्हाला त्याचे महत्त्व जेव्हा मान्य असेल, तुम्हाला ते जेव्हा खरोखर हवे असेल, तेव्हाच तुम्ही तुमची चिकाटी वापरू शकणार आहात आणि त्या यशाचे खरे श्रेय हे फक्त तुमचेच असणार आहे. याच चिकाटीचा वापर करून तुम्ही तुमचे वाढलेले वजन नियमित नियंत्रित करू शकता, एखादे व्यसन सोडू शकता, अभ्यासात प्रगती करू शकता, एखादे कौशल्य प्राप्त करू शकता, नोकरी-व्यवसायात भरभराट करू शकता, जीवनाच्या कुठल्याही अंगाचा विकास साधू शकता. फक्त हे सर्व तुम्हाला खरोखर हवे आहे, हे ठरवा, का हवे आहे याची सबळ कारणे स्वतःला द्या, स्वतःच कालमर्यादा निश्चित करा आणि मग बघा तुमच्या स्वयंविकासासाठी गरजेची असलेली अमर्याद चिकाटी तुमच्यासाठी काम करते आहे.

▶ ▶ ▶

स्वप्रतिष्ठा हवीच!

स्वतःमधील सामर्थ्याची, गुणांची किंवा योग्यतेची जाणीव स्वप्रतिष्ठेला वर्धिष्णु करते. थोडक्यात सुदृढ स्वप्रतिष्ठा म्हणजे आत्मविश्वास आणि स्वाभिमान यांचा संयुक्त परिणाम! कायम स्वतःला सांगा, 'मी लायक आहे संपन्न, निरोगी, यशस्वी, सुखी, समाधानी, आनंदी, उत्साही, निर्भय, मनमोकळं, शांततामय जीवन जगण्यासाठी!'

क्षीण स्वप्रतिष्ठा (Low Self-Esteem) स्वयंविकास प्रक्रियेतील प्रमुख अडथळा आहे. गुणवत्ता, क्षमता आणि लायकी असूनही केवळ स्वप्रतिष्ठा क्षीण असल्याकारणाने अयशस्वी, अस्वस्थ जीवन जगणाऱ्यांची संख्या खूप आहे. भक्कम किंवा सुदृढ स्वप्रतिष्ठेच्या अभावाने विद्यार्थ्यांपासून ते अगदी मोठ्या हुद्द्यावर काम करणाऱ्या व्यक्ती दर्जाहीन जीवन जगत राहतात. शैक्षणिक कारकिर्द, परस्परसंबंध, नोकरी, व्यवसाय, मानसिक आणि शारीरिक स्वास्थ्य यांसारख्या महत्त्वाच्या बाबींवर त्याचा विपरित परिणाम होतो. माझ्याकडे येणाऱ्या बहुतांशी व्यक्तींच्या समस्यांची मुळे या दुर्बल स्वप्रतिष्ठेमध्येच होती.

वास्तविक निसर्गाने प्रत्येकाला स्वतंत्र ओळख दिली आहे. प्रत्येकाची निर्मिती ही स्वतंत्ररीत्या झालेली आहे. त्याचे दृश्य पुरावे आपण सतत सोबत घेऊन वावरत असतो. अगदी सांगायचेच झाले, तर प्रत्येक व्यक्तीच्या बोटांचे ठसे हे भिन्न असतात. संपूर्ण जगात ते कुणासोबतच जुळत नाहीत. व्यक्तिगत असामान्यत्वाचा इतका धडधडीत पुरावा सोबत वागवताना आपण मात्र स्वतःची तुलना इतरांसोबत करून स्वतःला कमी लेखतो. अगदी बालपणापासूनच आपल्यावर या तुलनेचा संस्कार घडायला लागतो. पालक, नातेवाईक, मित्र,

शिक्षक, मित्र यांच्याकडूनही अनेकदा, कळत नकळत स्वतःला कमी लेखण्याचा संस्कार रुजविला जातो. अर्थात त्यांच्या अशा बोलण्यावागण्याचा उद्देश तुम्हाला एक प्रकारे तुमच्यातील स्वप्रतिष्ठा जागी करून तुम्ही उत्तम परफॉर्मन्स द्यावा असाच असतो, मात्र परिणाम होतो उलटाच! कुठल्या गोष्टीला तुम्ही कसे घेता यावरच सर्व परिणाम अवलंबून असतात. याचाच अर्थ आपली स्वप्रतिष्ठा क्षीण किंवा सुदृढ करण्यास आपणच जबाबदार असतो नाही का? स्वयंविकासाचा निर्णय घेतलेल्यांनी तर ही जबाबदारी स्वीकारायचीच असते!

मित्रांनो, आपल्यातील स्वप्रतिष्ठा सुदृढ आहे की क्षीण हे शोधण्यासाठी स्वतःला पुढील प्रश्नांची खरी उत्तरे द्या.

१. आपण जेव्हा एकांतात असता किंवा कुणासोबत बोलत नसता तेव्हा मनातल्या मनात स्वतःबद्दल काय विचार करता? (टीका की आशावादी)

२. आपण जे कुणी आहात त्याबद्दल आनंदी किंवा समाधानी आहात काय?

३. आयुष्यात जर मागे वळून बघितले, तर मी खूप काही करू शकलो नाही, इतरांच्या तुलनेत मी मागे पडून गेलो, असे विचार मनात येतात का?

४. तुमच्या सान्निध्यातील किंवा कोणत्याही व्यक्तींमधील दोषच तुम्हाला पटकन जाणवतात का?

५. यशस्वी, आनंदी व्यक्ती बघून तुम्हाला आतमध्ये स्वतःबद्दल खेदाची किंवा दुःखाची भावना निर्माण होते का?

आणि सर्वांत महत्त्वाचा प्रश्न...

६. तुम्ही स्वतःला इतर आनंदी, यशस्वी व्यक्तींइतकेच समर्थ आणि लायक समजता का?

जर या प्रश्नाचे उत्तर 'नाही' असे असेल, तर निश्चितपणे आपली स्वप्रतिष्ठा क्षीण आहे आणि त्यामुळे आपले काम, व्यक्तिगत जीवन विविध समस्यांनी व्याप्तच असणार आहे. आपल्यातील गुणवत्ता अशीच बंदिस्त राहून जाणार आहे आणि इतरांना, परिस्थितीला तीव्र व नकारात्मक प्रतिक्रिया देत राहणार आहात. जे खरे तर तुम्हाला स्वतःलासुद्धा आवडणार नाही.

मित्रांनो, स्वतःमधील सामर्थ्याची, गुणांची किंवा योग्यतेची जाणीव स्वप्रतिष्ठेला वर्धिष्णु करते. थोडक्यात सुदृढ स्वप्रतिष्ठा म्हणजे आत्मविश्वास आणि स्वाभिमान यांचा संयुक्त परिणाम!

त्यासाठी मी जीवन जगण्यास समर्थ आहे, यशस्वी, आनंदी होण्यासाठी लायक आहे, मी स्वतःला आवडतो/आवडते, मला स्वतःबद्दल आदर, प्रेम आहे

प्रत्येक व्यक्तीच्या बोटांचे ठसे हे भिन्न असतात. संपूर्ण जगात ते कुणासोबतच जुळत नाहीत. व्यक्तिगत असामान्यत्वाचा इतका धडधडीत पुरावा सोबत वागवताना आपण मात्र स्वतःची तुलना इतरांसोबत करून स्वतःला कमी लेखतो. अगदी बालपणापासूनच आपल्यावर या तुलनेचा संस्कार घडायला लागतो.

यांसारख्या स्वयंसूचना अंतर्मनापर्यंत पोहोचविल्या पाहिजेत. कारण आपले खरे व्यक्तिमत्त्व अंतर्मनातच असते. शिवाय भूतकाळातील आपली स्वप्रतिष्ठा दुर्बल करणाऱ्या प्रसंगांचे नकारात्मक प्रभाव काढून टाकण्यासाठी आत्मसंमोहनाची तुम्हाला मदत होईल. स्वतःतील चांगले गुण, गोष्टी, सवयींची यादी बनवून ती स्वतःला वारंवार सांगावी लागेल. तुमच्या विचारात, बोलण्यात सकारात्मक शब्दांचा वापर वाढवावा लागेल. एक अत्यंत प्रभावी उपाय सांगतो. तुमच्या आजूबाजूच्या व्यक्तींमधील चांगल्या गुणांना जाणीवपूर्वक शोधा. ते स्वतःशी मान्य करा. काही दिवसांतच ते चांगले गुण तुमच्यात विकसित होत आहेत याची तुम्हाला स्पष्ट जाणीव व्हायला लागेल. शिवाय घडणाऱ्या प्रत्येक घटनेचा ठरवून सकारात्मक अर्थ स्वतःला सांगायला सुरुवात करा. तुमच्यातील स्वतःवर टीका करणारा टीकाकार हद्दपार होऊन जाईल. तुमच्या नैसर्गिक अस्तित्वाचा तुम्हाला सार्थ अभिमान वाटू लागेल. अभिरुचिपूर्ण, आनंदी जीवन जगण्यासाठी आवश्यक असणारी स्वप्रतिष्ठा तुम्ही प्राप्त केलेली असेल आणि स्वयंविकासाच्या दृष्टीने मिळविलेली ती मोठी उपलब्धी असेल!

मित्रांनो, कायम स्वतःला सांगा, 'मी लायक आहे संपन्न, निरोगी, यशस्वी, सुखी, समाधानी, आनंदी, उत्साही, निर्भय, मनमोकळं, शांततामय जीवन जगण्यासाठी!' कारण मित्रांनो, तुम्ही खरोखर लायक असता!

▸ ▸ ▸

चिंता सोडा, चिंतन करा

वास्तविक माणूस हा निसर्गाची सर्वात विलक्षण निर्मिती आहे. इतर प्राण्यांना स्वतःच्या मर्जीप्रमाणे अंतर्मनातील ज्ञानाचा ठरवून वापर करता येत नाही. त्यांचे अंतर्मन निसर्गचक्रानुसार प्रतिसाद देते. मात्र निसर्गाने मानवाला स्वतंत्ररीत्या विचार करण्याची क्षमता देऊन खूप मोठी कृपा केली आहे, खूप मोठे सामर्थ्य बहाल केले आहे. कारण अंतर्मनाच्या खजिन्यात असलेल्या सर्व क्षमता परिस्थितीनुसार सहजपणे वापरता येण्यासाठी विचार हीच चावी आहे.

मन शुद्ध तुझं, गोष्ट आहे पृथ्वीमोलाची,
तू चाल पुढं, तुला रे गड्या भीती कशाची, पर्वाही कुणाची!!

मनाची शुद्धता ही सद्भाव, प्रसन्नता, मैत्री, दया, करुणा आणि तटस्थता यांसारख्या भावनांमुळेच अबाधित राहते. आपल्या मनाला पृथ्वीमोलाचे बनविणाऱ्या या भावना विकसित करणे म्हणजेच खरा 'स्वयंविकास' म्हणता येईल. मात्र सततची चिंता ही आपल्या मनाला आणि जीवनाला अगदी मलिन करून टाकते. अगदी बालपणापासूनच आपल्याला अशा प्रकारचे वातावरण मिळते की निसर्गतः मिळालेले शुद्ध मन पार काळवंडून जाते. आपल्या अंतर्मनात इतक्या नकारात्मक समजूती, धारणा दृढ झालेल्या असतात की मग आपण दैनंदिन जीवनातसुद्धा कुठल्याही गोष्टीचा, प्रसंगाचा अभावितपणे प्रथम नकारात्मकच अर्थ घेऊन मोकळे होतो. आपले मन इतके चिंताग्रस्त आणि असुरक्षिततेची भावना जोपासते की जणू काही तो आपला स्वभावच बनून राहतो.

वास्तविक माणूस हा निसर्गाची सर्वात विलक्षण निर्मिती आहे. इतर प्राण्यांना स्वत:च्या मर्जीप्रमाणे अंतर्मनातील ज्ञानाचा ठरवून वापर करता येत नाही. त्यांचे अंतर्मन निसर्गचक्रानुसार प्रतिसाद देते. मात्र निसर्गाने मानवाला स्वतंत्ररीत्या विचार करण्याची क्षमता देऊन खूप मोठी कृपा केली आहे, खूप मोठे सामर्थ्य बहाल केले आहे. कारण अंतर्मनाच्या खजिन्यात असलेल्या सर्व क्षमता परिस्थितीनुसार सहजपणे वापरता येण्यासाठी विचार हीच चावी आहे. ज्या वेळी माणूस अत्यंत नैसर्गिक असतो, सहज असतो, तेव्हा त्याचे मन शुद्ध असते आणि त्या वेळी त्याच्या अंतर्मनातच उपलब्ध असलेले ज्ञान, क्षमता एखाद्या झुळझुळत्या झऱ्याप्रमाणे अविरत त्याच्या जीवनात येतच राहतात. जीवन किती सुलभ आणि आनंददायी आहे याचा प्रत्यय ती व्यक्ती क्षणाक्षणाला घेत राहते. मात्र ज्या वेळी माणूस चिंता करू लागतो, त्या वेळी त्याच्या अंतर्मनाला तो पुरता गोंधळवून टाकतो. गोंधळलेले मन हे नेहमी चंचल आणि दुर्बल होत जाते. संशय, भीती, दु:ख, अपराधीपणाच्या भावना, राग, हीनता या चिंतेतूनच जन्म घेतात. स्वयंविकासाची आस धरणाऱ्या मंडळींनी कृपया लक्षात घ्या की चिंता आणि चिंतनात फरक आहे. एखाद्या प्रसंगाबद्दल, व्यक्तीबद्दल, परिस्थितीबद्दल नकारात्मक विचार करणे म्हणजे चिंता आणि सकारात्मक विचार करणे म्हणजे चिंतन! आपले अंतर्मन हे दुधारी शस्त्र आहे. जे विचार तुम्ही त्याला देता त्याचे ते प्रत्यक्षीकरण करून टाकते. हे जगभरातील आपआपल्या क्षेत्रातील सर्वच महान व्यक्तींनी जाणले होते आणि त्यांनी हे सर्वांच्या कल्याणासाठी मुक्तपणे सांगून टाकले.

'मन करा रे प्रसन्न, सर्व सिद्धीचे कारण। 'मोक्ष अथवा बंधन, तया कारणे।' असं सांगणारे तुकोबाराय असोत, किंवा 'मना सज्जना व्यर्थ चिंता नको रे' असे सांगणारे समर्थ रामदास स्वामी असोत.

चिंता से चतुराई घटें!

कारण चिंता पाहुणी म्हणून आपल्यात येते आणि लवकरच मालक बनून राहते, याचा प्रत्यय बहुतेक लोकांनी घेतला आहे. शुद्ध मनाला पृथ्वीमोलाचे जर मानले, तर चिंतेने मलिन झालेल्या मनाला काय उपमा देता येईल?

चिंता किंवा चिंतन करणे हे नेहमीच आपल्या हाती असते. दुर्दैवाने आपण रात्रंदिवस चिंताच वाहतो. माझे काही बरेवाईट झाले, तर माझ्या कुटुंबीयांचे कसे होईल? माझी नोकरी गेली तर? मला काही मोठा आजार तर झाला नसेल ना? माझ्यावर मोठे संकट आले तर? माझा व्यवसाय बुडाला तर? एक ना अनेक चिंता! कुणाला भविष्याची, कुणाला पैशाची, कुणाला प्रतिष्ठेची तर कुणाला अभ्यासाची!!

स्वयंविकासाची आस धरणाऱ्या मंडळींनी कृपया लक्षात घ्या की चिंता आणि चिंतनात फरक आहे. एखाद्या प्रसंगाबद्दल, व्यक्तीबद्दल, परिस्थितीबद्दल नकारात्मक विचार करणे ही चिंता आणि सकारात्मक विचार करणे म्हणजे चिंतन! आपले अंतर्मन हे दुधारी शस्त्र आहे. जे विचार तुम्ही त्याला देता त्याचे ते प्रत्यक्षीकरण करून टाकते.

ज्याला स्वयंविकास साधायचा आहे त्यांनी हे तात्काळ बंद करावे. आपल्याच हातात आहे ते. ज्या गोष्टीची चिंता करताय त्या ऐवजी त्याबद्दल सकारात्मक, आशावादी विचार सुरू करा. लगेच अंतर्मनात वसत असलेले ज्ञान तुम्हाला अचूक मार्गदर्शन करायला लागेल. 'तोरा मन दर्पण कहलाये' या उक्तीप्रमाणे आपण अनुभव करू लागाल. भविष्यातील तथाकथित संभाव्य वाईट परिस्थितीची चिंता करण्यापेक्षा 'मला यश मिळाले तर माझे जीवन सकारात्मकरीत्या किती सुंदर असेल' याबद्दलचे चिंतन करा. तुम्ही त्याला काही काळ दिवास्वप्नही म्हणू शकता. खरे तर चिंता करणेदेखील दुर्दैवाचे दिवास्वप्न बघणेच असते. आपण चिंतेच्या रूपाने भविष्यातील घटना माहीत नसतानाही त्याबद्दल इतकी टोकाची भूमिका घेतोच ना? चिंतेतून मुक्त होण्यासाठी परस्परविरोधी विचारांना बंद करावे लागेल. जर चांगले व्हावे अशी अपेक्षा असेल, तर विचारही तसेच असावेत. अंतर्मनाला परस्परविरोधी विचारांनी अशुद्ध करून जीवन दुःखी करण्यापेक्षा सकारात्मक विचारांनी शुद्ध करा, त्याचे फळ इतके मधुर असेल की शुद्ध मनाला पृथ्वीचे मोल का दिले आहे हे तुम्हाला आपोआप कळून चुकेल, आणि तोच असेल तुमचा खऱ्या अर्थाने स्वयंविकास!!

▸ ▸ ▸

आशावादीच राहा

आपले अंतर्मन हे दुधारी शस्त्र आहे. अंतर्मनाच्या शक्तीचा जर सकारात्मक वापर केला तर आपल्या जीवनात अशी कुठलीच परिस्थिती नाही ज्यावर आपण मात करू शकत नाही. मात्र आपली परिस्थिती खूप भयंकर असून त्यातून मार्ग निघणे अशक्य आहे असे विचार जेव्हा परत परत केले जातात, त्या वेळी ते सूचनारूपाने अंतर्मनात पोहोचतात. मग अंतर्मनातील अगाध शक्तीचा नकारात्मक प्रभाव दिसू लागतो आणि परिणती होते आत्महत्येत!

मित्रांनो, आपल्या प्रत्येकाच्या जीवनात चढउतार हे असतातच. किंबहुना जीवनाचा तो अविभाज्य भाग आहे. या प्रवासात असे अनेक प्रसंग, घटना, परिस्थिती येते ज्यामध्ये काही व्यक्ती मोठी प्रगतीची झेप घेतात, तर काहींना सर्व मार्ग बंद झाल्यासारखे, सर्व काही संपल्यासारखे वाटते. काही व्यक्ती आत्महत्येचे विचार स्वीकारतात, तर काही जण तसा प्रयत्नही करतात.

खरे तर आजच्या आधुनिक, सुख-सुविधांच्या काळात मानवी जीवन कितीतरी सुसह्य झाले आहे. मग तरीही आत्महत्यांचे प्रमाण वाढते का? का कुणाला आपले जीवन संपवून घ्यावेसे वाटावे? आपल्याला जगण्यासाठी काही कारणच शिल्लक राहिलेले नाही या निर्णयाप्रत का यावे?

आत्महत्येसाठी खरेच काही ठोस कारण असावे लागते असे कधीही नसते. परिस्थितीबद्दल टोकाचा आणि अविवेकी विचार या दुर्दैवी निर्णयाला कसा कारणीभूत ठरतो याची काही प्रातिनिधिक उदाहरणे आपण बघू. माझ्याकडे अशा कित्येक व्यक्ती येऊन गेल्या आहेत, ज्यांना जीवन संपविण्यापेक्षा दुसरा मार्ग

दिसेना. त्यांची त्या वेळची विचार करण्याची पद्धत आपल्यासमोर मांडतो.

१. मी माझ्या मर्जीने इंजिनिअरिंगला गेलो, पहिल्या वर्षीचे काही विषय मी नापास झालो. त्यामुळे घरातले वातावरण खूप तणावाचे झाले. आईवडिलांनी 'तू आम्हाला फसविले' यासारखे आरोप केले. मला त्याचा इतका धक्का बसला की मी अभ्यासावर लक्षच केंद्रित करू शकत नाही. मनावर सारखा ताण... मग मी स्मोकिंग करू लागलो. एकदोन वेळा घरी सिगारेटचा वास आला. त्यावरून मारही खाल्ला. आज अशी परिस्थिती आहे की, मला कोणी समजूनच घेत नाही. प्रत्येक जण माझ्याकडे एक 'लूजर' म्हणून बघतो. घरी जावेसे वाटत नाही. कॉलेजमध्ये मित्र पुढच्या वर्गात निघून गेले त्यामुळे लाज वाटते. काही सुचत नाही, त्यापेक्षा मरून गेलेले बरे असे वाटते.

२. मी कंपनीत मॅनेजर पदावर आहे, मोठा पगार आहे. पण माझ्या कामाचा मला आनंद मिळत नाही कारण माझा प्रभाव पडत नाही. हाताखालच्या लोकांना काम सांगायची भीती वाटते कारण ते मला भाव देत नाहीत. वरिष्ठ ऐकून घेत नाहीत. कधी कधी मीटिंगमध्ये सर्वांसमोर धड बोलता येत नाही. या कंपनीचा कंटाळा आलाय. दुसरा जॉब शोधू म्हणतो तर तेही मिळण्याची शक्यता कमी, जवळजवळ नाहीच; कारण या कंपनीत उमेदीची १७-१८ वर्षे गेलीत. कंपनीत नवीन जॉईन झालेल्या मंडळींच्या नजरेत स्पष्ट दिसते की याला दुसरीकडे काम जमणार नाही म्हणून हा इथेच पडून आहे. सारखी घुसमट होते. कामावर जायची इच्छा होत नाही. दुसरे काम जमणारच नाही, असे वाटते. मुले मोठी होत आहेत, त्यांचे खर्च वाढलेत. खूप टेन्शन येते, सहन होत नाही. जगूच नये वाटते.

कुठल्याही गोष्टीचा पराकोटीचा नकारात्मक विचार करण्यापूर्वी थोडे थांबा. तात्काळ मनाला काही आशादायी विचार पुरवा. कारण आत्महत्यादेखील एक विचारच आहे. त्या ऐवजी 'मी माझ्या समस्येतून नक्कीच बाहेर पडेन. समस्या ही परिवर्तनाची एक संधी आहे. या जगात अशक्य असे काहीच नाही. माझ्यापेक्षा विपरीत परिस्थितीतून बाहेर पडून यशस्वी झालेले कित्येक लोक या जगात आहेत. मी पण माझे अस्तित्व सिद्ध करायला समर्थ आहे' असे विचार मनात आणा.

३. मी फक्त अनुभव म्हणून नोकरी केली. मला खरे तर व्यवसाय करायचा होता. म्हणून मी मोठ्या पगाराची नोकरी सोडून हिमतीने व्यवसाय सुरू केला. पण मला घरातून ऐन वेळी प्रचंड विरोध झाला. नोकरी करत होतो तोपर्यंत सर्वांना मी आवडायचो. पैसा तर मी आजही कमावतो, नोकरीपेक्षा जास्त. पण घरात कोणी माझ्याशी धड बोलत नाही. जणू काही त्यांना माझी लाज वाटते असे ते माझ्याशी वागतात. पुरता एकाकी पडलोय मी. संपवून घ्यावे स्वत:ला असे वाटते.

४. मी एक प्राध्यापक आहे. दोन मुली आहेत मला. मुलासाठी अट्टाहास केला नाही. खूप लाडात वाढवले दोघींना. एकीला डॉक्टर बनवले, दुसरी इंजिनिअरिंगच्या शेवटच्या वर्षात शिकते. मात्र काही दिवसांपूर्वीच कळले की ती एका अगदी वाया गेलेल्या आणि बकाल मुलाच्या प्रेमात पडली आहे. त्याच्याशीच लग्न करेन म्हणते. तिला हर प्रकारे समजावून पाहिले. आम्हा पती-पत्नीला दवाखाने सुरू झाले, पण तिला कसलाच फरक पडत नाहीये. कॉलेजला जायची लाज वाटते. सर्व जण माझ्याकडे दात विचकून हसताहेत असे वाटते. आत्महत्या करण्याशिवाय मार्ग दिसत नाही डोळ्यापुढे.

यासारखी कितीतरी उदाहरणे आहेत. 'बारावीत अपेक्षित गुण पडले नाहीत तर' या भीतीपोटी, उच्च शिक्षण घेऊनही सासरी फक्त घरकामेच करावी लागतात या वैफल्यापोटी, नोकरीसाठीच्या सर्वच शैक्षणिक योग्यता असूनही नोकरी मिळत नाही म्हणून, कधी व्यवसायात अपयश आले म्हणून, प्रेमभंग झाला म्हणून, तर कोणी भारत क्रिकेटची मॅच हरला म्हणून... दररोज कित्येक आत्महत्या होत आहेत. विविध कारणे... पण विचार आत्महत्येचा...

आपल्या लक्षात आले असेल, या सर्वच व्यक्तींमध्ये एकाच पद्धतीने विचार होताना दिसला. तो म्हणजे या परिस्थितीतून बाहेर पडणे अशक्य आहे. त्यापेक्षा स्वत:ला संपविणे बरे.

मित्रांनो, आपले अंतर्मन हे दुधारी शस्त्र आहे. अंतर्मनाच्या शक्तीचा जर सकारात्मक वापर केला, तर आपल्या जीवनात अशी कुठलीच परिस्थिती नाही ज्यावर आपण मात करू शकत नाही. मात्र आपली परिस्थिती खूप भयंकर असून त्यातून मार्ग निघणे अशक्य आहेत असे विचार जेव्हा परत परत केले जातात, त्या वेळी ते सूचनारूपाने अंतर्मनात पोहोचतात. मग अंतर्मनाच्या अगाध शक्तीचा नकारात्मक प्रभाव दिसू लागतो आणि परिणती होते आत्महत्येत.

जगभरातील सर्वच मनोवैज्ञानिकांनी वेळोवेळी सांगितले आहे की कुठल्याही गोष्टीचा पराकोटीचा नकारात्मक विचार करण्यापूर्वी थोडे थांबा. तात्काळ मनाला काही आशादायी विचार पुरवा. कारण आत्महत्यादेखील एक विचारच आहे. त्या ऐवजी 'मी माझ्या समस्येतून नक्कीच बाहेर पडेन. समस्या म्हणजे परिवर्तनाची एक संधी आहे. या जगात अशक्य असे काहीच नाही. माझ्यापेक्षा विपरीत परिस्थितीतून बाहेर पडून यशस्वी झालेले कित्येक लोक या जगात आहेत. मी पण माझे अस्तित्व सिद्ध करायला समर्थ आहे' असे विचार मनात आणा.

सुरुवातीला हे विचार तुम्हाला खोटे वाटू शकतील. पण खरे तर हेच विचार सत्य असतात. आत्महत्येच्या विचारांतून सुटका झालेल्या आणि जीवन समरसून जगायला लागलेल्या सर्व व्यक्तींनी हेच तर केले आहे!

मित्रांनो, परिस्थिती काहीही येवो, आशादायीच विचार करा. त्यावर ठाम विश्वास ठेवा. तो विश्वास या विचारांना अंतर्मनापर्यंत पोहोचवेल. मग तुम्ही अनुभवाल अंतर्मनाच्या अमर्याद शक्तीचे सकारात्मक आणि मधुर परिणाम!

▸ ▸ ▸

विलंब-वृत्ती सोडा

“आपण सर्वच जण कधी ना कधी आपली कामे उद्यावर ढकलत असतो. मात्र अगदी वेळेवर का होईना, धावपळ करत ती पूर्णही करतो. त्या वेळी आपल्याला एक सुभाषित नक्कीच आठवते, ‘कल करे सो आज, आज करे सो अब!’”

मित्रांनो, ही एक गंभीर समस्या आहे. याला विलंब-वृत्ती (Procrastination) असे म्हणतात. अनेक व्यक्तींच्या बाबतीत ही विलंब-वृत्ती इतकी घट्ट मुरलेली असते की त्यामुळे त्यांची कार्यक्षमताच लोप पावते आणि त्याचा अत्यंत गंभीर, विपरीत परिणाम त्यांच्या जीवनातील प्रत्येक क्षेत्रावर होतो. व्यायाम पुढे ढकलण्याने त्यांचे वाढते वजन आजारांना निमंत्रण देते, व्यसन बंद करण्याची चालढकल आरोग्याची वाट लावते, सामाजिक पत घालवते, कुटुंबाची वाताहत होते. अभ्यास लांबणीवर टाकणारे विद्यार्थी करिअर बरबाद करून घेतात. कर्मचारी स्वत:च्या कामातील विलंबाने पगारवाढ, प्रमोशन यांवर वाईट परिणाम तर करून घेतातच; पण कधीकधी नोकरी गमावण्याचीदेखील वेळ ओढवून घेतात.

पाल्य-पालक, विद्यार्थी-शिक्षक, कर्मचारी-अधिकारी, कार्यकर्ता-नेता अशा सर्वांना नेस्तनाबूत करू शकणारी अशी भयाकारी पण सहजासहजी ओळखू न येणारी ही सवय. विलंब-वृत्ती म्हणजे आजच्या गरजेच्या कामाला, गोष्टीला दुर्लक्षित करून त्याऐवजी निरर्थक कामाला प्राधान्य देणे किंवा तथाकथित मनोरंजनात्मक, आरामदायक गोष्टींना अंगिकारणे.

मित्रांनो, आज आपण विलंब-वृत्ती या घातक सवयीवर मात करण्याच्या काही महत्त्वपूर्ण टिप्स जाणून घेणार आहोत :

१. स्वत:मध्ये विलंब-वृत्ती आहे हे ओळखणे आणि मान्य करणे. जर आपण स्वत:शी प्रामाणिक असाल, तर निश्चितपणे आपल्यात विलंब-वृत्ती, चालढकल करण्याची वृत्ती निर्माण झाली आहे हे ओळखू शकाल. पुढील काही प्रातिनिधीक बाबी तुम्हाला ओळखण्यासाठी मदत करतील.

- दिवसभर तुम्ही महत्त्वाची नसलेली कामे करण्यातच वेळ घालवत असाल तर,
- एखाद्या महत्त्वाच्या कामाची नुसतीच आठवण करून तणतण करत असाल, मात्र ते पूर्ण आणि केव्हा करायचे हेच ठरवत नसाल तर,
- किंवा ते काम करण्यासाठीच्या तथाकथित योग्य मूड किंवा योग्य वेळ येऊ देण्यातच टाइमपास करत असाल तर,
- महत्त्वाचे, गरजेचे काम किती रटाळवाणे आहे हाच विचार मनात धरून बसत असाल तर,

२. आपल्यातील विलंब-वृत्तीची खरी कारणे शोधणे :

विलंब-वृत्ती ही तशी व्यक्ती आणि काम या दोन्हींवर अवलंबून असते. काही व्यक्तींना ते कामच आवडत नाही. त्यामुळे ते टाळण्याकडेच त्यांचा कल असतो.

काही लोक मुळातच विस्कळीत पद्धतीने काम करणारी असतात. कामातील नेटकेपणाच्या, प्राधान्यक्रमाच्या अभावाने यांची काम वेळेवर होत नाहीत.

काही मंडळींना आपण जर अमुक काम वेळेत पूर्ण केले, तर अजून मोठी कामे माथी मारली जातील ही भीती असते, म्हणूनही ते कामे लांबणीवर टाकत राहतात.

काही परफेक्शनिस्ट मंडळींनादेखील विलंब-वृत्तीची बाधा झालेली असते. अमुक काम अचूकरीत्या पूर्ण करण्यासाठीचे परिपूर्ण कौशल्य आणि परिस्थिती अद्याप माझ्याकडे नाही असा विचार बाळगून ही मंडळी कामे पुढे ढकलत राहतात. निर्णयक्षमतेचा अभावदेखील विलंब-वृत्ती वाढवितो.

३) विलंब टाळण्याच्या सर्व योजना निग्रहाने राबविणे :

विलंब-वृत्ती ही सवय आहे. ती एका दिवसात जाणारी नाही. पण सातत्याने काही प्रयत्न केल्यास या दुष्टचक्रातून बाहेर पडणे बिलकूल अवघड नाही. आपली कामे करण्यासाठी स्वत:ला प्रेरित करण्याच्या काही टिप्स पुढीलप्रमाणे -

अ) स्वत:लाच काम पूर्ण केल्याबद्दल काही बक्षीस देण्याचे ठरवा आणि खरोखर ते काम वेळेत पूर्ण केल्यानंतर त्या बक्षिसाची लज्जत किती आनंददायी आणि समाधान देणारी आहे याची अनुभूती घ्या.

पाल्य-पालक, विद्यार्थी-शिक्षक, कर्मचारी-अधिकारी, कार्यकर्ता-नेता अशा सर्वांना नेस्तनाबूत करू शकणारी अशी भयाकारी पण सहजासहजी ओळखू न येणारी ही सवय. विलंब-वृत्ती म्हणजे आजच्या गरजेच्या कामाला, गोष्टीला दुर्लक्षित करून त्याऐवजी निरर्थक कामाला प्राधान्य देणे किंवा तथाकथित मनोरंजनात्मक, आरामदायक गोष्टींना अंगिकारणे.

ब) आपल्या कोणा हितचिंतकाला आपल्यावर लक्ष ठेवायला सांगा किंवा वेळोवेळी कामाच्या पूर्ततेबद्दल विचारणा करत राहायला सांगा. त्यामुळे नैतिक धाक निर्माण होऊन काम पूर्ण करण्याकडे कल वाढतो.

क) आपले काम जर वेळेवर पूर्ण केले नाही, तर त्याचे कोणते नुकसानकारक आणि अप्रिय परिणाम होतील याची यादी बनवून सतत डोळ्यांसमोर ठेवा.

ड) आपल्या विलंब-वृत्तीने आपण स्वत:चे नुकसान तर करतोच; पण इतरांचीही किती भावनिक, आर्थिक फसवणूक करत आहोत याबद्दल मनात संकोच किंवा लज्जा निर्माण करा.

इ) कामातील रुक्ष भागाऐवजी त्याच्या उपयुक्ततेबद्दल आणि दीर्घकालीन फायद्यांबद्दल विचार अंगिकारा.

ई) कामाचे टप्पे ठरवून थेट कृती करायला सुरुवात करा.

मित्रांनो, आपल्या जीवनातील गेलेली वेळ परत कधीच येऊ शकत नाही. चला तर मग, आजच विलंब-वृत्तीला हद्दपार करण्याचा कृतिशील संकल्प करू या.

▶ ▶ ▶

ओळखा दोष

“कधीकधी व्यक्तिगत कारणांमुळे, तर कधी कामाच्या ठिकाणी असलेल्या सदोष वातावरणामुळे, तेथे मिळणाऱ्या चुकीच्या वागणुकीमुळे काही दोष निर्माण होतात. आज आपण अशाच दोन अत्यंत घातक दोषांबद्दल आज सजग होणार आहोत, त्यांचे गांभीर्य जाणून त्यातून बाहेर पडण्यासाठी काही विवेकी विचार अंगिकारणार आहोत.”

कोणत्याही ठिकाणी, मग ती कंपनी असो किंवा ऑफिस, सरकारी असो किंवा खासगी, ज्या वेळी एकापेक्षा अधिक व्यक्ती काम करतात, त्या वेळी तेथील यश हे केवळ एका व्यक्तीमुळे मिळालेले नसते. त्या ठिकाणी काम करणाऱ्या शिपायापासून ते सर्वोच्च पदाधिकाऱ्यांपर्यंत प्रत्येकाचे त्यात योगदान असते. उत्पादनक्षमता वाढावी, दर्जा सुधारावा, नफा वाढावा, मोठी प्रगती व्हावी यासाठी सर्वांनी काम करणे हे अपेक्षित असते. यासाठी कंपनीच्या ध्येयधोरणांशी सुसंगत विचारसरणी टिकून राहण्यासाठी विविध स्तरावर प्रयत्न होत राहणे खूप गरजेचे असते. काम करणाऱ्या व्यक्तींमधील आत्मविश्वास, उत्साह, कार्यक्षमता, मनमोकळेपणा, हजरजबाबीपणा, सक्रियता, आशावादी, नेतृत्वगुण, सहकार्यवृत्ती, प्रामाणिकपणा, निर्भयता, संभाषणकला, माणुसकी, जबाबबदारीची जाणीव यांसारख्या गुणांचा विकास होऊन त्यामुळे कंपनी मोठी व्हावी, पर्यायाने सर्वांचा जीवनस्तर उंचवावा हेच एक अत्यंत सुस्पष्ट धोरण असते. मात्र ‘व्यक्ती तितक्या प्रवृत्ती!’ कधीकधी व्यक्तिगत कारणांमुळे, तर कधी कामाच्या ठिकाणी असलेल्या सदोष वातावरणामुळे, तेथे मिळणाऱ्या चुकीच्या वागणुकीमुळे काही दोष निर्माण होतात. आज आपण अशाच दोन अत्यंत घातक दोषांबद्दल आज सजग होणार

आहोत, त्यांचे गांभीर्य जाणून त्यातून बाहेर पडण्यासाठी काही विवेकी विचार अंगिकारणार आहोत.

मित्रांनो, दैनंदिन जीवनाच्या प्रत्येक क्षेत्रात पावलोपावली आढळून येणारे सर्वात मोठे दुर्गुण म्हणजे अहंगंड (Superiority Complex) आणि न्यूनगंड (Inferiority Complex).

अहंगंड ही एक नकारात्मक आणि स्वत:तील हीनत्वाला लपविण्यासाठी मनाने केलेली एक विकृत युक्ती आहे. अशा व्यक्ती सतत स्वत:लाच इतरांपेक्षा प्रत्येक बाबतीत श्रेष्ठ आणि महत्त्वपूर्ण समजतात. अशाच आशयाचे ते सतत बोलतही असतात. त्या आजूबाजूच्या इतर व्यक्ती, परिस्थितीला कायम नावे ठेवतात, त्यांचे दोष काढण्यातच गर्क असतात. अहंगंडाने ग्रस्त व्यक्तीला खुशामत खूप आवडते. त्यांनी केलेल्या प्रत्येक गोष्टीला खूप प्रशंसा मिळावी याची ते सतत अपेक्षा करत राहतात. त्यांना अपेक्षित असा प्रतिसाद जर इतरांकडून मिळाला नाही तर त्यांना खूप अपमानित झाल्यासारखे वाटते. अशा वेळी ते खूप भडकतात. इतरांची मने दुखावतात. स्वत:च्या मनात सुडाची भावना ठेवतात. शक्य असेल तर कारस्थानही करतात. अशा व्यक्ती कामाच्या ठिकाणी तसेच व्यक्तिगत जीवनातही सहसंबंध प्रस्थापित करण्यात आणि टिकवून ठेवण्यात अयशस्वी ठरतात. अशा व्यक्ती इतरांना काम करताना सतत टोकत असतात. प्रत्येक संवाद स्वत:भोवती केंद्रित करतात. यांना कोणी नियम लावलेले आवडत नाहीत, त्यांचा कल इतरांच्या सूचना धुडकावण्याकडे असतो. ही मंडळी जरी स्वत:च्या या सवयींना आत्मविश्वासाचे नाव देत असली, तरी ती आतून समाधानी नसतात, उलट अत्यंत घाबरट असतात. खरे तर अहंगंडाने ग्रस्त व्यक्ती स्वत:लाच अंतर्मनाच्या स्तरावर

> अहंगंड आणि न्यूनगंड या दोन दोषांनी आजपर्यंत कित्येक विद्यार्थ्यांचे जीवन उद्ध्वस्त केले आहे, कुटुंबांची धूळधाण केली आहे, सख्खे भाऊ पक्के वैरी केले आहेत, मोठमोठे गुणी कलावंत संपविले आहेत, संस्था, कंपन्या बुडविल्या आहेत, धार्मिक, सामाजिक असहिष्णुता निर्माण केली आहे, राष्ट्रांचे ऐक्य दुभंगविले आहे. केवळ इतिहासातच नव्हे, तर आपल्या आजूबाजूला जरी डोळसपणे बघितले तरी या दोषांची विपरीत करणी लक्षात यावी.

कमी लेखत असते. यातून मार्ग काढण्यासाठी किंवा लपण्यासाठी एक भ्रामक श्रेष्ठत्वाची भावना जोपासते आणि तसे वागते.

वास्तविक अहंगंड आणि न्यूनगंड या एकाच नाण्याच्या दोन बाजू आहेत. फक्त व्यक्त होण्याच्या पद्धती भिन्न आहेत. न्यूनगंडातील व्यक्ती स्वत:ला इतरांपेक्षा कमी लेखते किंवा मी इतरांप्रमाणे सक्षम नाही या भावनेत जगते. या व्यक्ती इतर लोक आपल्या बाबतीत काय बोलताहेत किंवा विचार करताहेत याबाबत अतिरेकी संवेदनशील असतात. जर एखाद्याने थोडेसे जरी टीकात्मक मत प्रदर्शित केले, तर ते एकदम कोमेजून जातात. मला जमणार नाही, माझ्याकडून होणार नाही, मी चुकेन यासारखेच विचार त्यांच्या डोक्यात घोळत राहतात. आपण इतरांपेक्षा खूप कमी आहोत ही टोकाची भावना अशा व्यक्तींना एकलकोंडी बनविते. जीवनाच्या आवश्यक स्पर्धांपासूनदेखील या व्यक्ती दूर पळतात. मात्र अशा व्यक्ती इतरांचे दोष किंवा अपूर्णता शोधण्यात एकदम तरबेज होऊन जातात. त्यामुळे कुठेतरी, कोणीतरी आपल्यापेक्षाही कमी आहे ही भावना त्यांना थोडीफार सुखावते. न्यूनगंडातील व्यक्ती लाजाळू बनतात. स्वत:च्या गरजांनादेखील व्यक्त करायला लाजतात. कोणीतरी येऊन म्हणेल या आशेवर राहतात. दीर्घकाळ असेच राहिले, तर त्यांच्यात धुमसणारा क्रोध निर्माण होत राहतो. द्वेष, हेवा, मत्सर या भावना निर्माण होतात. अशा व्यक्तींमध्ये लाचारीची भावनादेखील वाढीस लागते. कारण यांना सतत कोणीतरी किंवा प्रत्येकाने त्यांच्या चांगुलपणाचे प्रमाण द्यावे असे वाटत राहाते. मग ते सर्वांशी नको तितके चांगले किंवा चापलूसपणे वागण्याच्या दुर्दैवी प्रकारात अडकतात.

बघा मित्रांनो, केवळ हे दोन दोष जर ऑफिस किंवा कंपनीतील कुठल्याही स्तरावर काम करणाऱ्या व्यक्तींमध्ये असतील तर काय काय आणि किती वाईट परिणाम होऊ शकतील. जसा एक खराब आंबा टोपलीतील सर्व आंबे खराब करून टाकतो, तसे या दोषांनी ग्रस्त व्यक्ती कामाच्या ठिकाणचे वातावरण दूषित करून टाकतात. निवळ काम बाजूला पडून 'समान गुणेषु सख्यम्' या उक्तीप्रमाणे दुर्गुणी मंडळींची चौकडी निर्माण होईल. चांगली माणसे वैतागून काम सोडून दुसरीकडे निघून जातील. कंपनीच्या उदात्त ध्येय-धोरणांची खिल्ली उडविणारेच उरतील. यापुढचे भविष्य सांगायची गरजच नाही.

मित्रांनो, अहंगंड आणि न्यूनगंड या दोन दोषांनी आजपर्यंत कित्येक विद्यार्थ्यांचे जीवन उद्ध्वस्त केले आहे, कुटुंबांची धूळधाण केली आहे, सख्खे भाऊ पक्के वैरी केले आहेत, मोठमोठे गुणी कलावंत संपविले आहेत, संस्था,

कंपन्या बुडविल्या आहेत, धार्मिक, सामाजिक असहिष्णुता निर्माण केली आहे, राष्ट्रांचे ऐक्य दुभंगविले आहे. केवळ इतिहासातच नव्हे, तर आपल्या आजूबाजूला जरी डोळसपणे बघितले तरी या दोषांची विपरीत करणी लक्षात यावी.

निदान आता तरी प्रत्येकाने स्वत:ला नीट जाणून घेतले, आत्मपरीक्षण केले, स्वत:तील गंड मान्य केले आणि 'प्रत्येक माणूस महत्त्वपूर्ण असतो; जसा मी, तसेच इतरही' यासारख्या विवेकी विचारांना आत्मसात केले, तर निरामय प्रगतीसाठीची निकोप मानसिकता निर्माण होईल. व्यक्ती, कुटुंब, कंपनी, संस्था, समाज, राष्ट्र खऱ्या अर्थाने विकसित होईल.

▸ ▸ ▸

अपयश पचवताना

“सर्वसाधारणपणे सर्वच जण आपल्या अपयशाचे कारण म्हणून एकतर दुसऱ्याकडे किंवा परिस्थितीकडे बोट दाखवितात. फार क्वचितच आणि अपवादानेच बाह्य परिस्थिती आपल्या अपयशाचे कारण असते. बहुतेकदा आपणच प्रत्यक्ष-अप्रत्यक्षरीत्या आपल्या अपयशाला जबाबदार असतो. म्हणून अपयश आल्यावर ते स्वीकारायला किंवा मान्य करायला हवे, म्हणजे आपल्या मनाला त्या अपयशाची विनाकारण खोटी कारणे निर्माण करावी लागणार नाहीत. नसलेली कारणे तयार करणे म्हणजे अधिक समस्या निर्माण करणे असते. एकदा अपयश मान्य केले म्हणजे आपले नेमके काय आणि किती नुकसान झाले आहे हे ओळखणे सोपे होते.”

अपयश ही यशाची पहिली पायरी तेव्हाच आहे जेव्हा तुम्ही अपयशाकडे विवेकी आणि वास्तविक दृष्टीने बघता.

अपयश कुठलंही असो, दहावी बारावीच्या परीक्षेतील असो किंवा स्पर्धा परीक्षेतील असो... अपयशाला सामोरे जावे लागणे हा जीवनाचा एक भाग आहे. आपण प्रत्येक जण कधी ना कधी, कुठे ना कुठे अपयशी झालेलो असतोच. फक्त आपण पुरेसे चातुर्य, पुरेशी समज दाखवायची असते. म्हणून त्या अपयशातून आपण असे काही शिकू की पुढच्या वेळी आपल्याला यश मिळायलाच हवे. आज आपण अपयश कसे पचवायचे आणि त्यातून बाहेर पडून दमदार यश मिळविण्यासाठी काय करायचे याबद्दल बोलणार आहोत.

अपयशाने उन्मळून पडू नका.

बारावी विज्ञान शाखेनंतर एका व्यावसायिक अभ्यासक्रम करताना प्रथम वर्षाच्या दोन्ही सहामाह्यांमध्ये काही विषय नापास झालेल्या आणि आत्मविश्वास गमावलेल्या एका मुलीची, जिचे पालक उच्चविद्याविभूषित आहेत, तिची प्रातिनिधिक प्रतिक्रिया आपल्या सर्वांना बरेच काही सांगू शकते. 'मी जर पुन्हा प्रयत्न करूनही नापास झाले, तर माझ्या आईवडिलांची काय प्रतिक्रिया असेल या कल्पनेने मला भीती वाटते. ते माझे लग्न करून टाकतील. मी त्यांचे पैसे वाया घालवले, त्यामुळे मला आता काहीच बोलण्याचा अधिकार उरला नाही.'

स्पर्धा परीक्षेत अनेकदा प्रयत्न करून अगदी थोड्या गुणांनी अपयशी होणाऱ्या एका मुलाने जीवनच संपविण्याचा प्रयत्न केला. त्याच्या म्हणण्यानुसार, 'ग्रॅज्युएशन झाल्यानंतर मी हट्टाने स्पर्धा परीक्षेसाठी स्वतंत्र क्लासेस लावले. घरच्यांची अपेक्षा होती मी नोकरी करावी. पण मी ऐकले नाही. पण या अपयशाने मला घरी तोंड दाखवायला जागा उरली नाहीये, माझ्या बरोबरीचे सर्व पुढे निघून गेले. त्यामुळे मित्रांसमोर जाण्याची लाज वाटते. आता काहीच मार्ग दिसत नाही.'

वर्षभरात लग्न अपयशी झाल्यानंतर घटस्फोट घेऊन माहेरी राहणाऱ्या एका मुलीने स्वतःला घरातच कोंडून घेतले. हातातली नोकरी सोडून दिली. तिच्या म्हणण्यानुसार जी मुलगी स्वतःचा संसार नीट करू शकली नाही, ती आता काहीच करू शकत नाही.

मित्रांनो, जीवनात कोणीही मनापासून अपयशाची अपेक्षा करत नसते हे सर्वांनी लक्षात घ्यायला हवे. कारण अनपेक्षित आलेल्या अपयशाने त्या व्यक्तीला प्रचंड मानसिक धक्का बसतो. राग, दुःख, वेदना, भीती, असहायता, अपराधीपणा यांसारख्या भावनांचा कल्लोळ त्या व्यक्तीच्या मनाला सैरभैर करून टाकतो. खरे तर हीच वेळ असते त्या व्यक्तीला सर्वाधिक मानसिक आधाराची. कित्येकदा अपयशी झालेल्या व्यक्तीचे पालकच जास्त कोलमडतात. दुःख होणे स्वाभाविक आहे. कारण त्यांचाही अपेक्षाभंग झालेला असतो. मात्र त्यात रमू नये. तात्काळ वातावरण नॉर्मल करण्याचा प्रयत्न करावा. सर्वांनी पूर्णवेळ एवढेच लक्षात ठेवावे की हे अपयश आले म्हणजे सर्वच संपले असे कधीच नसते.

अपयश मान्य करा.

सर्वसाधारणपणे सर्वच जण आपल्या अपयशाचे कारण म्हणून एकतर दुसऱ्याकडे किंवा परिस्थितीकडे बोट दाखवितात. खरे तर फार क्वचितच आणि

अपवादानेच बाह्य परिस्थिती आपल्या अपयशाचे कारण असते. मात्र बहुतेकदा आपणच प्रत्यक्ष-अप्रत्यक्षरीत्या आपल्या अपयशाला जबाबदार असतो. म्हणून अपयश आल्यावर ते स्वीकारायला किंवा मान्य करायला हवे, म्हणजे आपल्या मनाला त्या अपयशाची विनाकारण खोटी कारणे निर्माण करावी लागणार नाहीत. नसलेली कारणे तयार करणे म्हणजे अधिक समस्या निर्माण करणे असते. एकदा अपयश मान्य केले म्हणजे आपले नेमके काय आणि किती नुकसान झाले आहे हे ओळखणे सोपे होते.

आपल्या अपयशाकडे नवीन दृष्टिकोनाने बघा.

अपयशाला विनाकारण फुगवून मोठे करून बघू नये. आमच्या जीवनातील सर्वात मोठ्या स्वप्नांचा चुराडा झाला. सगळ्या समाजात, नातेवाईकांमध्ये आमची प्रतिष्ठा गेली. त्यांना आता हसायला, डिवचायला कारणच मिळाले, कोणासमोरही जाणे अवघड झाले, जीवनाची सगळी घडीच विस्कटून गेली, सगळे संपले अशा पद्धतीने अपयशाकडे बघणे म्हणजे भविष्यातील प्रगती, ध्येयप्राप्ती स्वत:हून अवघड करून घेणे होय. लोक काय म्हणतील यापेक्षा आता आपण पुढे जाण्याचा मार्ग काढू, हा दृष्टिकोन विकसित करायला हवा.

अपयशाकडे परखडपणे, डोळसपणे बघितले तर आपल्याला अनेक गोष्टी शिकायला मिळतील. आपल्यातील कच्चे दुवे, आपण प्रयत्नात नेमके कुठे कमी पडलो, यशप्राप्तीच्या मार्गातील उणिवा आपल्याला अगदी स्पष्टपणे ओळखता

कोणीही मनापासून अपयशाची अपेक्षा करत नसते हे सर्वांनी लक्षात घ्यायला हवे. अनपेक्षित आलेल्या अपयशाने त्या व्यक्तीला प्रचंड मानसिक धक्का बसतो. राग, दु:ख, वेदना, भीती, असहायता, अपराधीपणा अशा भावनांचा कल्लोळ त्या व्यक्तीच्या मनाला सैरभैर करून टाकतो. हीच वेळ असते त्या व्यक्तीला सर्वाधिक मानसिक आधाराची. कित्येकदा अपयशी झालेल्या व्यक्तीचे पालकच जास्त कोलमडतात. अपेक्षाभंग झाल्याने दु:ख होणे स्वाभाविक आहे. मात्र त्यात रमू नये. तात्काळ वातावरण नॉर्मल करण्याचा प्रयत्न करावा. सतत एवढेच लक्षात ठेवावे की अपयश आले म्हणजे सर्वच संपले असे कधीच नसते.

येतील. अनुभवाने माणूस निश्चितपणे खूप शिकतो, शहाणपण येते. अपयशाला अनुभव या दृष्टिकोनातून बघा. प्रगतीसाठी, ध्येयप्राप्तीसाठी ते आवश्यक आहे.

सतत आशावादी राहा.

अपयश म्हणजे यशाचे अर्धवट रूप. हे जाणून घेण्यासाठी अपयशातून यशाचा मार्ग गवसलेल्या व्यक्तींना भेटा, त्यांच्या बद्दलची माहिती वाचा. जगभरातील कित्येक दिग्गज मंडळी आपल्या जीवनात सातत्याने अपयशी होत होत्या. मात्र त्यांना त्यातूनच यशाचा मार्ग गवसला. त्यामुळे तुमचा आशावाद टिकून राहील. आशावाद हा आपल्याला सतत सक्रिय ठेवतो. आशावाद ही एक अशी शक्ती आहे की जिच्यामुळे जीवनात अक्षरशः चमत्कार घडावा अशा पद्धतीने यशस्वी होण्याच्या अनेक संधी चालून येतात.

आपले काम अत्यंत प्रामाणिकपणे करा.

अभ्यास असो किंवा कुठलेही काम असो, ते अत्यंत प्रामाणिकपणे करा. कारण फक्त प्रामाणिकपणाच तुमच्यात जबरदस्त आत्मविश्वास निर्माण करतो. प्रामाणिकपणा नसेल तर तुमच्या कृतीत दम नसतो. तुम्हाला आतून ऊर्जाच मिळत नाही. अप्रामाणिकपणा असलेली शक्ती क्षीण करून टाकतो. कामाचे उसने अवसान तुमचे अपयश निश्चित करून टाकते. आपल्याला आलेल्या अपयशावरून हे प्रत्येक जण समजू शकतोच. म्हणून अपेक्षित ध्येय साध्य करण्यासाठी प्रामाणिकपणाचे सामर्थ्य ओळखायला हवे.

इरादे नेक हो तो सपने भी साकार होते है,
अरे, सच्ची लगन हो तो रास्ते आसान होते है।

वरील सिद्धान्त जीवनाच्या प्रत्येक क्षेत्रात लागू पडतो. आजच्या अपयशातून जर आपण हे शिकलो, तर आपले पुढचे यश हे अगदी सुनिश्चित आहे.

▶ ▶ ▶

भावनिक बुद्धिमत्ता

जीवनात, नोकरीत, व्यवसायात यशस्वी होण्यासाठी निव्वळ गुणात्मक बुद्धिमत्ताच पुरेशी असते असे नाही. आपण इतरांसोबत कसे वागतो, इतरांना कसे समजून घेतो, कसा संवाद साधतो, कसे सहकार्य वृत्तीने वागतो, बोलतो यांसारख्या गोष्टींना खूप महत्त्व आहे. म्हणजेच आपण इतरांशी कसे वागावे, हे कळणे म्हणजे भावनिक बुद्धिमत्ता असणे.

आपल्या जीवनात आपण यशस्वी होतो म्हणजे नेमके काय? आपण अनेकदा बघतो की अभ्यासात खूप हुशार असलेली, परीक्षेत उच्च श्रेणी प्राप्त करणारी व्यक्ती प्रत्यक्ष जीवनात नोकरी, व्यवसाय किंवा कौटुंबिक स्तरावर अपयशी ठरते. शाळेतले काही शिक्षक कितीही बुद्धिमान असले तरी ते प्रत्येक वेळी विद्यार्थ्यांचे आवडते असतीलच असे होत नाही. कित्येकदा नोकरीमध्ये प्रचंड गुणवत्ता असूनही सहकाऱ्यांशी जुळवून घेता येत नाही, चांगला संवाद साधता येत नाही म्हणून त्याचा प्रमोशनवर परिणाम होतो, कधीकधी बदली केली जाते. कित्येक एकत्र कुटुंबांमध्ये फक्त जुळवून घेता येत नाही, नीट वागता बोलता येत नाही म्हणून माणसे एकाकी पडलेली असतात, आयुष्यभर त्यांना सर्व जण टाळतच असतात. कितीतरी उत्तम गुणांनी उत्तीर्ण झालेले डॉक्टर्स रुग्णांशी नीट संवाद साधता येत नाही म्हणून आपल्या क्लिनिकमध्ये तासन् तास एकटे बसलेले असतात. थोडक्यात जीवनात, नोकरीत, व्यवसायात यशस्वी होण्यासाठी निवळ गुणात्मक बुद्धिमत्ताच पुरेशी असते असे नाही. आपण इतरांसोबत कसे वागतो, इतरांना कसे समजून घेतो, कसा संवाद साधतो, कसे सहकार्य वृत्तीने वागतो बोलतो यासारख्या गोष्टींना खूप महत्त्व आहे. म्हणजेच आपण इतरांशी कसे वागावे हे कळणे, म्हणजे भावनिक बुद्धिमत्ता असणे होय.

मित्रांनो, आपण सर्वच जण अनुभवाने जाणता की बुद्धिमत्ता आणि चांगले वागणे या दोन स्वतंत्र आणि वेगवेगळ्या गोष्टी आहेत. एखादी व्यक्ती बुद्धिमान असेल पण तिला चांगले वागता येत नाही. दुसरी व्यक्ती खूप चांगली वागते पण बुद्धिमान नाही. तिसरी व्यक्ती बुद्धिमान आहे आणि खूप चांगली वागते. माणसा-माणसातील या भिन्नतेची काही उत्तरे शास्त्रज्ञांनी शोधून काढली; ज्यांमध्ये मेंदूतील विविध केंद्रांचे तार्किक, भावनिक कार्य आणि त्याचा व्यक्तिमत्वावर पडणारा प्रभाव स्पष्ट केला. काही तज्ज्ञांच्या मते भावनिक बुद्धिमत्ता ही व्यापक असून त्यांनी व्यक्तिगत क्षमता आणि सामाजिक क्षमता या दोन प्रमुख भागांत तिची विभागणी केली.

डॅनियल गोलमेन या मनोवैज्ञानिकाने भावनिक बुद्धिमत्तेचे पाच प्रमुख घटक मांडले आहेत :

- स्व-जाणीव (Self-Awareness) स्वतःच्या भावनांची स्वतःला जाणीव असणे.
- स्व-नियमन (Self- Regulation) स्वतःच्या भावनांचे नियंत्रण व योग्य दिशेने नियमन करता येणे.
- प्रेरणा (Motivation)
- परानुभूती (Empathy) इतरांच्या भावनांना समजून घेणे
- सामाजिक कौशल्ये (Social Skills) परस्परसंबंधांना योग्य रीतीने हाताळता येणे.

यांपैकी पहिले तीन घटक व्यक्तिगत क्षमतेशी आणि उरलेले दोन घटक सामाजिक योग्यतेशी संबंधित आहेत. भावनिक बुद्धिमत्ता ही एक अशी क्षमता आहे की जी आपल्याला स्वतःसह इतरांच्या भावना समजून घ्यायला मदत करते. कारण भावनिक बुद्धिमत्तेचा खरा उद्देश हा स्वतःसह, कुटुंब, कार्यक्षेत्र आणि समाज यांमध्ये सर्वार्थाने समन्वय साधणे आणि आनंद पसरविणे हाच आहे. यासाठी व्यक्तिगत आणि सामाजिक क्षमतांची काही सर्वसमावेशक वैशिष्ट्ये मांडण्यात आली आहेत.

व्यक्तिगत क्षमतांची वैशिष्ट्ये : यामध्ये व्यक्तीला ती अमुक वेळी कोणती भावना अनुभवत आहे आणि कोणत्या कारणांमुळे अनुभवत आहे याची पूर्ण जाणीव असते. विचार, भावना आणि बोलणे या गोष्टी परस्परपूरक असल्याने त्या आधारे ती व्यक्ती भावनिक नियंत्रण ठेवू शकते. यासाठी व्यक्तीला आत्मपरीक्षण करणे खूप आवश्यक असते.

आपल्या भावनांचा व बोलण्याचा इतरांवर कशा प्रकारे परिणाम होत आहे हे या व्यक्तीला सहज लक्षात येते. दुसऱ्यांना त्रास होत असल्याचे लक्षात येताच ही व्यक्ती स्वत:ला नियंत्रित करते. थोडक्यात व्यक्तिगत मूल्ये, जीवनमूल्ये आणि ध्येयांची अशा व्यक्तींना पूर्ण जाणीव असते. स्वत:च्या कामाचे त्या मूल्यमापन करतात, त्यातून योग्य ती समज घेतात. अनुभवाने आपण काय गमावले आहे, काय मिळवले आहे हा विचार करून त्यातून त्या सतत काहीतरी शिकत असतात. स्वत:ला सतत प्रेरणा देतात, अडचणीच्या काळात धैर्याने न डगमगता काम करत राहतात. खूप विचारांती निर्णय घेऊन त्यावर ठाम राहतात. अत्यंत निष्ठेने, चिकाटीने, बारकाईने काम पूर्णत्वास नेण्याकडे या व्यक्तींचा कल असतो. नवनवीन कल्पनांना उत्तेजन देऊन, स्वत:ही नवीन कौशल्ये शिकतात, परिस्थितीनुसार स्वत:त बदल करतात. अशा व्यक्ती खूप आशावादी असतात.

सामाजिक क्षमतांची वैशिष्ट्ये : माणूस हा सामाजिक प्राणी आहे. त्यामुळे व्यक्ती-व्यक्तींच्या परस्परक्रिया होऊन सामाजिक संबंध प्रस्थापित होतात. दुसऱ्याचे अहित करून कोणीही आनंदी होऊ शकत नाही. मग ते कुणीही असो, पति-पत्नी, प्रियकर-प्रेयसी, शिक्षक-विद्यार्थी, अधिकारी-कर्मचारी. व्यक्तिगत गुणवैशिष्ट्यांसह आपल्याला अजून काही गुणांची गरज असते; ज्यामुळे आपण इतरांशी चांगले संबंध प्रस्थापित करू शकतो. सामाजिक योग्यतेशी संबंधित काही वैशिष्ट्ये खालीलप्रमाणे मांडता येतील :

या व्यक्ती इतरांना समजून घेण्याचा प्रयत्न करतात. इतरांच्या भावना, गरजांना योग्य तो प्रतिसादही देतात. इतरांना सहकार्य, प्रोत्साहन, मार्गदर्शन करून त्यांचा विकास साधण्यासाठी प्रयत्न करतात. उत्तम संवाद, सर्वांमध्ये

बुद्धिमत्ता आणि चांगले वागणे या दोन स्वतंत्र आणि वेगवेगळ्या गोष्टी आहेत. एखादी व्यक्ती बुद्धिमान असेल पण तिला चांगले वागता येत नाही. दुसरी व्यक्ती खूप चांगली वागते पण बुद्धिमान नाही. तिसरी व्यक्ती बुद्धिमान आहे आणि खूप चांगली वागते. माणसा-माणसातील या भिन्नतेची काही उत्तरे शास्त्रज्ञांनी शोधून काढली; ज्यांमध्ये मेंदूतील विविध केंद्रांचे तार्किक, भावनिक कार्य आणि त्याचा व्यक्तिमत्वावर पडणारा प्रभाव स्पष्ट केला.

एकी निर्माण करणे, सर्वांना आदरयुक्त भावनेने वागवणे यासाठी जागरूक असतात. मतभेद, संघर्ष यांसारख्या नकारात्मकता परंतु न टाळता येणाऱ्या गोष्टींना चतुराईने हाताळणे, त्या थांबण्यासाठी पुढाकार घेऊन समूहाचे नेतृत्व करणे, योग्य मार्गदर्शन करणे यांसाठी या व्यक्ती तयार असतात. स्वतःसह सर्वांचे भले व्हावे, सर्वांची प्रगती व्हावी यासाठी प्रामाणिकपणे झटण्याची यांची प्रवृत्ती असते. मित्रांनो, वरील वैशिष्ट्ये पाहिल्यावर भावनिक बुद्धिमत्तेची स्वतःला, आपल्या कुटुंबाला, शिक्षणक्षेत्रात, औद्योगिक क्षेत्रात, सामाजिक क्षेत्रात किती गरज आहे हे निश्चितपणे लक्षात यावे.

समायोजन, समतोलित व्यक्तिमत्त्व, प्रेरणा, समजून घेणे, सहनशीलता, आत्मपरीक्षण, नेतृत्वगुण, ताणतणाव व्यवस्थापन, उत्तम मानसिक व शारीरिक स्वास्थ्य या बाबी भावनिक बुद्धिमत्तेशी संबंधित आहेत. सर्वांत आशादायी बाब म्हणजे बुद्धिमत्ता आपल्याला विकसित करता येऊ शकते. ती काळाची गरज आहे. त्या दिशेने जाणीवपूर्वक पाऊल टाकणे म्हणजेच समग्र स्वयंविकासाच्या दिशेने पाऊल टाकणे.

▸▸▸

भावनिक बुद्धिमत्तेच्या विकासासाठी

आपल्या भावना वर्तनावर खूप मोठा प्रभाव पाडतात. खूप ताणतणाव आपल्याला समूहात सहज वावरू देत नाही. एकटे बसणे किंवा इतरांना टाळणे यासारखे वर्तन मनातील न्यूनगंड, लज्जा, भय अशा नकारात्मक भावनांचे प्रतिनिधित्व करते. कधीकधी बोलताना रागामुळे तोल सुटतो, आवाज वाढतो, वाईट शब्द बोलून इतरांना दुखावले जाते, स्वतःचे नुकसान होते.

भावनिक बुद्धिमत्ता ही एक अशी क्षमता आहे की जी आपल्याला स्वतःसह इतरांच्या भावना समजून घेऊन जीवन अधिक उत्तम, दर्जेदार बनविण्यास मदत करते. स्वतःच्या भावनांचे योग्य आकलन ताणतणाव कमी करतात आणि त्यातून इतरांच्या भावना समजून घेऊन प्रभावी, सकारात्मक संवाद साधता येतो, जो व्यक्तिगत, व्यावसायिक प्रगतीचे कारण ठरतो.

भावनिक बुद्धिमत्ता ही विकसित करता येते. त्यासाठीच्या काही प्रॅक्टिकल टिप्स आपण आज जाणून घेणार आहोत :

स्वतःच्या भावनांचे नीट अवलोकन करा.

दिवसभरात वेगवेगळ्या घटना, प्रसंगात आपण सतत वेगवेगळ्या भावनांचा अनुभव घेतो. कधी आनंद, दुःख, मान, अपमान, भीती, निर्भयता, निश्चिंतता, असुरक्षितता यांसारख्या भावनांची सतत आंदोलने होत असतात. आपण याकडे लक्ष द्यायला सुरुवात करणे गरजेचे आहे. कारण या सर्व प्रकारच्या भावना मग त्या चांगल्या असो किंवा नकारात्मक, आपल्याला स्वतःबद्दल, आपल्या मानसिक स्थितीबद्दल आणि त्यायोगे निर्माण होऊ शकणाऱ्या वर्तनाबद्दल खरे आणि खूप महत्त्वाचे सांगत असतात.

स्वतःच्या सर्व भावनांना प्रामाणिकपणे मान्य करा.

आपल्या कोणत्याही भावना या आपण अजाणत्या वयापासून ते आजपर्यंत घेतलेल्या बऱ्यावाईट अनुभवांचा परिणाम असतो. त्यात प्रत्येक वेळी आपली चूक असते असे नाही. त्यामुळे त्या नाकारायच्या नाहीत आणि दुर्लक्षितही करायच्या नाहीत. कधी आपण एखाद्याला मिळणारे प्रेम, कौतुक किंवा यश बघून जळफळाट किंवा द्वेषाची भावना अनुभवत असू तर ती मान्य करावी. भावना कुठलीही असो ती आपल्यासाठी सत्य असते, तिला नाकारून आपण एक प्रकारे घातक परिणाम निर्माण करणारे दमन करत असतो. दिवसभरात अनेकदा, शक्य होईल तेव्हा प्रसंगानुरूप निर्माण होणाऱ्या भावनांना ओळखून मान्य करण्याची सवय अंगिकारावी. आपल्या व्यक्तिमत्त्वात कुठल्या प्रसंगाला कुठली भावना जोडली गेलेली आहे हे ओळखता येणे, हा भावनिक बुद्धिमत्ता विकसित करण्यातील महत्त्वपूर्ण टप्पा आहे.

शरीराच्या प्रतिक्रियांकडे लक्ष वाढवा.

मन आणि शरीर यांचे फार घट्ट नाते असते. आपल्या प्रत्येक भावनेला शरीर अनेक प्रकारच्या प्रतिक्रिया देत असते. रागाची भावना निर्माण झाली की हृदयाची स्पंदने वाढतात, डोळे लाल होतात, कानशिले तापतात. भीती वाटली की हातपाय गळून जातात. आनंद असला की खूप हलके, प्रसन्न, ऊर्जावान वाटते. कित्येकदा आपली शारीरिक लक्षणे ही त्या प्रत्यक्ष भावनेपेक्षा जास्त स्पष्ट असतात. एक प्रकारे ही लक्षणे म्हणजे आपल्याला आपल्या भावनिक स्थितीबद्दलचा संदेशच असतो. तो संदेश ओळखता येणे, त्याबद्दलची सजगता वाढणे हा भावनिक बुद्धिमत्ता विकसित करण्यातील अजून एक फार महत्त्वपूर्ण टप्पा असतो.

आपल्या भावना आणि वर्तनाचा परस्परसंबंध ओळखा.

आपल्या भावना वर्तनावर खूप मोठा प्रभाव पाडतात. खूप ताणतणाव आपल्याला समूहात सहज वावरू देत नाही. एकट्यात बसणे किंवा इतरांना टाळणे यासारखे वर्तन मनातील न्यूनगंड, लज्जा, भय अशा नकारात्मक भावनांचे प्रतिनिधित्व करते. कधीकधी बोलता बोलता रागामुळे बोलण्याचा तोल सुटतो, आवाज वाढतो, वाईट शब्द बोलले जातात, इतरांना दुखावले जाते, स्वतःचे नुकसान होते.

जेव्हा आपल्या भावना आणि वर्तनाचा परस्परसंबंध आपण त्रयस्थपणे ओळखू लागतो तेव्हा तीव्र आणि नुकसानकारक अशा वर्तनाला जबाबदार असलेल्या भावनांकडे अधिक सजगतेने बघू लागतो, त्यावरील आपले नियंत्रण वाढू लागते.

आपल्या भावना आणि वर्तनाचे मूळ शोधा.

भावना आणि त्यातून निर्माण होणाऱ्या शारीरिक प्रतिक्रिया, वर्तन ओळखणे, मान्य करणे आपल्याला स्वत:बद्दल खूप महत्त्वाची माहिती देतात. या माहितीचा वापर करून आपण आपल्या भावनांचे मूळ जाणून घेऊ शकतो. त्यासाठी स्वत:च्या मनाशी संवाद साधावा. अशा प्रकारच्या भावना आपण सर्वप्रथम आणि यापूर्वी कधी, कुठे, केव्हा अनुभवल्या होत्या, तशी भावना निर्माण होण्यापूर्वी, होत असताना आणि त्यानंतर नेमके काय घडले होते हे आठवावे. अशा प्रसंगांना आपण त्या वेळच्या समजेनुसार कसे हाताळले हे जाणून घ्यावे.

आपल्यातील विविध भावनांना या पद्धतीने बघताना आपल्यासमोर त्यांची मुळे स्पष्ट होऊ लागतात.

सुधारित वर्तनाचा निर्णय घ्या.

भावना ही तर एक स्वाभाविक अभिव्यक्ती आहे. सर्वसाधारणपणे एखाद्या प्रसंगाची तात्काळ प्रतिक्रिया म्हणून भावनेची तीव्र स्वरूपाची लाट येते. परंतु जीवनातील विविध अनुभवांनी व्यक्तीची समज वाढायला हवी. भावना उत्पन्न झाल्यानंतर आपण पूर्वीपेक्षा अधिक समजूतदारपणाने, जबाबदारीने आणि कोणालाही अतिरिक्त त्रास न होता वागू बोलू शकतो, असा निर्णय घ्यावा.त्यामुळे ती भावनेची लाट लवकर ओसरते, तिच्यासोबत वाहवत जाऊन होऊ शकणारे नुकसान टळते. आपल्याला नवीन, सुधारित वर्तनाची प्रतिक्रिया देण्याइतकी समज आणि क्षमता निर्माण व्हायला लागते. भावनिक बुद्धिमत्ता व्यक्तिगत स्तरावर वाढत असल्याचे ते अतिशय आशादायी लक्षण असते.

तुमचे मन कायम खुले आणि पूर्वग्रहविरहित ठेवा.

असे केल्यानेच तुम्ही स्वत:ला आणि इतरांना खरा न्याय देऊ शकणार आहात. संकुचित मन आणि पूर्वग्रह आपल्याला वास्तविक परिस्थिती समजूच देत नाहीत. उदाहरणच द्यायचे झाले तर बऱ्याचदा परीक्षार्थी पाल्यांना पालक पूर्वग्रहदूषित नजरेनेच बघतात. पूर्वी होऊन गेलेल्या एखाद्या चुकीचा संदर्भ पुन्हापुन्हा वापरून त्याच्या आताच्या प्रामाणिक अभ्यासाकडेही संशयानेच

> भावनिक बुद्धिमत्ता ही एक अशी क्षमता आहे, जी आपल्याला स्वतःसह इतरांच्याही भावना समजून घेऊन जीवन अधिक उत्तम, दर्जेदार बनविण्यास मदत करते. स्वतःच्या भावनांचे योग्य आकलन ताणतणाव कमी करतात आणि त्यातून इतरांच्या भावना समजून घेऊन प्रभावी, सकारात्मक संवाद साधता येतो, जो व्यक्तिगत, व्यावसायिक प्रगतीचे कारण ठरतो.

बघितले जाते. त्यामुळे संघर्ष, वादविवाद वाढतात. दोघांच्याही भावनिक बुद्धिमत्तेला मारक गोष्टी घडत राहतात.

खुले आणि पूर्वग्रहविरहीत मन आपल्याला परिस्थितीबद्दल सर्व बाजूने आणि वास्तविक विचार करण्याची क्षमता प्रदान करते. त्यामुळे आपले निर्णय अचूक बनतात, नातेसंबंध सुधारू लागतात. असे होणे भावनिक बुद्धिमत्ता वाढत असल्याची पक्की खूण असते.

परानुभूती कौशल्य वाढवा.

परानुभूती म्हणजे इतरांच्या भावनांना समजून घेणे. हे कौशल्य वाढविण्यासाठी इतरांना पूर्ण अवधानाने समजून घ्या. विविध प्रसंगांमध्ये वेगवेगळ्या लोकांच्या प्रतिक्रिया बघा. त्यांना नेमके काय वाटत असेल ते समजून घ्या. त्यांच्या प्रतिक्रियांचा इतरांवर काय चांगला वाईट परिणाम होतोय तेही बघा. आपण स्वतः त्यांच्या जागी असतो तर असे वागलो, बोलला असतो किंवा कसे वागलो असतो यावर चिंतन करा. यामुळे आपण इतरांच्या भावनांप्रती संवेदनशील होऊ लागतो, त्यांना व्यवस्थित समजून घेऊ लागतो. त्यांची मदत करू शकतो, त्यांची मदत घेऊ शकतो. परानुभूतीमुळे आपल्याला प्रत्यक्ष एखाद्या प्रसंगाला स्वतः न अनुभवताही बरीच माहिती प्राप्त होते, जिचा उपयोग करून आपण स्वतःसह इतरांचेही हित साधू शकतो. असे करता येणे म्हणजे भावनिक बुद्धिमत्ता अधिकाधिक वृद्धिंगत होत असल्याचे प्रतिक आहे.

कायम सकारात्मक, आशावादी, आनंदी राहा.

सर्वांच्या जीवनात चढउतार येतच असतात. दुःखी मनःस्थितीत कुणालाही राहायला आवडत नाही. प्रत्येक जण सुख, समाधान, आनंदाच्याच

खुले आणि पूर्वग्रहविरहीत मन आपल्याला परिस्थितीबद्दल सर्व बाजूने आणि वास्तविक विचार करण्याची क्षमता प्रदान करते. त्यामुळे आपले निर्णय अचूक बनतात, नातेसंबंध सुधारू लागतात. असे होणे भावनिक बुद्धिमत्ता वाढत असल्याची पक्की खूण असते.

शोधात असतो. तुम्ही सकारात्मक, आशावादी, आनंदी राहिलात, तर इतरांना तुमच्यासोबत राहायला आवडेल. सकारात्मक वातावरणामुळे जीवनातील सर्वच कामे आनंदाच्या संधी वाटू लागतात. नकारात्मक वातावरणात व्यक्ती फक्त काय आणि कसे चुकीचे होत आहे हे बघण्यातच अडकून पडतात. सर्वांच्या ठायी आनंद, सकारात्मकता, आशावाद, सुरक्षितपणाची भावना टिकवून ठेवण्याची क्षमता म्हणजे उच्च भावनिक बुद्धिमत्ता.

प्रत्येकाला सुधारणेसाठी संधी देत राहा.

यामुळे आपण नेहमी सुधारणेला वाव देत राहतो. ज्याप्रमाणे काही चुकल्यानंतर आपण स्वत:साठी अधिक संधींची अपेक्षा करतो, तशीच संधी इतरांना पण द्यायला हवी. कधीकधी एखाद्याला संधी नाकारणे ही त्याचे अस्तित्वच संपविण्याइतकी गंभीर बाब ठरू शकते. या पार्श्वभूमीवर दुसऱ्या व्यक्तीचा इतक्या संवेदनशीलतेने विचार करणे हा तर भावनिक बुद्धिमत्तेचा श्रेष्ठतम पैलू मानावा लागेल.

मित्रांनो, मुळातच भावनिक बुद्धिमत्ता ही सर्वांच हित करून आनंद पसरविणे याच उद्देशाने विकसित झाली. त्याची गरज आज सर्वांनाच आहे. वरील टिप्स आपणास निश्चितपणे फायदा करून देतील.

व्यक्तिगत आणि सामाजिक स्तरांवर भावनिक बुद्धिमत्ता विकसित करण्यातील काही महत्त्वपूर्ण टिप्स आपण आज जाणून घेतल्या.

▸ ▸ ▸

गरज सहकार्य वृत्तीची

प्रत्येक व्यक्तीच्या जीवनात चढउतार असतातच. कुणीही सदासर्वकाळ सुखी नसतो. प्रतिकूलता, अपयश, अडचणी या जीवनात येतच असतात. मानसिक विषण्णतेच्या काळात आणि भौतिक विपन्नतेच्या काळात आधाराची आणि उभारीची संजीवनी देणारी भावना म्हणजेच सहकार्यवृत्ती.

सहकार्य वृत्ती या भावनेचा उल्लेख आणि अनुभव प्रत्येक जण पदोपदी अनुभवत असतो. आपल्या जीवनप्रवासात प्रतिकूलतेच्या काळात, नवीन कार्य हाती घेताना किंवा मोठमोठी ध्येये पूर्ण करताना आपल्याला विविध प्रकारच्या सहकार्याची गरज पडते. सहकार्यवृत्ती ही आपल्याला निसर्गाकडून मिळालेली एक श्रेष्ठ देणगी आहे. प्राणी, वनस्पती यांचे जीवनचक्र परिपूर्ण करण्यात हीच सहकार्यवृत्ती आढळते. आपण तर माणूस आहोत. मानवाच्या व्यक्तिगत, शारीरिक-मानसिक-भावनिक, कौटुंबिक, सामाजिक गरजांची पूर्तता सहकार्यवृत्तीशिवाय होणे शक्य नाही. मनुष्य हा उन्नत प्राणी असल्याने त्याच्या जीवनाला विविध पैलू आहेत. त्याच्या कार्यपद्धतीला विलक्षण वैविध्य आहे. म्हणून निसर्गदत्त सहकार्यवृत्तीचेदेखील अनेकविध प्रकार विकसित झालेले आहेत. आजच्या आधुनिक काळात कामांचे स्वरूप मोठ्या प्रमाणावर संघटित स्वरूपाचे असल्याने प्रत्येकामध्ये सहकार्यवृत्तीची कधी नव्हे इतकी गरज उत्पन्न झालेली आहे. कारण आधुनिक सुखसुविधांच्या काळात, तंत्रज्ञानाच्या युगात मानवाची सहकार्यवृत्तीविषयक संवेदनशीलता कुठेतरी बोथट होत असून, 'मी भला आणि माझे काम भले' ही प्रवृत्ती जास्त बळावत चाललेली आहे. मात्र स्वतःला अडचणी आल्याशिवाय सहकार्यवृत्तीचे महत्त्व समजत नाही.

उदा., वर्षभर मेहनतीने अभ्यास करून बारावीच्या बोर्डाच्या परीक्षेला निघालेल्या व ऐन वेळी गाडी चुकलेल्या विद्यार्थ्याला लिफ्ट देऊन केलेल्या सहकार्याची किंमत त्याला विचारून बघा. तुमच्या ऑफिसमधल्या सहकाऱ्याची आई हॉस्पिटलमध्ये ॲडमिट आहे; अशा वेळी तुम्ही त्याचे काम स्वत:कडे घेऊन त्याला सुट्टी उपलब्ध करून देण्याच्या सहकार्याची किंमत त्यालाच विचारून बघा. गर्दीच्या ठिकाणी आईवडिलांपासून चुकलेल्या एखाद्या लहान मुलाला पुन्हा आईवडिलांपर्यंत पोहोचवण्यासाठी तुम्ही केलेल्या सहकार्याची किंमत त्या मायलेकरांनाच विचारून बघा. अपघातग्रस्त होऊन जखमी झालेल्या व्यक्तीला कसलीही पर्वा न करता हॉस्पिटलपर्यंत पोहोचविण्याच्या केलेल्या सहकार्याची किंमत त्या मृत्यूशी झुंजणाऱ्या जीवालाच विचारून बघा. अशी असंख्य उदाहरणे आपण सर्वच जण कमीअधिक फरकाने अनुभवत असतो. मित्रांनो, सहकार्य करणे आणि घेणे या दोन्ही गोष्टी फक्त व्यवहारापुरत्याच मर्यादित नाहीत. तर याच वृत्तीने आपण खऱ्या अर्थाने माणूस बनत असतो. 'एकमेका साहाय्य करू, अवघे धरू सुपंथ' असे सांगणारे संत तुकाराम महाराज सहकार्यवृत्तीचे व्यक्तिगत, सामाजिक, व्यावसायिक, व्यावहारिक आणि आध्यात्मिक महत्त्व जाणून होते. सहकार्यवृत्ती जशी एक नैसर्गिक अभिव्यक्ती आहे, तसेच अनुकूलतेच्या काळात स्वार्थीपणा आणि उन्मत्तपणा हे मानवाला जडलेले मोठे दुर्गुण आहेत. प्रत्येक व्यक्तीच्या जीवनात चढउतार असतातच. कुणीही सदासर्वकाळ सुखी नसतो. प्रतिकूलता, अपयश, अडचणी या जीवनात येतच असतात. मानसिक विषण्णतेच्या काळात आणि भौतिक विपन्नतेच्या काळात आधाराची आणि उभारीची संजीवनी देणारी भावना म्हणजेच सहकार्यवृत्ती.

सहकार्यवृत्तीचे फायदे

१) एकमेकांस सहकार्य केल्याने सर्वांमध्ये एकोपा राहतो. समूहातील सर्व जण एकमेकांसोबत चांगल्या भावनेने जोडलेले राहतात. सहकार्य करणारी व्यक्ती ही नेहमीच सर्वांसोबत प्रेमाने, आस्थेने आणि आदराने जोडलेली राहते. एकमेकांस सहकार्य केल्याने आपण समूहातील विविध व्यक्तींपर्यंत पोहोचतो. नवनवीन कौशल्ये समजू लागतात. करिअरसाठीच्या अधिकाधिक संधी उपलब्ध होतात.

२) एकमेकांस सहकार्य केल्याने मानसिक व शारीरिक स्वास्थ्य उत्तम राहण्यास मदत होते. सर्वात प्रथम म्हणजे ज्या वेळी तुम्ही इतरांना मदत करता, त्यावेळी

एक आंतरिक समाधानाची अनुभूती येते. मेंदू आणि शरीरातील चित्तवृत्ती प्रफुल्लित करणारी आणि ताणतणाव कमी करणारी रसायने स्त्रवतात. ज्यांना मदत करत आहोत त्यांच्यासाठी ती मदत निवळ व्यावहारिक स्वरूपाची उरत नाही, तर त्यांना त्यांच्या आपत्तीकाळात लक्ष दिले गेल्याची, ते तुमच्यासाठी महत्त्वपूर्ण असल्याची एक अत्यंत आश्वासक भावना निर्माण होते.

३) आपत्तीच्या काळात ताणतणाव वाढल्याने व्यक्तीची सारासार विवेकबुद्धी लोप पावते. चुकीचे निर्णय घेतले जाऊन सर्वच बाबतीत परिस्थिती वाईट होण्याची शक्यता असते. अशा वेळी आपण करत असलेले सहकार्य, मग ते कुठल्याही स्वरुपात असो, त्यांच्या मनावरील ताणतणाव कमी करणारे ठरते. योग्य निर्णय घेण्यास मदत करते. त्यांच्यासाठी नवी संधी देणारे ठरते.

४) सहकार्यवृत्तीने आपल्याला अधिक मित्र मिळतात. आपला लोकसंपर्क व्यापक होतो, असलेली नाती अधिक सुदृढ होतात. जर सर्वांचीच एकमेकांप्रती अशीच सहकार्याची भावना असेल, तर ते कुटुंब, ती कंपनी, ती संस्था आणि एकंदर समाज कितीतरी सकारात्मक आणि सुदृढ बनतो.

५) सहकार्याच्या भावनेने आपल्याला जबरदस्त आत्मविश्वास, आत्मसन्मान आणि समाधानाची अनुभूती मिळते. ज्या वेळी तुम्ही इतरांना सहकार्य करत असता, त्यावेळी आपण अर्थपूर्ण जीवन जगत आहोत याबद्दल स्वतःचा सार्थ अभिमान वाटतो. तुम्हाला एक सकारात्मक ओळख प्राप्त होते.

६) सहकार्य भावनेने मानसिक समस्यांमधून बाहेर पडण्यास मोठी मदत मिळते. कारण कित्येक मानसिक समस्यांचे कारण आणि लक्षण हे समाजापासून अलिप्त आणि एकटेपणात असते. ज्या वेळी परस्परांना सहकार्य करण्याच्या हेतूने तुम्ही तयार होता, त्या वेळी वेगवेगळ्या व्यक्तींमध्ये मिसळणे होते, बोलणे होते, भावनांचे आदानप्रदान होते, एकमेकांची सुखदुःखे कळतात.

> सहकार्य वृत्ती या भावनेचा उल्लेख आणि अनुभव प्रत्येक जण पदोपदी अनुभवत असतो. आपल्या जीवनप्रवासात प्रतिकूलतेच्या काळात, नवीन कार्य हाती घेताना किंवा मोठमोठी ध्येये पूर्ण करताना आपल्याला विविध प्रकारच्या सहकार्याची गरज पडते. सहकार्यवृत्ती ही आपल्याला निसर्गाकडून मिळालेली एक श्रेष्ठ देणगी आहे.

त्यामुळे स्वत:च्या समस्यांकडे बघण्याचा दृष्टिकोन विवेकी बनतो. इतरांना मदत करताना स्वत:चीदेखील मदत होते. अशा प्रकारे मानसिक नैराश्यातून बाहेर पडण्यास सहकार्यवृत्ती फायद्याची ठरते.

७) सहकार्यवृत्ती आपल्या करिअरला चांगली दिशा देण्यासाठी फायद्याची ठरते. तुम्ही इतरांना सहकार्य करत असताना तुमचे अनुभवविश्व विस्तृत होते. वेगवेगळी कौशल्ये, जसे नेतृत्व, टीमवर्क, संवादकौशल्य, समस्यांचे निराकरण, योजना-प्रकल्प राबविणे, एखादा कृती आराखडा राबवणे, यांसारखी कौशल्ये तुमच्या अंगी विकसित होतात. तुम्ही त्यात निपुण होता. त्यामुळे आव्हानात्मक परिस्थितीत आणि एरवीही अधिक जबाबदारीची कामे तुम्ही लीलया करू शकता. तुमचा वेगळा ठसा पडतो. उत्तम करिअरसाठी या सर्व गुणांची खूप आवश्यकता असते. उपजत गुणांचा विकास आणि उपयोग हा एकमेकांसोबत सहकार्याच्या भावनेतूनच होत असतो.

८) सामाजिक, आर्थिक विषमता मोठी असेल, तर गुन्हेगारीचे प्रमाण वाढते. समाजातील प्रत्येक स्तर असुरक्षित होतो. यावरचा सर्वांत प्रभावी उपाय आहे परस्परांना सहकार्य करणे. प्रत्येकाने ही वृत्ती बाळगली तर सर्वांच्या जीवनाचा स्तर समतोल पातळीवर यायला लागतो. सुरक्षित वातावरणात व्यक्तिगत, कुटुंबाची, समाजाची आणि देशाची प्रगती होते. स्वयंविकास म्हणून जरी आपण प्रत्येकाने सहकार्यवृत्तीने वागायला सुरुवात केली, तरी संपूर्ण समाज अगदी नंदनवन होऊन जाईल. प्रत्येक जण जगू लागेल एक अर्थपूर्ण जीवन!

▸ ▸ ▸

रिस्क घ्यायला शिका

कम्फर्ट झोन हा आपल्याला खऱ्या अर्थाने मुक्त जीवनाचा अनुभव घेऊ देत नाही. आपल्यातील अनेक क्षमता न वापरताच पडून राहतात, नष्ट होऊन जातात. एखाद्या तंद्रीत जगावे तसे एकसुरी जीवन आपण जगत राहतो. खऱ्या जीवनाचा अर्थ असा नाहीच आहे मुळी!

मित्रांनो, आजपर्यंत आपआपल्या जीवनात, अभिरुचीच्या कार्यक्षेत्रात मोठी प्रगती केलेल्या, स्वतःचा ठसा निर्माण केलेल्या व्यक्तींमध्ये एक महत्त्वाचा समान गुण आढळतो, तो म्हणजे त्यांनी हिमतीने मोठी जोखीम किंवा धोका पत्करला होता. एक नोकरी सोडून दुसरी नोकरी पत्करण्याची जोखीम, एखाद्या नवीन व्यवसायात पदार्पण करण्याची जोखीम, आवडीच्या क्षेत्रात मोठी झेप घेण्याची जोखीम. जीवनाच्या कित्येक भागात धडाडीचे काम करण्यासाठी त्यांनी धडाडीचे निर्णय घेतले आणि चिकाटीने यशस्वीदेखील झाले. आपण नेहमीच ऐकत आलोय की जीवनात यशस्वी होण्यासाठी रिस्क/जोखीम पत्करलीच पाहिजे. सामान्यपणे चाकोरीबद्ध जीवनात तथाकथित सुरक्षिततेच्या चौकटीत आपण बहुतेक जण राहत असतो. कारण भविष्याची चिंता, असुरक्षिततेची भीती आणि सुखासीनपणा आपल्याला मोठी झेप घेण्याची ऊर्मीच देत नाही, आपले पाय सतत मागेच खेचत राहते. असे म्हणतात की आपण जेव्हा सुरक्षिततेची चौकट निवडतो, तेव्हा खरे तर आपण भीतीने ग्रासलेले असतो. कम्फर्ट झोन हा आपल्याला खऱ्या अर्थाने मुक्त जीवनाचा अनुभव घेऊ देत नाही. आपल्यातील अनेक क्षमता न वापरताच पडून राहतात, नष्ट होऊन जातात. एखाद्या तंद्रीत जगावे तसे एकसुरी जीवन आपण जगत राहतो. मात्र खऱ्या जीवनाचा अर्थ असा नाहीच आहे मुळी! तसे बघायचे झाले तर आपले जीवन पदोपदी जोखमीचेच तर असते. रस्ता ओलांडताना, गाडी

चालविताना, प्रवास करताना, गॅसवर स्वयंपाक करताना, मैदानावर धावताना, मशीन ऑपरेट करताना नेहमीच धोका किंवा जोखीम असते. छोट्या छोट्या जोखमा पत्करून आपण दैनंदिन जीवन पार पाडतच असतो. मात्र जेव्हा तुम्हाला तुमच्या जीवनाचा स्तर अजून उंचावायचा असेल किंवा तुमच्या अभिरुचीचे जीवन भरभरून जगायचे असेल, तेव्हा हीच जोखीम तुम्हाला तिथे पोहोचवणार असते. एका छोट्या होडीतून मोठ्या जहाजात जाण्यासाठी काही वेळ पाण्यात उतरावे लागते, तो काळ म्हणजेच जोखमीचा काळ असतो. तेवढ्या असुरक्षिततेतून जाणे म्हणजेच रिस्क घेणे होय. पण जर ध्येय सुस्पष्ट असेल, तर तीच रिस्क तुमची यशोगाथा बनणार असते.

रिस्क घेण्याने, जोखीम पत्करण्याने नेमके काय आणि कसे फायदे होतात याचा आज आपण ऊहापोह करणार आहोत. रिस्क घेण्याने आपल्याला अनेक संधी दिसू लागतात. मुळात आपण चाकोरीबद्ध जगत असताना डोळ्यांवर, बुद्धीवर एक प्रकारची झापड आलेली असते. एकसुरी कामाने एकाच पद्धतीने विचार करण्याची, परिस्थितीकडे बघण्याची सवय लागून गेलेली असते. जोखीम पत्करताक्षणी सर्वप्रथम हीच धुंदी उतरते. आपण डोळसपणाने चोहोबाजूंना बघायला लागतो. सजगता वाढते. अनेक प्रगतीकारक संधी आपल्याच आजूबाजूला आणि सहज उपलब्ध असल्याची स्पष्ट जाणीव होते. आपण पत्करलेली जोखीम इतकी पण रिस्की नाही हे समजून जाते आणि आपण अजून मोठी जोखीम पत्करण्यास तयार होतो. रिस्क घेतल्याने आपला आत्मविश्वास वाढतो, स्वत:तील अनेक क्षमतांचा विकास होतो.

ज्या पद्धतीने रिस्क घेतल्यानंतर बाहेरच्या विविध उपलब्ध संधींची जशी जाणीव होते, त्याप्रमाणे त्यावर काम करण्यासाठीचा आत्मविश्वासदेखील वाढीला लागतो. आपल्याला अनेकदा अनुभव येतो की जेव्हा आपण एखादे काम धास्तीपोटी रेंगाळवत ठेवलेले असते आणि अशी परिस्थिती निर्माण होते की ते करावेच लागणार असते, तेव्हा आपल्याला अचानक जाणीव होते की आपल्याला वाटले तितके ते अवघड काम नव्हते आणि यापूर्वीच ते आपण करू शकलो असतो. अगदी असेच, जोखीम पत्करल्यानंतर आपल्याला आपल्या आत्मविश्वासासह अनेक गुणदोषांचीही जाणीव होऊ लागते. कार्य हाती घेतलेले असल्याने गुणांचा जाणीवपूर्वक वापर होतो आणि दोषांना जाणीवपूर्वक दूर केले जाते. सर्जनशीलता, नेतृत्वगुण, सहकार्यवृत्ती, नेमकेपणा, निर्णयक्षमता, चिकाटी यांसारख्या गुणांचा विकास होतो, तर विलंब-वृत्ती, आळस, नकारात्मकता, यांसारख्या दोषांना तर सोडावेच लागते.

रिस्क घेण्याने आपण अधिक जबाबदार बनतो. सर्वसाधारणपणे एखादे काम न करण्यासाठी आपण ते काम, परिस्थिती किंवा त्यासंबंधातील व्यक्ती यांचे दोष शोधत असतो. बेजबाबदारपणाने वागत असतो. पण जेव्हा आपण एखाद्या मोठ्या कामाची जोखीम पत्करतो, तेव्हा तो निर्णय सर्वस्वी आपला असल्याने किंवा अति गरजेचा असल्याने आपल्याला ते काम करण्यासाठी जबाबदारी घ्यावीच लागते. किंबहुना ती जोखीमच आपल्याला अधिकाधिक जबाबदार बनविते. जबाबदार व्यक्तीच मोठे काम करू शकतात, त्या योगाने यशस्वी होतात आणि अभिरुचीचे, संपन्न, सन्माननीय जीवन जगतात. रिस्क घेणे आपल्याला नियोजन कौशल्य शिकवते.

अनेक उत्साही मंडळींना असे वाटत की रिस्क घेणे म्हणजे सगळे काही विकून-फुंकून रस्त्यावर येणे आणि मग काही सुरू करणे होय. हा निवळ अविचार, मूर्खपणा आहे हे सांगण्याची गरज नाही. खऱ्या अर्थाने यशस्वी होण्यासाठी जोखीम पत्करणारे मंडळी निश्चितपणाने विचारी असतात. आपल्या अपेक्षित ध्येयाला साध्य करण्यासाठीचे यथायोग्य नियोजन करून ते जोखीम पत्करतात. त्यासाठी त्यांची तात्कालिक परिस्थिती, अपेक्षित ध्येय साध्य करण्यासाठीचा कृती आराखडा, त्यासाठी लागणाऱ्या संसाधनांचे स्रोत, स्वतःमधील करावयाचे बदल, सोडाव्या लागणाऱ्या निरुपयोगी सवयी, नव्याने लागणारी कौशल्ये यासारख्या बाबींचा परखडपणे अवलंब करून नियोजनबद्धतेने पत्करलेली जोखीम मोठे यश खेचून आणण्यास खऱ्या अर्थाने मदत करते.

मित्रांनो, खरे तर आपण आपल्याच विचारांचे कैदी असतो. आपले जसे विचार तसेच आपले जीवन होऊन जाते. आपल्यापेक्षा सुमार तसेच आपल्यापेक्षा दर्जेदार जीवन जगणारे लोक या जगात आहेत. त्यांच्या विचारशैलीने त्यांना तिथे पोहोचवले आहे. तुम्हाला तुम्ही आहात त्यापेक्षा अधिक चांगले, अर्थपूर्ण जीवन जगायचे असेल, तर सध्याच्या तुमच्या मर्यादित विचारांच्या शृंखला तोडून मोठा विचार करण्याची जोखीम जबाबदारीने पत्करावी लागेल. मग बघा, तुमच्या कृतीत बदल होतील. अनेक मोठ्या कृतींमधून एक कर्तबगार, यशस्वी जीवन आकाराला येईल.

▸ ▸ ▸

ईर्षा टाळा, यश मिळवा

"एखाद्या व्यक्तीच्या उत्कर्षाने, संपन्नतेने किंवा यशाने मनापासून खूश होण्याकरिता खूप मोठे मन लागते. वास्तविक आपल्याला खरोखर यश, ऐश्वर्य हवे असेल, उत्कर्ष व्हावा असे वाटत असेल, तर मोठ्या मनाचीच खरी गरज असते. मात्र अनेकदा इतरांची प्रगती, यश बघून काही मंडळींच्या मनात कालवाकालव होते. ते अस्वस्थ होतात, बेचैन होतात. वरकरणी कसनुसे हसू दाखवतात, पण त्यांच्या डोळ्यांतील बेचैनी, अस्वस्थता लपत नाही. कधी तर ती रागाच्या, दुःखाच्या तर कधी कुरापती, उपद्रव आणि नुकसान करण्याच्या रूपात बाहेर पडते. या नकारात्मक भावनेलाच म्हणतात ईर्षा, मत्सर! इतरांकडे जे आहे, ते माझ्याकडे नाही ही भावना नकारात्मकरीत्या जोपासली तर हे विकार उत्पन्न होतात."

मित्रांनो, जीवनात यशस्वी व्हायला प्रत्येकाला आवडते. त्यायोगे मिळणारे कौतुक, स्तुती, सन्मान, संपन्नता आणि समाधान प्रत्येकाला हवे असते. यशस्वी होण्यासाठी आपल्यात हवे असतात दोन महत्त्वाचे गुण. प्रखर इच्छाशक्ती आणि आत्मविश्वास! हे असले म्हणजे यशाच्या दिशेने योग्य कृती करण्याची प्रेरणा मिळते. आपण ठरविलेले यश सहज प्राप्त करतो. कोणतेही कार्य सिद्ध करण्यासाठीची प्रेरणा सकारात्मक विचार आणि भावनांनी मिळविणेच योग्य असते. आपल्या सभोवतालच्या अनेक व्यक्तींच्या यशाने सकारात्मक प्रेरणा घेता येते. त्यांनी केलेल्या कष्टांपासून आदर्श घेऊन आपण आपले ध्येय साध्य करण्यासाठीचा आराखडा आणि दिशा ठरवू शकतो. त्यामुळे आपले निरर्थक, वाया जाऊ शकणारे श्रम वाचून आपण खातरीने

यशस्वी होण्याची शक्यता वाढते आणि आपणसुद्धा यशस्वी व्यक्तींच्या रांगेत जाऊन बसू शकतो. परंतु प्रत्येक व्यक्ती, मग ती विद्यार्थी असो किंवा नोकरदार असो किंवा व्यावसायिक असो, अशा पद्धतीने यशस्वी होताना दिसत नाही. कारण फक्त विचारपद्धती आणि भावनेशी संबंधित आहे. एखाद्याचा आदर्श घेणे, प्रेरणा घेणे किंवा सकारात्मक स्पर्धा करणे आणि ईर्षा किंवा मत्सर बाळगणे यात खूप मोठा फरक आहे. खरे तर या अगदी परस्परविरोधी गोष्टी आहेत.

एखाद्या व्यक्तीच्या उत्कर्षाने, संपन्नतेने किंवा यशाने मनापासून खूश होण्यासाठी खूप मोठे मन लागते. वास्तविक आपल्याला यश, ऐश्वर्य, उत्कर्ष हवे असेल, तर या मोठ्या मनाचीच खरी गरज असते. मात्र अनेकदा इतरांची प्रगती, यश बघून काही मंडळींच्या मनात कालवाकालव होते. ते अस्वस्थ होतात, बेचैन होतात. वरकरणी कसनुसे हसू दाखवतात, पण त्यांच्या डोळ्यांतील बेचैनी, अस्वस्थता लपत नाही. कधीकधी तर ती अस्वस्थता रागाच्या, कधी दुःखाच्या तर कधी कुरापती, उपद्रव आणि नुकसान करण्याच्या रूपात बाहेर पडते. या नकारात्मक भावनेलाच म्हणतात ईर्षा, मत्सर! इतरांकडे जे आहे, त्यांना जे मिळाले आहे, ते माझ्याकडे नाही ही भावना नकारात्मकरीत्या जोपासली तर हे विकार उत्पन्न होतात.

शालेय जीवन, कौटुंबिक जीवन ते नोकरी व्यवसायाच्या जागी या ईर्षेच्या विकाराने ग्रस्त मंडळी आपल्याला बघायला मिळतात. खरे तर या मंडळींना या विचारातून बाहेर पडण्यासाठी मदतीची गरज असते. मात्र हे त्यांना स्वतःलादेखील समजणे आवश्यक असते. नाहीतर या ईर्षेपोटी ते स्वतःचे नुकसान करतातच; पण इतरांनाही त्याची मोठी झळ पोहोचते. वर्गात एखाद्या हुशार मुलाने चांगले गुण मिळविले, एखाद्या स्पर्धेत बक्षीस मिळवले तर त्या विषयी प्रोत्साहनपर बोलले गेलेच पाहिजे, त्याचे सर्वांकडून कौतुक झालेच पाहिजे. नोकरीच्या ठिकाणी चांगले काम करून दाखविणाऱ्यांनादेखील सन्मान, पुरस्कार दिले गेले पाहिजेत. प्रामाणिक आणि मनापासून ठरविलेले कार्य यशस्वी करण्याच्या प्रवृत्तीला चालना देण्यासाठी आणि सकारात्मकतेवर श्रद्धा दृढ होण्यासाठी हे आवश्यक असते. ज्यांचा स्वतःवर विश्वास नाही, अभ्यास किंवा काम करण्याची मनापासून तयारी नाही, त्यांच्या मनात ईर्षा, मत्सर उत्पन्न होतो. अमुक व्यक्तीने केलेले काम किंवा यश मिळविण्यासाठी ती कशी लायक नाही असे विचार आणि प्रसार त्या करू लागतात. काहींच्या म्हणण्यानुसार अशा ईर्षेने आमच्याही मनात काहीतरी मोठे करून दाखविण्याची उर्मी जागी होते. पण मित्रांनो, काहीतरी मोठे करून दाखविण्यासाठी ही विकारी भावना चांगली नाही. कारण ईर्षा ही नकारात्मक प्रेरणा देणारी गोष्ट आहे. ईर्षेच्या भावनेतून केलेले काम मुळात

एक प्रकारच्या सुडातून केलेलं काम असणार आहे. तो सूड स्वत:वर असतो आणि इतरांवरसुद्धा! त्यामुळे त्या कामावर आपली श्रद्धा कमी आणि संघर्षच जास्त होईल. या भावनेतून केलेले काम किंवा अभ्यास आणि त्यातून मिळालेले यश निखळ आनंद आणि सात्विक समाधान देऊ शकत नाही. मनुष्य सर्वांशी खोटे बोलू शकतो. मात्र स्वत:च्या मनाशी खोटे बोलू शकत नाही. त्यामुळे या ईर्षेपोटी मिळविलेल्या यशाचे पूर्ण श्रेयदेखील त्याला स्वत:ला घेता येत नाही. ईर्षा संघर्ष उत्पन्न करते, बाहेर आणि आतदेखील. हे दोन्ही संघर्ष सर्वार्थाने घातकच.

ही ईर्षा, हा मत्सर प्रत्येकाला कमी अधिक फरकाने कधी ना कधी स्पर्श करतोच. आईवडील दोन मुलांपैकी एकावर अधिक प्रेम करतात, त्याचे अधिक लाड करतात किंवा अधिक सुविधा देतात या भावनेतून दोन भावंडे एकमेकांचा मत्सर करू लागतात. एकमेकांचे अतिशय चांगले म्हणविणारे मित्र कधीकधी परस्परांच्या यशाने ईर्षाग्रस्त होतात. सध्या सोशल मीडियाचा जमाना आहे. या माध्यमातून अनेक वर्षांनी एकमेकांना भेटलेल्या बालपणीच्या जिवलग मित्रांपैकी काही जण दुसरे मित्र खूप पुढे निघून गेल्याबद्दल मनोमन खंतावतात. नोकरीत सोबत नियुक्त झालेले सहकारी दुसऱ्या एकाच्या उत्कर्षाने एकमेकांसोबत अबोला धरून बसतात. एवढेच नाही तर एकमेकांच्या प्रेमात असलेल्या जोडप्यापैकी एकाची होणारी प्रगती सहन न होऊन त्यांच्या प्रेमाला ग्रहण लागल्याचीदेखील अनेक उदाहरणे आपल्या आजूबाजूला दिसून येतात. ज्या वेळी ईर्षा, मत्सर हे विकार डोक्यात, मनात, हृदयात घुसतात तेव्हा बाह्यरूपी प्रेम आणि अंत:स्थ द्वेष निर्माण करतो, मग नाते कोणतेही असो. व्यक्ती कितीही गुणवान असली, तरी हा विकार त्या व्यक्तीत असुरक्षितता, भीती आणि संशय उत्पन्न करतो. ही भीती, असुरक्षितता आणि संशय त्या व्यक्तीला पराकोटीची स्वार्थी बनविते. स्वार्थाने विवेक नष्ट होतो, भावनिक विष सतत स्वत:ला जाळत राहते. कधीकधी या विकाराचा उद्रेक इतरांचे अपमान करतो, कधी गुन्हे घडवितो, चुकीचे वळण लावतो, नातेसंबंध बिघडवतो, स्वत:चा आत्मविश्वास तर ढासळतोच. अशा व्यक्ती इतरांवरदेखील असंवेदनशील, क्रूर हुकूमत गाजविण्याचा प्रयत्न करतात. अशा व्यक्तींची कार्यक्षमता ढासळते. अशा व्यक्ती मोठे कार्य नाही करू शकत. त्या फक्त तक्रारीच करत राहतात. विकाराने ग्रस्त व्यक्ती माणूस राहू शकेल काय? कित्येक मानसिक आजारांचे मूळदेखील या ईर्षेच्या विकारात आहे. सुरुवातीलाच म्हटल्याप्रमाणे, अशा व्यक्तींना मदतीची गरज असते. मात्र सुरुवात स्वत:पासून व्हावी. जसे मी म्हणालो की आपल्याला प्रत्येकाला कमीअधिक फरकाने कधी ना कधी ईर्षेचा स्पर्श झालाय, तर मग यातून

जेव्हा ईर्षा, मत्सर हे विकार डोक्यात, मनात घुसतात तेव्हा बाह्यरूपी प्रेम आणि अंतःस्थ द्वेष निर्माण करतो, मग नाते कोणतेही असो. व्यक्ती कितीही गुणवान असली, तरी हे विकार व्यक्तीत असुरक्षितता, भीती आणि संशय उत्पन्न करतो. ही भीती, असुरक्षितता आणि संशय त्या व्यक्तीला पराकोटीची स्वार्थी बनविते. स्वार्थाने विवेक नष्ट होतो, भावनिक विष सतत स्वतःला जाळत राहते.

बाहेर पडण्यासाठी स्वतःपासून सुरुवात करायला हवी. यशस्वी, संपन्न आणि समृद्ध प्रत्येकाला व्हायचे आहे. आनंदाने व्हायचे आहे. मग इतरांचे यश बघून आपल्याला थोडीफार जरी अस्वस्थता येत असेल किंवा जळफळाट होत असेल, तर आपल्याला जागे होणे आवश्यक आहे. असे म्हणतात की विचार करताना पूर्ण जागृतीत, सजगतेने आणि जपून करा. कारण आपण करत असलेले विचार भले इतर कोणी ऐकू शकत नसेल, पण आपले मन, विशेषतः अंतर्मन ते सर्व काही ऐकते आहे आणि ते विचार ह्याच आपल्या खऱ्या इच्छा आहेत असे मानून तसेच्या तसे प्रत्यक्षात आणण्यासाठी कामाला लागत आहे. अंतर्मन नेहमीच तुमच्या आतल्या भावनांना प्रतिसाद देते. जर इतरांच्या यशाने, श्रीमंतीने, कौतुकाने आपण खंतावत असाल, तर अंतर्मन त्याचा असा अर्थ घेईल की तुम्हाला यश, श्रीमंती, कौतुक आवडत नाही, त्याचा तुम्हाला त्रास होतो आणि त्यामुळे तुम्हाला यातना होतात. ते तुम्हाला या गोष्टींपासून दूर ठेवण्यासाठी कार्यरत राहील. या उलट, इतरांच्या प्रगतीत तुम्ही खरोखर आनंद मानलात, मनापासून खूश झालात, तर यश, समृद्धी यांसारख्या गोष्टी तुम्हाला आनंद देतात असे तुमच्या अंतर्मनाला वाटून तुमच्या जीवनात या गोष्टी प्रत्यक्षात आणण्यासाठी ते तुमच्याकडून काम करवून घेईल.

थोडक्यात काय तर इतरांच्या यशाने तुम्ही ईर्षा उत्पन्न न होऊ देता मनापासून आनंद मानला, तो त्यांच्या जवळही व्यक्त केला, तर केवळ तुम्ही सर्वांच्या पसंतीसच उतराल, सर्वांना हवेहवेसे वाटाल असे नाही, तर स्वतःचा अंतर्मनातदेखील यशस्वितेची बीजे विनासायास पेरून निर्भेळ आनंद आणि समाधान देणाऱ्या यशाचे महाद्वार स्वतःसाठी खुले करू शकाल.

▸ ▸ ▸

भाग २

समाजात वावरताना

विकासाची सुरुवात घरातूनच

“आपली घरातील आणि बाहेरची दैनंदिन कामे, काही सोपे खेळ, सर्वांशी होणारा संवाद यातून होणारा विकास इतका सुंदर असतो, की प्रत्येक वेळी शिकण्यासाठी बाहेरील आकर्षक, तथाकथित प्रतिष्ठित आणि महागड्या साधनांवर पूर्ण वेळ अवलंबून राहण्याची गरज नाही हे कोणत्याही समजूतदार व्यक्तीला सहजच कळेल. शारीरिक, मानसिक, बौद्धिक आणि सामाजिक विकास होणे हीच तर खरी गरज असते. आणि त्यासाठी आवश्यक सर्व गोष्टी, साधने आपल्या घरात, आपल्या माणसांत आणि आपल्या आजूबाजूला किती सहज उपलब्ध आहेत याचाच ऊहापोह आपण करणार आहोत.”

स्वयंविकासाची प्रक्रिया जितकी सहज, नैसर्गिक आणि आपल्या आजूबाजूच्या वातावरणाशी निगडित असेल, तितके आपले दैनंदिन जीवन, आपली कामे, आव्हाने आणि सफलता आनंददायी असते. आपला विकास साधण्यासाठी मुद्दामहून वेगळा स्वतंत्र वेळ हवा, एखादा वर्ग हवा किंवा काहीतरी महागडी गोष्ट हवी असेच आजकाल अनेकांना वाटते.

आपली घरातील आणि बाहेरची दैनंदिन कामं ,काही सोपे खेळ ,सर्वांशी होणारा संवाद यातून होणारा विकास इतका सुंदर असतो की प्रत्येक वेळी शिकण्यासाठी बाहेरील आकर्षक, तथाकथित प्रतिष्ठित आणि महागड्या साधनांवर पूर्ण वेळ अवलंबून राहण्याची गरज नाही हे कोणत्याही समजूतदार व्यक्तीला सहजच कळेल. शारीरिक, मानसिक, बौद्धिक आणि सामाजिक विकास होणे

हीच तर खरी गरज असते आणि त्यासाठीच्या सर्व गोष्टी, साधने आपल्या घरात, आपल्या माणसांत आणि आपल्या आजूबाजूला किती सहज उपलब्ध आहेत याचाच ऊहापोह आपण करणार आहोत.

साधारणपणे प्रत्येक पालकांना आपल्या पाल्याच्या विकासावर अधिक लक्ष द्यायला हवे असे खरोखर वाटत असते. मात्र आजच्या धावपळीच्या जीवनात त्यांना त्यासाठी स्वतंत्र वेळ काढता येणे अगदी अशक्य होऊन बसते आणि मग स्पर्धात्मक विकासाच्या अट्टहासापायी ते आपल्या पाल्यांसह स्वतःचे जीवन व्यग्र आणि तणावपूर्ण बनवून घेतात. परंतु विविध घरगुती आणि साध्या साध्या कामांतून समजून घेतल्यास आणि त्यात पालकांनी डोळसपणे सहभाग घेतल्यास तुम्हाला निश्चितपणे लक्षात येईल की, मुलांचा विकास तर होतोच आहे; सोबत घरातील त्यांची भावनिक समरसता वाढत आहे, जी आजची सर्वांत मोठी गरज बनली आहे. विकासामध्ये संवेदनक्षमता, शारीरिक क्षमता, स्थूलकारक कौशल्ये, सूक्ष्मकारक कौशल्ये, विचारक्षमता, कल्पकता, प्रतिभा, भाषिक क्षमता, अंकज्ञान, संकल्पना निर्मिती व दृढीकरण, भावनिक व मानसिक अंग, सामाजिक अंग यांसारख्या क्षमतांना हसतखेळत आनंदाने विकसित केले जाऊ शकते, त्यात रस वाढविता येऊ शकतो. त्यामुळे मुले स्वावलंबी होतात आणि या सर्व क्षमतांचा गरजेनुसार विवेकी वापर करू शकतात. अगदी सांगायचेच झाले तर, लहानपणी आमची आई आम्हा भावंडांना नियमितपणे कुठलाही एखादा विषय देऊन त्यावर जमेल तशी कविता किंवा निबंध लिहायला सांगायची. नकाशावरील वेगवेगळ्या गावांची नावे शोधण्याची घरातच स्पर्धा व्हायची. कधीकधी आम्हाला ताटाच्या बाहेर सांडू न देता पीठ चाळायला लावायची, कधी सुईमधून दोरा पटकन ओवून दाखवण्याची स्पर्धा व्हायची. फुलांची माळ बनवणे, घरातल्या घरात शिवरायांचे पात्र रंगवून मोठ्या आवेशात संवाद बोलणे, रामायण-महाभारत खेळणे, मंडईतून पिशवी भरून आणलेला भाजीपाला-फळे वेगवेगळे करणे, त्यासाठी लागलेल्या पैशांचा हिशोब करणे, आपल्या नातेवाईकांची यादी करणे, त्यांची नावे, गावे, नोकरी-व्यवसाय समजून घेऊन नोंद करून ठेवणे, घरी आलेल्या पाहुण्यांना चहापाणी देणे, त्यांची चौकशी करणे, नातेवाईक आणि मित्रांचे वाढदिवस लिहून काढणे, रोजच्या वर्तमानपत्रामधील महत्त्वाच्या घडामोडींची यादी बनविणे, कात्रण काढून ठेवणे, कधी चहा बनवणे, कधी खिचडी बनवणे, कपड्यांच्या घड्या करणे, झाडलोट करणे, घरातल्या पुस्तकांची, वस्तूंची यादी बनविणे, भावडांचा सांभाळ करणे,

विकासामध्ये संवेदनक्षमता, शारीरिक क्षमता, स्थूलकारक कौशल्ये, सूक्ष्मकारक कौशल्ये, विचारक्षमता, कल्पकता, प्रतिभा, भाषिक क्षमता, अंकज्ञान, संकल्पना निर्मिती व दृढीकरण, भावनिक व मानसिक अंग, सामाजिक अंग यांसारख्या क्षमतांना हसतखेळत आनंदाने विकसित केले जाऊ शकते, त्यात रस वाढविता येऊ शकतो. त्यामुळे मुले स्वावलंबी होतात आणि या सर्व क्षमतांचा गरजेनुसार विवेकी वापर करू शकतात.

स्वःतसोबत त्यांनाही नियमितपणे अभ्यासाला बसविणे अशा अनेक गोष्टी व्हायच्या. करण्यासारख्या कितीतरी गोष्टी! रोजच्या जीवनातल्या, पण गरजेच्या अशा गोष्टींचे आनंददायी खेळात आणि कामात रूपांतर करता येईल. बघा मित्रांनो, अशा गोष्टी करण्यासाठी स्वतंत्र वेळ, शिबिरे किंवा साधनांची खूप काही आवश्यकता नाही. शिवाय, जरा डोळसपणे बघितले तर लक्षात येते की या गोष्टींमुळे वर उल्लेखिलेल्या कित्येक क्षमतांना चालना मिळते.

संवेदनक्षमता म्हणजेच पंचेद्रियांची ताकद वाढते. ऐकणे, बघणे, चव, स्पर्श, गंध यांसारख्या क्षमता विकसित होण्याचे कितीतरी स्रोत आणि संधी घरात, घरातल्या कामात मिळतात. वेगवेगळे घरगुती खेळ आणि काम यांनी शारीरिक क्षमता जसे हालचालींवर नियंत्रण, कार्यक्षमता, स्नायूंचे सूक्ष्मकार्य आणि संयोजन यांचा विकास होतो. भाषिक क्षमता विकासामध्ये भाषासमृद्धी, उच्चार शिकणे, आवाजातील चढउतार, शब्दांचे व्यवहारातील अर्थ, आकलन आणि त्यांचा वापर करता येणे आदिचा समावेश होतो. विचारक्षमता, स्वःतसह इतरांना समजून घेणे, लक्षात ठेवणे, तुलना करता येणे, निर्णय घेता येणे, निरीक्षणक्षमता, अवधान, विविध गोष्टींचा सहसंबंध लावता येणे, गोष्ट नेमकी आठवणे, सजगता, सावधानता यांसारख्या क्षमतांचा विकास दैनंदिन कामांतून व जवळच्याच व्यक्तींसोबत झाला तर तो किती पटकन पचनी पडेल, आत्मसात होईल. आनंद, मजा, समाधान, आत्मविश्वास यांसोबतच खिलाडू वृत्तीने पराभव स्वीकारणे, तडजोड, सचोटी, प्रेरणा, चिकाटी, सातत्य, धैर्य, बदलांचा स्वीकार अशा विविध भावना अनुभवण्याची क्षमता दररोजच्या घटनाक्रमांतून विकास पावली, तर जीवनातील वेगवेगळे चढउतार, आव्हाने पेलण्याचे सामर्थ्य

निश्चितच वाढेल. कुठलाही विकास क्षणात घडत नाही, तर तो जीवनाच्या वेगवेगळ्या अनुभवांतूनच घडत जातो. आपणही मी दिलेल्या प्रातिनिधिक कामांसारखी आपआपली स्वतंत्र यादी बनवून त्यानुसार पालन करून बघा. त्यामुळे सर्वांत महत्त्वाची बाब म्हणजे, एक कुटुंब म्हणून तुम्ही एकमेकांच्या अधिक जवळ याल. एकमेकांना समजून घेण्याची, सामावून घेण्याची भावनिक कुवत वाढीस लागेल. आपण करत असलेल्या कामांमधून एक समाधान मिळेलच; पण त्यातून घडणारा स्वयंविकास दुनियादारीत समर्थपणे आणि तितक्याच सहजपणे जगण्यास उपयोगी पडेल.

▶ ▶ ▶

बदला विचारांची दिशा

आपल्या मेंदूसाठी Thinking is doing असे असते. वरील कल्पनांचा सराव तुमच्यातील सहज अभ्यास करण्याची आणि आत्मविश्वासाने परीक्षा देण्याची सवय वृद्धिंगत करणार आहे. विचार, भावना, कल्पना आणि कृती एकाच दिशेने जाणाऱ्या असतील तरच आपण आपला सर्वोत्तम परफॉर्मन्स देऊ शकतो. चला तर मग, यंदाच्या परीक्षेला याच पद्धतीने सामोरे जा. उत्तुंग यश तुमची वाट बघते आहे. ते प्राप्त करून स्वयंविकासाचा मोठा टप्पा पार करा!

दिवाळी आली, सोबत परीक्षांची चाहूल घेऊन आली. दहावी, बारावी, इंजिनिअरिंग यांसारख्या महत्त्वाच्या परीक्षा जवळ येत आहेत. या पार्श्वभूमीवर विद्यार्थी-पालक यांच्या ताणतणावांची परिसीमा होत असते. विद्यार्थ्यांना अभ्यासाचे, परीक्षेचे, अपेक्षित गुणांचे टेन्शन, तर पालकांना पाल्यांच्या करिअरचे टेन्शन. पालकांच्या अनेक तक्रारी असतात. 'मुले नीट अभ्यासच करत नाहीत', 'सारखा टाइमपास चालतो', 'संगत बिघडली आहे', 'शाळा-कॉलेजला दांड्या मारतात', 'उलट उत्तरे देतात', 'कोडगी झाली आहेत' किंवा 'एकलकोंडी झाली आहेत', 'चिडचिड करतात', 'पटकन रडू येते', 'नकारात्मक बोलतात', 'खोटे बोलतात', 'दिलेल्या सुविधांचा गैरवापर करतात'. इ. तक्रारींची यादी मोठी असते.

मुलांच्याही तक्रारी असतात. 'अभ्यास आवडत नाही', 'कंटाळा येतो', 'मन लागत नाही', 'आईवडिलांचे सारखे प्रेशर वाटते', 'परीक्षेचे टेन्शन येते', 'एखाद्या विषयाची भीती वाटते', वगैरे. कधीकधी या तक्रारी अगदी टोकाच्या बनतात. 'मला परीक्षाच द्यायची नाही', किंवा 'मला शिकायचंच नाही'. आणि काही मुलं

खरोखर परीक्षाच देत नाहीत. यांच्याही तक्रारींची यादी मोठी असते.

खरे तर सर्व पालकांची 'आपला पाल्य शिकून सवरून मोठा व्हावा, जीवनात यशस्वी व्हावा' हीच अपेक्षा असते. तसेच कुठल्याही पाल्याला आपण नापास व्हावे, अयशस्वी व्हावे असे मनापासून काही वाटत नसते. मग नेमके चुकते कुठे?

या ठिकाणी आपल्या मनाचे काही नैसर्गिक गुणधर्म समजून घ्यावे लागतील.

१) आपले मन हे नेहमी सुखाकडे, आनंदाकडे, शांततेकडे धाव घेत असते.

२) आपले मन नेहमी ताणतणावापासून दूर पळण्याचा प्रयत्न करते.

उदाहरणासह समजून घेऊ. बऱ्याच मुलांची तक्रार असते की अभ्यासात त्यांचे मन एकाग्र होत नाही. अभ्यासाला बसले की मनात टीव्ही, सिनेमा, मोबाइल, इंटरनेट, मित्रमैत्रिणी, खेळणे, फिरणे इत्यादी वेगवेगळे विचार यायला लागतात. कारण त्या विद्यार्थ्यांच्या मनात अभ्यास हा तणावासोबत जोडला गेलेला असतो. तणावाच्या परिस्थितीतून पळ काढण्यासाठी मनाला ज्या ठिकाणी सुखी, आनंदी, शांत वाटेल तिकडे ते धाव घेत राहते. यामुळे वेळ जातो, अभ्यास राहून जातो, ताणतणावांची पातळी अजूनच वाढते. मग मन या वाढलेल्या ताणतणावापासून मुक्त होण्याचे त्याच्या समजेनुसार मार्ग शोधत राहते, जे दुर्दैवाने नुकसानकारकच असतात. या परिस्थितीत आईवडिलांचे, वडिलधारी मंडळींचे उपयुक्त बोलणेदेखील कटू वाटून ताणतणाव वाढवतात. मग शेवटी येते अपयश, परीक्षेतही आणि नात्यांमध्येही!

यावरचा सर्वात ठोस उपाय म्हणजे आपल्या मनाच्या नैसर्गिक गुणधर्मांचा योग्य वापर करून घेणे. अभ्यास, परीक्षा याबद्दलचे वैचारिक, भावनिक, काल्पनिक संदर्भ आनंद, सुखासोबत जोडणे. आज आपण तेच करणार आहोत. खरे तर यशस्वी विद्यार्थ्यांच्या यशाचे गुपित हेच आहे.

वास्तविक स्वयंविकासाचा पाया असलेले शैक्षणिक जीवन आपल्यातील अनेक महत्त्वपूर्ण आणि जीवनोपयोगी क्षमतांचा विकास करते. एकाग्रता, स्मरणशक्ती, ग्रहणशक्ती, विचारशक्ती, इच्छाशक्ती, कल्पनाशक्ती, सातत्य,

> आजपर्यंत आपण असामंजस्यापोटी अभ्यास, परीक्षा यांबाबतीत नकारात्मक कल्पना करत आलो. खरे तर अपेक्षा यशस्वी होण्याची होती आणि विचार आणि कल्पना मात्र नापास, अयशस्वी होण्याच्याच करत आलो. आजपासून मनाला सुधारित कल्पना देऊ या.

निर्णयक्षमता, हजरजबाबीपणा, चाणाक्षपणा, चिकाटी, सहनशीलता, ध्येय, धैर्य, महत्त्वाकांक्षा, निर्भयता, आत्मविश्वास यांसारख्या जबरदस्त क्षमतांचा विकास साधण्याकरिता सुवर्णकाळ म्हणजे शैक्षणिक जीवन!

स्वयंविकासाचा ध्यास घेतलेल्यांनी या सुवर्णकाळाचा खूप नीट वापर केला पाहिजे, भरपूर फायदा करून घेतला पाहिजे.

विद्यार्थी मित्रांनो, शेवटी अभ्यास तुम्हालाच करायचा आहे. परीक्षाही तुम्हालाच द्यायची आहे. म्हणून मी तुम्हालाच या संदर्भातील काही सुधारित विचार सांगणार आहे. ते लगेच स्वीकारा. आपली वेळ महत्त्वाची आहे.

सर्वप्रथम लक्षात घ्या, अभ्यास ही टेन्शन घेऊन करण्याची गोष्ट नाही, तर स्वतः निर्णय घेऊन करण्याची गोष्ट आहे. मग लगेचच हा निर्णय घ्या की मला स्वतःसाठी अभ्यास करायचा आहे. हा निर्णय बळकट करण्यासाठी या अभ्यासातून तुम्हाला होणाऱ्या फायद्यांची यादी बनवा. स्वतःला ती अनेकदा आणि नियमितपणे सांगत राहा. अभ्यासाचे स्वतःच वेळापत्रक बनवून ते कसोशीने पाळा. या ठिकाणी एक आश्चर्यकारक गोष्ट सांगतो. जेव्हा अभ्यास करण्याचा निर्णय सर्वार्थाने तुमचा स्वतःचा असतो, तेव्हा मन अगदी झटकन, सहज एकाग्र होते आणि खूप चांगला अभ्यास व्हायला लागतो.

अनुभव घ्याच.

दुसरी गोष्ट, बऱ्याचदा आपल्याला परीक्षेचे टेन्शन येते. कारण आपणच आपल्या विचारांनी परीक्षेला टेन्शनशी जोडलेले असते. मला परीक्षेत आठवेल की नाही, वेळ पुरेल की नाही, मी नापास झालो तर? यांसारख्या तणाव वाढविणाऱ्या विचारांची उजळणी आपण घरीदारी स्वतःही करत असतो आणि इतरांकडूनही (पालक, शिक्षक, मित्र) स्वीकारत असतो. आता परीक्षेसंदर्भातील विचार बदलू या. स्वतःला सांगा आणि मान्यही करा. परीक्षा ही मी केलेला अभ्यास व्यक्त करण्याची सर्वोत्तम संधी आहे आणि असेच तर असते! मग या सर्वोत्तम संधीचे सोने करण्याचा निर्धार करा. अगदी तुम्ही कुठल्या विषयात किती मार्क्स मिळविणार हे स्वतःशी ठरवा. तुमचा अभ्यासाचा दर्जा विलक्षण सुधारलेला पाहून तुम्हालाच आश्चर्य वाटेल.

अनुभव घ्याच.

मित्रांनो, आजपर्यंत आपण असामंजस्यापोटी अभ्यासाच्या आणि परीक्षेच्या बाबतीत नकारात्मक कल्पना करत आलो आहे.

खरे तर अपेक्षा यशस्वी होण्याची होती आणि विचार आणि कल्पना मात्र नापास, अयशस्वी होण्याच्याच करत आलो आहोत.

चला, मग आजपासून मनाला सुधारित कल्पना देऊ या. रोज रात्री झोपताना आणि सकाळी जागे होताक्षणी, तसेच दिवसभरात जेव्हा वेळ मिळेल तेव्हा शरीर रिलॅक्स सोडून पुढील कल्पनांची दोनतीन वेळा मनोमन उजळणी करा.

१) अभ्यासासाठी : मी दररोज आनंदाने, प्रसन्नतेने, नियमितपणे अभ्यासाला बसतो आहे. माझे मन अगदी सहजपणे एकाग्र होत आहे. प्रत्येक बैठकीत मी ठरवलेला अभ्यास पूर्ण करतो आहे. तो अभ्यास मला सहजपणे समजत आहे, दीर्घ काळ लक्षात राहत आहे. मी केलेला अभ्यास मला हवा तेव्हा दिलेल्या वेळेत, सर्व मुद्यांसहित सहजपणे आठवत आहे. तोंडी, लेखी स्वरूपात व्यक्त करता येत आहे. माझा अभ्यासातील आत्मविश्वास, उत्साह आणि आनंद दररोज वाढतच आहे. याच पद्धतीने मी प्रत्येक विषयाचा अभ्यास करत आहे.

२) परीक्षेसाठी : अतिशय सहजपणे आणि आत्मविश्वासाने मी परीक्षा हॉलमध्ये जात आहे. मन अगदी प्रसन्न, स्थिर आणि शांत आहे. शांतपणे मी उत्तर पत्रिकेवर आवश्यक तो तपशील (तुमचा परीक्षा क्रमांक, विषय आदि) अचूक भरत आहे. प्रश्नपत्रिका वाचत आहे. प्रश्नांची निवड करून क्रम ठरवत आहे. स्थिर मनाने, आत्मविश्वासाने, निर्भयपणे प्रश्नांची उत्तरे लिहित आहे. विचारलेल्या प्रश्नांची उत्तरे मला दिलेल्या वेळेत, सर्व मुद्यांसहित आठवत आहेत आणि मी ती भरभर, सुवाच्च हस्ताक्षरात लिहित आहे. अगदी वेळेत संपूर्ण पेपर सोडवून झालाय. पेपर तपासतो आहे. पूर्ण पेपर तपासून परत करत आहे. परीक्षा हॉलमधून पूर्ण समाधानाने, आत्मविश्वासाने बाहेर पडत आहे. याच पद्धतीने मी प्रत्येक विषयाचा पेपर सोडवतो आहे.

मित्रांनो, आपल्या मेंदूसाठी Thinking is doing असे असते. वरील कल्पनांचा सराव तुमच्यातील सहज अभ्यास करण्याची आणि आत्मविश्वासाने परीक्षा देण्याची सवय वृद्धिंगत करणार आहे. विचार, भावना, कल्पना आणि कृती एकाच दिशेने जाणाऱ्या असतील तरच आपण आपला सर्वोत्तम परफॉर्मन्स देऊ शकतो. चला तर मग, यंदाच्या परीक्षेला याच पद्धतीने सामोरे जा, उत्तुंग यश तुमची वाट बघत आहे. ते यश प्राप्त करून स्वयंविकासाचा मोठा टप्पा पार करा!

▶ ▶ ▶

हवा भावनिक आधार

घरात मोकळेपणाने सांगायची सोय नसल्याने कॉलेजमध्ये रॅगिंगसारख्या विकृत प्रकाराला बळी पडून मानसिकदृष्ट्या ढासळलेल्या; शाळा-कॉलेजातील मुलांनी अबोला धरल्याने, वाळीत टाकल्याने स्वतःचे अस्तित्व दाखविण्याच्या केविलवाण्या प्रयत्नात नको ते अविचारी धाडस करून स्वतःला त्रास करून घेणाऱ्या; व्यसनाधीन होणाऱ्या आणि गुन्हेगारीकडे वळणाऱ्या मुलामुलींची संख्या दुर्दैवाने दिवसेंदिवस वाढतानाच दिसत आहे.

'देव भावाचा भुकेला' या उक्तीला प्रमाण मानून आपण देवाची प्रार्थना करताना देवावर स्तुतिसुमनांचा किती वर्षाव करतो. कारण त्यानंतर आपल्याला अपेक्षित फलश्रुती होणार असे आपण मानतो. 'मन करा रे प्रसन्न, सर्व सिद्धींचे कारण' हे तुकोबारायांचे वचन आपण खड्या आवाजात बोलतो, पण त्याचा गर्भितार्थ साफ विसरून जातो. खरे तर प्रत्येक जण महत्त्वपूर्ण असतो. प्रत्येकाचे मन जर प्रसन्न राहिले, तर उत्तम गुणवत्तेची, कार्यक्षमतेची, यशस्वी होण्याची, आनंदी होण्याची सिद्धी सहज प्राप्त होऊ शकते. या साठी माया, प्रेम, जिव्हाळा, सुरक्षितता, आधार मिळणं ही प्रत्येकाची, विशेषतः मुलांची गरज असते. याबाबतीत जर एखाद्या व्यक्तीची सातत्याने अवहेलना झाली, ती व्यक्ती दुर्लक्षित राहिली किंवा तिच्यावर सतत दोषारोप होत राहिले, तर जीवनाला किती गंभीर आणि विपरीत वळण लागू शकते याची काही प्रातिनिधिक उदाहरणे आपण बघू.

इंजिनियरिंगचा एक विद्यार्थी एक दिवस घरातून पळून गेला. खूप शोधाशोध केल्यानंतर तो पोलिसांना एका रेल्वेस्टेशनवर सापडला. विचारपूस केल्यानंतर असे

लक्षात आले की नुकताच त्याचा रिझल्ट लागला होता. तो तीन विषयांत नापास झाला होता. एवढ्यासाठी घर सोडून जाण्यामागचे कारण शोधताना त्याने त्याचे मन मोकळे केले आणि पुढील गोष्टींचा उलगडा झाला. घरातील दोन भावंडांत तो सर्वात मोठा. अभ्यासात दोघेही हुशार. परीक्षेत नेहमी पहिल्या पाचांत येणारे. आईवडिलांच्या अपेक्षांना अंतच नाही. आठवीला सहामाहीला गणितात अपेक्षेपेक्षा कमी मार्क्स मिळाले. घाबरत घाबरत घरी प्रगतीपुस्तक दाखवले. खूप बोलणे ऐकावे लागले.

वडिलांनी 'यांच्यासाठी एवढे कष्ट करतो. याची लायकी नाही. मला पुरते फसवले या नालायकाने' असे बोल ऐकवले. आई पण खूप रडली. 'मी कुठे कमी पडलो' अशी वाक्ये गणिताच्या तासाला कानात सतत घुमायची. लक्षच लागेना. गणिताची भीती मनात बसली. लहान भाऊसुद्धा काहीही बोलायला लागला. आईवडिलांना चहाड्या करायला लागला. घरात कोणाशीही मनमोकळेपणाने बोलायची सोय उरली नाही. सतत मनावर ताण. परिणाम जो व्हायचा तोच झाला. पुढच्या चाचणीत गणितात चक्क नापास झाला. 'आता घरी काय महाभारत घडेल' या भीतीपोटी त्याने प्रगतिपुस्तकावर खाडाखोड करून आपले मार्क्स वाढवून घेतले. मात्र तो प्रकार लगेच उघडकीस आला. आता तर परिस्थिती जास्तच भयंकर झाली. घरात सततची बोलणी. 'सातवीपर्यंत ठीक होता, आता पूर्ण बिघडलाय, याच्याकडून काही अपेक्षा करणेच चुकीचे.' आईवडील आणि धाकटा भाऊ सर्व हेटाळणी करत राहिले. मुळात हुशार असल्याने दहावीला इंजिनियरिंगच्या डिप्लोमाला प्रवेश मिळाला, पण मानसिक आधार काही मिळाला नाही. आणि आज हा दोन विषयात नापास झाला. आता आपले काही खरे नाही. घरात काहीही आधार मिळणार नाही या वैफल्यापोटी त्याने घरातून पळून जाण्याचा दुर्दैवी निर्णय घेतला.

एका परीक्षेत अपेक्षेपेक्षा कमी गुण मिळणे म्हणजे सर्वच काही गमावणे नव्हे, हे जर त्या पालकांनी वेळीच लक्षात घेतले असते तर त्या मुलाची अशी फरफट झाली नसती.

दहावीला ९० टक्क्यांपेक्षा जास्त गुण मिळविलेली अतिशय सुंदर मुलगी ऐन बारावी शास्त्र शाखेत असताना आठवीत नापास झालेल्या, शाळा सोडलेल्या, सर्वार्थाने सुमार असलेल्या, गुटखा-दारूचे सेवन करणाऱ्या मुलासोबत पळून गेली. पोलिसांच्या मदतीने तिला घरी आणले. तिच्या अशा वागण्याचे कारण शोधताना लक्षात आले की ती अत्यंत महत्त्वाकांक्षी पालकांची मुलगी होती. दोघेही प्रतिष्ठित,

उच्चविद्याविभूषित! आई जास्त प्रभुत्ववादी. वडिलांचे करिअरसुद्धा तिच्यामुळेच एवढे यशस्वी आहे अशी तिची धारणा! त्यामुळे मुलीचा अभ्यास, परीक्षा, गुण, तिचे राहणे, वागणे-बोलणे, तिच्या मैत्रिणी या बाबतीत आई नको तितके लक्ष घालायची. नको तितक्या, नको त्या सूचना देई. जणू काही तिला स्वतःची विचारशक्तीच नाही. दहावीला ९३ टक्के गुण मिळाले. इतरांसमोर तेवढ्यापुरते कौतुक केले. आईने मात्र 'नीट अभ्यास केला असता तर अजून जास्त मार्क्स मिळू शकले असते' असं बोलून जेवढे गुण मिळाले त्याचे श्रेय पण स्वतःकडे घेऊन टाकले. मुलीचे मन आतून दुखावले. त्या मुलावरील तथाकथित प्रेमाबद्दल विचारल्यावर विचारलं असता तिचं उत्तर होतं की 'तो खूप प्रेमळ आहे, तो मला खूप समजून घेतो, खूप चांगलं बोलतो. मला आईवडिलांपेक्षा तो जास्त जवळचा वाटतो.' अर्थात त्याच्याबद्दलच्या सर्व विदारक वस्तुस्थितीची जाणीव झाल्यानंतर तिने तो विषय सोडला. मात्र जे प्रेम, माया, समजून घेणे, योग्य गोष्टींसाठी कौतुक करणे, न केलेल्या गोष्टींसाठी उगाचच दोष न देणे या गोष्टी आईवडिलांकडून अपेक्षित होत्या. त्याच्या संतृप्ततेसाठी तारुण्याच्या उंबरठ्यावर पाऊल ठेवत असणाऱ्या त्या मुलीकडून असे अविवेकी पाऊल उचलले गेले.

अशा किती दुर्दैवी गोष्टी घडतात. घरात मोकळेपणाने सांगायची सोय नसल्याने कॉलेजमध्ये रॅगिंगसारख्या विकृत प्रकाराला बळी पडून मानसिकदृष्ट्या

'देव भावाचा भुकेला' ही उक्ती प्रमाण मानून आपण देवाची प्रार्थना करतो. त्यावर स्तुतिसुमनांचा वर्षाव करतो. त्यानंतर आपल्याला अपेक्षित फलश्रुती होणार असे आपण मानतो. 'मन करा रे प्रसन्न, सर्व सिद्धींचे कारण' हे तुकोबारायांचे वचन आपण खड्या आवाजात बोलतो, पण त्याचा गर्भितार्थ साफ विसरून जातो. प्रत्येकाचे मन प्रसन्न राहिले, तर उत्तम गुणवत्तेची, कार्यक्षमतेची, यशस्वी होण्याची, आनंदी होण्याची सिद्धी सहज प्राप्त होऊ शकते. या साठी माया, प्रेम, जिव्हाळा, सुरक्षितता, आधार मिळणे ही प्रत्येकाची, विशेषतः मुलांची गरज असते. जर एखाद्या व्यक्तीची सातत्याने अवहेलना झाली, ती व्यक्ती दुर्लक्षित राहिली किंवा तिच्यावर सतत दोषारोप होत राहिले, तर जीवनाला गंभीर आणि विपरीत वळण लागू शकते.

ढासळलेल्या; शाळा-कॉलेजातील मुलांनी अबोला धरल्याने, वाळीत टाकल्याने स्वत:चे अस्तित्व दाखविण्याच्या केविलवाण्या प्रयत्नात नको ते अविचारी धाडस करून स्वत:ला त्रास करून घेणाऱ्या; व्यसनाधीन होणाऱ्या आणि गुन्हेगारीकडे वळणाऱ्या मुलामुलींची संख्या दुर्दैवाने दिवसेंदिवस वाढतानाच दिसत आहे.

मित्रांनो, मुलांच्या सर्व प्रकारच्या समस्या निर्माण होण्याचे कारक घटक असतात घर, नातेवाईक, शाळा, कॉलेज, शिक्षक, मित्र-मैत्रिणी. अन्न, वस्त्र, निवारा या मूलभूत गरजांसोबत मुलांना सुरक्षितता, प्रेम, आधार यांची मोठी गरज असते. कारण जीवनातील अत्यंत महत्त्वाच्या शारीरिक आणि मानसिक स्थित्यंतरातून ते जात असतात. अशा वेळी तो आधार, प्रेम, कौतुक आणि सुरक्षितता मिळण्याची सर्वाधिक अपेक्षा आणि गरज ही घराकडून, पालकांकडून असते आणि तेच योग्य, न्याय्य आहे. यानंतरची ही गरज शिक्षकांकडून असते. मग चांगले मित्रमैत्रिणी. मुलांच्या हातून होणाऱ्या चुका बहुतेकदा नकळत, अज्ञानापोटी, गैरसमजापोटी होत असतात, हे सर्वच मोठ्यांना कळायला हवे. मुलांवर खेकसून, त्यांचे काही ऐकून न घेता आपलीच मते त्यांच्यावर लादली, तर मुलांच्या मनावरील ताण खूप असह्य होतो. त्यांना माफ करून, नीट समजावून नव्याने संधी दिली तर त्यांच्या भावविश्वात स्थैर्य निर्माण होते. सर्वप्रथम हेच केले पाहिजे. किंबहुना अशी परिस्थितीच निर्माण होणार नाही या बाबत सजग राहिले पाहिजे.

अति काहीही नको. अति शिस्तही नको, अति स्वातंत्र्य नको, अति प्रेमही नको. सर्व गोष्टी संतुलित असाव्यात. मात्र गरजेइतके तरी मिळावे.

सर्व लहानमोठ्यांनी थोडे आत्मपरीक्षण करून जर विचार केला, त्यानुसार जर स्वत:पासून परिवर्तनाला सुरुवात केली तरच पुढची पिढी आपण खऱ्या अर्थाने घडवू शकू.

▸ ▸ ▸

कौतुक करा

“प्रत्येकाने स्वतःच्या आत जर डोकावून बघितले, तर बालवयात रास्त कौतुकाच्या अभावाने किती नुकसान झाले आहे याचा बोध होऊन पुढच्या पिढीसाठी काही तरी चांगले करता येईल. अनुभवांती सिद्ध झाले आहे की जर आपण मनापासून, प्रामाणिकपणे एखाद्याने केलेल्या चांगल्या गोष्टीची, कामाची प्रशंसा केली, तर त्या व्यक्तीच्या जीवनात खूप मोठे सकारात्मक परिवर्तन दिसून येते. एकंदर व्यक्तिमत्त्व सकारात्मक व बलशाली होते. व्यक्तीला अधिक भरीव कार्य करण्याची ऊर्जा आणि प्रेरणा मिळते.”

मित्रांनो, जगभरातील सर्वच देवांना त्यांची स्तुती केलेली आवडते. देवतांच्या पूजा-अर्चांमध्ये त्या त्या देवाच्या गुणांचे सुरस वर्णन केलेले असते. आपण देवाची स्तुती केली म्हणजे तो आपल्याला वरदान देतो, आपले भले करतो, अशी धारणा सर्वच धर्मसंस्कृतींमध्ये दिसते. खरे तर देव म्हणजे चांगल्या गुणांचे प्रतीक! जर आपण स्वतःसह सर्वांमधील चांगले गुण, चांगल्या गोष्टी, सवयी आणि कौशल्यांची मनापासून प्रशंसा केली, तर ती व्यक्ती त्याच्यातील सर्वोत्तम ते विकसित करू शकते. हे आता मनोविज्ञानाच्या सर्वच कसोट्यांवर सिद्ध झाले आहे.

दुर्दैवाने आज जर आपण आजूबाजूला बघितले तर अगदी घरातल्या सदस्यांपासून मित्रपरिवार, सहकर्मचारी, किंवा स्वतःच्या आत जरी डोकावलो, तरीही लक्षात येईल की आपण सतत तक्रारी करतोय, दोष शोधतोय, चुका शोधतोय.

सतत असे दोष बघण्यामुळे आणि सार्थ कौतुकाच्या अभावाने विद्यार्थ्यांचा अभ्यासातला रस कमी होतो. शिक्षकांची ज्ञानदानाची भावना रूक्ष झालेली आढळते. वर्षानुवर्षे मुलांचे संगोपन, आहार, संस्कार तसेच घरातली सर्व कामे करणाऱ्या गृहिणी वैतागलेल्या दिसतात. ऑफिस, कंपनीमध्ये काम करणाऱ्या कर्मचाऱ्यांमध्ये रजेचे प्रमाण वाढताना दिसते, कामाचा दर्जा सुमार होताना दिसता. राजकारणातील कार्यकर्ते, नेते यांची निष्ठा कमी होताना दिसते, लोकाभिमुख कामांतील गती थंडावलेली, एकमेकांवर आरोप-प्रत्यारोप आणि पक्षांतरे वाढलेली दिसत आहेत. प्रत्येकाच्या तोंडी कमीअधिक फरकाने 'आम्हाला कोणी समजून घेत नाही', 'एवढे चांगले, प्रामाणिकपणे काम करत आहोत तरी त्याची साधी दखल कोणी घेत नाही', 'कोणी शब्दानेही कौतुक करत नाही' यांसारखी खंतावलेली वाक्ये ऐकायला मिळतात. कित्येक मानसिक आणि मनोशारीरिक आजारांची मुळेदेखील याच खंतावलेल्या विचारांत आणि त्याला कारण असलेल्या परिस्थितीत सापडतात.

विल्यम जेम्स या मानसतज्ज्ञाने प्रदीर्घ संशोधनाअंती सांगितले आहे की, कौतुकाची, प्रशंसेची अपेक्षा हा मानवी स्वभावातील मूळ भाव आहे. मित्रांनो, एखाद्यातील दोष दाखवणे खूप सोपे असते. आपण दोष, त्रुटी दाखविताना एक प्रकारे त्या व्यक्तीचे अस्तित्वच नाकारत असतो. प्रत्येकाला स्वतःला स्वतःहूनच प्रेरित करता येईल असे नाही. अशा व्यक्तींवर या टीकेचा किंवा त्यांच्या चांगल्या कामाला दुर्लक्षित केल्याचा गंभीर व विपरीत परिणाम दिसून येतो. विशेषतः लहान मुलांच्या व विद्यार्थ्यांच्या बाबतीत याचे मोठे दुष्परिणाम दिसून येतात. भावंडांत एकमेकांप्रती द्वेषाची भावना निर्माण होते, एकमेकांना कमी दाखविण्याकडे कल वाढतो. अभ्यासातच काय, पण सर्वच बाबतीत अशा मुलांची अनास्था वाढते. व्यक्तिमत्त्व नकारात्मक बनते. लहान मुलांचे उदाहरण पुन्हा एवढ्यासाठीच देत आहे; कारण प्रत्येकाने स्वतःच्या आत जर डोकावून बघितले, तर बालवयात रास्त कौतुकाच्या अभावाने किती नुकसान झाले आहे याचा बोध होऊन पुढच्या पिढीसाठी काही तरी चांगले करता येईल. अनुभवांती सिद्ध झाले आहे की जर आपण मनापासून, प्रामाणिकपणे एखाद्याने केलेल्या चांगल्या गोष्टीची, कामाची प्रशंसा केली, तर त्या व्यक्तीच्या जीवनात खूप मोठे सकारात्मक परिवर्तन दिसून येते. त्या व्यक्तीचा आत्मविश्वास वाढतो, स्वप्रतिष्ठा उंचावते, एकंदर व्यक्तिमत्त्व सकारात्मक व बलशाली होते. व्यक्तीला अधिक भरीव कार्य करण्याची ऊर्जा आणि प्रेरणा मिळते.

शब्दांना प्रभाव असतो. शब्दांनी शरीरात रासायनिक बदल होतात. ज्या वेळी आपण एखाद्याने केलेल्या चांगल्या कामाबद्दल त्याचे कौतुक करतो, दाद देतो, काही चांगले शब्द उच्चारतो, शाबासकी देतो, त्या वेळी त्याच्या शरीरात चित्तवृत्ती प्रफुल्लित करणारी, रक्तातील ऑक्सिजन वाहून नेण्याची क्षमता वाढविणारी, कार्यक्षमता वाढविणारी, आनंदी वृत्ती वाढविणारी रसायने तयार होतात. या वेळी अजून एक महत्त्वपूर्ण गोष्ट घडते. तुम्ही जेव्हा इतरांच्या चांगल्या गुणगोष्टी शोधून त्यांचे कौतुक करता, त्या वेळी तुमच्या शरीरातदेखील ही रसायने उत्पन्न होतात. मित्रांनो, अनुभव घ्या जेव्हा तुम्ही इतरांच्या चांगल्या कामाचे खुल्या मनाने कौतुक कराल, तेव्हा तुम्हाला आतून एक विलक्षण समाधानाची, शांततेची अनुभूती येते.

जीवनाचा सिद्धान्त सांगतो की तुम्ही जे आणि जसे देता तेच आणि तसेच तुम्हाला परत मिळते. तुम्ही इतरांच्या चांगुलपणाची प्रशंसा करा, त्यांच्याही मनात तुमच्याबद्दल तशाच भावना निर्माण होतील. तुमच्याबद्दल सन्मानाची भावना निर्माण होईल, तुमच्या भेटीची ओढ राहील, नात्यांमध्ये गोडवा राहील.

संपन्न, स्वास्थ्य आणि प्रगतिशील जीवनाला चांगल्या सवयींशिवाय पर्याय नाही, याची जाणीव आज मोठ्या प्रमाणावर वाढली आहे. म्हणून विविध मोठमोठ्या कंपन्यांमध्ये कर्मचाऱ्यांची कार्यक्षमता वाढावी, कंपनी प्रती, कामाप्रती समरसता वाढावी, ताणतणाव कमी व्हावेत, उत्पादनक्षमता वाढावी, व्यावसायिक वृद्धी व्हावी यासाठी वरिष्ठांसाठी Appreciation Training घेतले जातात, कौटुंबिक पातळीवरील सुमेळ टिकून राहावा, नात्यांमध्ये गोडवा, आपलेपणा राहावा यासाठी Appreciation Seminar आयोजित केले जातात. वास्तविक एकमेकांच्या चांगल्या गोष्टींची, केलेल्या कामांची नोंद घेऊन

कौतुकाची, प्रशंसेची अपेक्षा हा मानवी स्वभावातील मूळ भाव आहे. मित्रांनो, एखाद्यातील दोष दाखवणे खूप सोपे असते. आपण दोष, त्रुटी दाखविताना एक प्रकारे त्या व्यक्तीचे अस्तित्वच नाकारत असतो. प्रत्येकाला स्वत:ला स्वत:हूनच प्रेरित करता येईल असे नाही. अशा व्यक्तींवर या टीकेचा किंवा त्यांच्या चांगल्या कामाला दुर्लक्षित केल्याचा गंभीर व विपरीत परिणाम दिसून येतो.

प्रशंसा करणे यासाठी एक साधा पैसाही लागत नाही. फक्त हवा असतो मनाचा मोठेपणा... आणि ज्याचे मन मोठे त्याला जीवनात काहीही कमी पडत नाही.

देव तर प्रतीक आहे चांगुलपणाचे. माणसामाणसातील चांगुलपणा शोधून त्याबद्दल त्याचे कौतुक ही तर सर्वश्रेष्ठ प्रार्थना आहे. स्वत:सह सर्वांचे भले करून देणारी. हीच आहे काळाची खरी गरज!!

▶ ▶ ▶

मन करा रे एकाग्र

“आपल्या मनाच्या क्षमता अमर्याद आहेत. मोठमोठे महत्त्वपूर्ण शोध लावणारे शास्त्रज्ञ, अप्रतिम कलाविष्कार करणारे कलावंत, दर्जेदार साहित्यनिर्मिती करणारे लेखक-कवी, गणित तज्ज्ञ, कुशल खेळाडू यांनी मनाच्या क्षमतांचा वापर करूनच देदीप्यमान कामगिरी केलेली आहे. या क्षमतांना प्राप्त करून घेण्याची गुरुकिल्ली म्हणजेच एकाग्रता होय.”

मित्रांनो, आपण प्रत्येक जण दररोज मनाच्या एकाग्रतेचा अनुभव घेत असतो. खेळताना, टीव्ही बघताना, गाणे ऐकताना, मोबाईलवर चॅटिंग करताना, मित्रांसोबत गप्पा मारताना, फिरताना. स्थळकाळाचे भान हरपून आपण काही गोष्टींमध्ये अगदी रमून जातो. किती सहज अनुभवतो आपण मनाची ही एकाग्रता. मात्र हीच एकाग्रता जर ठरवून वापरता आली तर? म्हणजे एखाद्या महत्त्वाच्या, अपेक्षित कृतीवर, विचारावर ठरवून दीर्घ काळ मनाचे अवधान टिकवून ठेवण्याची क्षमता प्राप्त झाली तर... आपण मनाची एकाग्रता प्राप्त करण्याच्या साध्यासोप्या टिप्स जाणून घेणार आहोत. कारण हीच एकाग्रता विद्यार्थ्यांना अभ्यास तसेच विविध कलाक्रीडा कौशल्ये आत्मसात करण्यात मदत करून यशस्वी बनविते. गुंतागुंतीची शस्त्रक्रिया करणाऱ्या सर्जनची एकाग्रता रुग्णाला जीवनदान मिळवून देते. अजस्त्र यंत्रांवर जीवाची जोखीम घेऊन काम करणाऱ्या कामगारांची एकाग्रता मोठमोठी उत्पादने निर्माण करते. संपूर्ण देशाची सुरक्षितता व प्रगती साधणाऱ्या अधिकाऱ्यांची, राजकारण्यांची एकाग्रता अचूक निर्णय घेण्यास मदत करते, आंतरराष्ट्रीय क्रीडाप्रकारांत खेळाडूंकडून हीच एकाग्रता मोठमोठी रेकॉर्ड्स निर्माण करते. थोडक्यात जीवनाच्या प्रत्येक क्षेत्रात मनाची एकाग्रता अतिशय महत्त्वाची आणि गरजेची आहे.

मित्रांनो, आपल्या मनाच्या क्षमता अमर्याद आहेत. मोठमोठे महत्त्वपूर्ण शोध लावणारे शास्त्रज्ञ, अप्रतिम कलाविष्कार करणारे कलावंत, दर्जेदार साहित्यनिर्मिती करणारे लेखक-कवी, गणित तज्ज्ञ, कुशल खेळाडू यांनी मनाच्या क्षमतांचा वापर करूनच देदीप्यमान कामगिरी केलेली आहे. या क्षमतांना प्राप्त करून घेण्याची गुरुकिल्ली म्हणजेच एकाग्रता होय. जसा सूर्याच्या किरणांमध्ये असलेला प्रकाश आणि उष्णता भिंगातून एकाग्र केली, तर त्यातून अग्नि उत्पन्न होतो, त्याचप्रमाणे मनाची एकाग्रता साधता आली, तर आपणही अमर्याद क्षमता प्राप्त करू शकतो.

मात्र अनेकदा आपण उलटाही अनुभव घेतो. एखादे काम हाती घेतले तरी मन मात्र सारखे इतरत्र पळत राहते. एखाद्या गोष्टीवर मन स्थिरच होत नाही. अशी ढीगभर कामे अर्धवट पडून राहतात. एक काम सुरू केले की दुसरी कामे आठवतात आणि हातातले काम बाजूला पडते. विद्यार्थीमंडळींना अभ्यासाला बसले की वेगवेगळे विचार मनात यायला लागतात. कधी मन मैदानावर जाते, कधी शाळा-कॉलेजातील मित्र मैत्रिणींच्या गप्पा आठवतात. मोबाईल चॅटिंग, इंटरनेटकडे मन धावते, तासन्तास वाया जातात. अभ्यासाचे नुकसान होते. मनाच्या एकाग्रतेच्या अभावाने कुटंबातील नाती, ऑफिसातील, कंपनीतील कामावर विपरीत परिणाम होतात.

सहजरीत्या मनाची एकाग्रता साधता येणे हा सरावाचा भाग आहे. जसे एखाद्या गोष्टीत निपुण होण्यासाठी आपण अनेकदा प्रॅक्टिस करतो, तशीच मनाची एकाग्रता वाढावी म्हणून विविध तंत्रांचा आणि जीवनशैलींचा अंगिकार करून सातत्याने सराव करावा लागेल.

मित्रांनो, संशोधन सांगते आणि आपला प्रत्येकाचाही अनुभव आहे की शांत मनच उत्तमरीत्या एकाग्र होऊ शकते. मनाच्या एकाग्रतेवर विपरीत परिणाम घडविणारा घटक म्हणजे पूर्ण विश्रामाचा अभाव. योग्य वेळी, योग्य प्रमाणातील शांत झोप मनाला शांत करते आणि एकाग्रता वाढविण्यास मदत करते. मात्र अतिरिक्त आणि अवेळी घेतलेली झोप शरीराचे नैसर्गिक चक्र बिघडविते. त्यामुळे आळस वाढतो. म्हणून झोपेच्या वेळा आणि अवधी नियमित असाव्यात. कामाचे आणि वेळेचे व्यवस्थित नियोजन नसेल, तर मनाला एकाग्र होता येत नाही. नियोजन न करता काम करायला लागलात, तर आपले मन वेगवेगळ्या ठिकाणी भरकटू लागते. मधूनच दुसरे एखादे काम आठवेल. मधूनच मोबाईल बघण्याची इच्छा होईल, मग त्यातच रमून जाल, वेळ घालवत बसाल. नियोजनाअभावी मनाला योग्य टार्गेट, निश्चित दिशा न मिळाल्याने निरर्थक गोष्टींमध्येच टाइमपास होईल.

मनाच्या एकाग्रतेचा प्रभावी वापर होण्यासाठी आपल्याला करावयाच्या कामाचे सुस्पष्ट आणि टप्प्यानुसार नियोजन करा. त्यासाठी द्यावा लागणारा वेळ निश्चित करा. ते एकदा स्वत:च्या मनाला सांगा, आणि मगच कामाला सुरुवात करा. काम, मनोरंजन, आराम यांच्याही वेळा ठरविलेल्या असल्या की मन अतिशय छान एकाग्र होते.

एका वेळी एकच गोष्ट करण्याची आणि ती पूर्ण करण्याची सवय जडवा. म्हणजे जर एखादा धडा अभ्यासाला बसल्यावर हातातील धडा पूर्णच करावा. अर्धवट सोडायचा नाही. कुठल्याही कामाला अर्धवट सोडले तर आपल्या मेंदूला संदेश जातो की असे अर्धवट काम केलेले मला चालते. मग मेंदू या गोष्टीला सवयीत रूपांतरित करतो. मग ही सवय प्रत्येक कामात आड येईल. महत्त्वाच्या आणि गरजेच्या कामातसुद्धा मन एकाग्र होणार नाही. म्हणून जर तुम्ही तुमच्या एकाग्रतेचा वापर करू इच्छित असाल, तर सुरुवातीला छोटी छोटी कामे पूर्ण करून मेंदूला हा संदेश पोहोचवा की मी जे काम हाती घेतो ते पूर्णच करतो.

कंटाळा येणे हे एकाग्रतेला बाधक आहे. त्याला बळी पडू नये म्हणून एक छोटीशी पण प्रभावी युक्ती सांगतो. समजा, गणिताचा अभ्यास करत आहात आणि खूप कंटाळा आला आहे. अशा वेळी मुद्दाम आणखी दोनतीन गणिते सोडवा. मगच ब्रेक घ्या. असेच व्यायाम किंवा कोणतेही महत्त्वाचे काम करताना करा. त्यामुळे तुमच्या मेंदूला तुम्ही कंटाळ्याला थारा देत नाही हा संदेश मिळेल. तुम्ही ठरवून काही काम करत आहात. त्यामुळे मन तुमचे सेवक बनेल. मग सरावाने तुम्ही

आपण प्रत्येक जण दररोज मनाच्या एकाग्रतेचा अनुभव घेत असतो. खेळताना, टीव्ही बघताना, गाणे ऐकताना, मोबाईलवर चॅटिंग करताना, मित्रांसोबत गप्पा मारताना, फिरताना. स्थळकाळाचे भान हरपून आपण काही गोष्टींमध्ये अगदी रमून जातो. किती सहज अनुभवतो आपण मनाची ही एकाग्रता. मात्र हीच एकाग्रता जर ठरवून वापरता आली तर? म्हणजे एखाद्या महत्त्वाच्या, अपेक्षित कृतीवर, विचारावर ठरवून दीर्घ काळ मनाचे अवधान टिकवून ठेवण्याची क्षमता प्राप्त झाली तर... आज आपण मनाची एकाग्रता प्राप्त करण्याच्या साध्यासोप्या टिप्स जाणून घेणार आहोत.

जेव्हा थांबायचे म्हणाल, तेव्हाच मन थांबेल. तोपर्यंत ते तुम्हाला पूर्ण एकाग्रता प्रदान करेल.

पूर्ण आणि सहज एकाग्र होण्यासाठी योग्य कृती योग्य जागीच करा. त्यामुळे आपल्या मेंदूला किंवा मनाला त्या विशिष्ट जागेचे विशिष्ट कामासाठी असोसिएशन होईल. जर अभ्यास करणार असाल, तर तो टेबल-खुर्चीवर बसूनच करा. कारण टेबल-खुर्चीचं असोसिएशन तुमच्या मेंदूत अभ्यासाशी किंवा काम करण्याशी असते. पण जर बेड किंवा सोफ्यावर लोळून अभ्यास केला, तर मेंदूवर ताण येईल. कारण आता त्याला दोन कामं करावी लागताहेत आणि तीदेखील परस्पर विरोधी. आपल्या मेंदूत बेड किंवा सोफा यांचे समीकरण आरामाशी किंवा झोपेशी असते. या ठिकाणी तुम्ही अभ्यासात एकाग्र होणे मुश्किल होईल. थोड्याच वेळात तुम्ही अभ्यास सोडून झोपी गेलेले असाल. म्हणून योग्य गोष्ट योग्य जागीच करा. त्यामुळे अतिरिक्त ताण येणार नाही आणि एकाग्रतेचा पुरेपूर वापर करू शकाल. शारीरिक स्वास्थ्य उत्तम असणे एकाग्रता साधण्यासाठी खूप आवश्यक असते. त्यासाठी नियमित व्यायामाला आपल्या दैनंदिन जीवनात स्थान द्यावे. व्यायामाने रक्ताभिसरण सुधारते. मेंदूला शुद्ध ऑक्सिजनचा पुरवठा वाढतो. विशेष म्हणजे व्यायाम करताना सातत्य पाळल्याने एकाग्रतेचा सराव घडतो. जितका सराव अधिक तितकी एकाग्रता वाढते. सरावाने सवय निर्माण होते. मग हव्या त्या ठिकाणी, हवे तेव्हा आपण सहजरीत्या एकाग्र होऊ शकतो.

मनाची एकाग्रता वाढविण्याकरीता अत्यंत प्रभावी उपाय म्हणजे ध्यानधारणा आणि स्वसंमोहन. अचूक व योग्य मार्गदर्शन मिळाले, तर या दोन्ही प्रक्रियांनी मनाची एकाग्रता विलक्षण वाढते.

मित्रांनो, आपल्याला अर्थपूर्ण जीवन जगायचे आहे. त्यासाठीच्या सर्व गुणवत्ता आपल्या अंतर्मनास निसर्गाने बहाल केल्या आहेत. तुमची इच्छा प्रामाणिक असू द्या. वरील तंत्रांचा सराव करा, मग बघा तुमची एकाग्रता तुम्हाला यशाच्या उत्तुंग शिखरावर कशी लीलया घेऊन जाते.

▸ ▸ ▸

करिअरबाबत साधा मुक्त संवाद

मुलांची अभिरुची, आवडी, कौशल्ये, क्षमता, दुर्बलता जाणून घेताना त्यांना दैनंदिन जीवनाशी निगडित असलेल्या करिअरच्या विविध क्षेत्रांची माहिती करून देत राहिले पाहिजे. मुलांचे कल, त्यांच्या क्षमता जाणण्यासाठी विविध प्रकारच्या स्पर्धा, परीक्षा, छंद यांना सामोरे जाऊ द्यावे. त्यातील त्यांचा परफॉर्मन्स, त्यांना मिळणारा आनंद, वाढणारा उत्साह आणि आत्मविश्वास लक्षात घेतला पाहिजे. जोपर्यंत विविध क्षेत्रांची खरी माहिती मिळत नाही तोपर्यंत मुलांना वस्तुस्थितीचा अंदाज कसा येईल? ही जबाबदारी पालकांची आहे.

आज आपण पाल्यांच्या करिअर निवडीमध्ये पालकांचे महत्त्व आणि त्यांची भूमिका या विषयावर बोलणार आहोत. पालकांना पाल्याचे भवितव्य आणि त्याचे जीवन सुखी, आनंदी, सुरक्षित आणि समाधानी असावे असे वाटते. पण अशा काही गोष्टी घडतात ज्यामुळे मुलांच्या करिअरबद्दलचे निर्णय चुकतात. मुलांचे करिअर खराब होतेच; पण खापर पालकांवर फोडले जाते. कधी पालक पाल्याने स्वत: निवडलेल्या करिअरला दोष देतात. घरातील वातावरण गढूळ होऊन जाते, पालक-पाल्यांमध्ये संघर्षाचे प्रसंग उद्भवतात. आयुष्याच्या उतरणीला पाल्याचे अनिश्चित भवितव्य पालकांच्या जीवाला घोर लावते. करिअर निवडीच्या महत्त्वाच्या काळात चुकलेल्या निर्णयांमुळे पाल्यसुद्धा वैफल्यग्रस्त होऊन जातो.

करिअर निवडीबाबत काही परंपरागत पद्धती आपल्याकडे आढळतात. पालक डॉक्टर असल्यास, मोठे हॉस्पिटल, चांगली प्रॅक्टिस या पार्श्वभूमीवर पाल्यानेदेखील

डॉक्टर होऊन पुढे ते सांभाळावे असे पालकांचे (त्यांच्या दृष्टीने रास्त) म्हणणे असते. इंजिनियर, वकील, व्यावसायिक पालक असलेल्या पाल्यांच्या बाबतीत असेच होताना आढळते. व्यावसायिक वृद्धी आणि सुरक्षित भवितव्य यांच्या दृष्टीने प्रथमदर्शनी हा विचार योग्यही वाटतो. पण प्रत्येक वेळी यात यशच मिळाले आहे असे नाही. पाल्याची अभिरुची, समज आणि क्षमता यांकडे पूर्ण दुर्लक्ष करून त्याला पालकांनी ठरविलेल्या क्षेत्रातच आणण्याचा अट्टहास भविष्यात चुकीचा ठरल्याची खूप उदाहरणे आहेत. डॉक्टर म्हणून यशस्वी कारकीर्द केलेल्या पालकांनी आपल्या मुलाला डॉक्टरच बनविण्याच्या निर्णयाने आलेल्या दडपणामुळे मानसिक स्वास्थ्य गमावलेल्या मुलाने सलग दोन वर्षे एम.बी.बी.एस.ला नापास झाल्यानंतर पुन्हा डिप्लोमा फार्मसीला प्रवेश घेतला. पण त्याचा तो कल नव्हताच. तो तिथेही नाही चालू शकला. आता तो विमनस्क अवस्थेत घरी बसलाय आणि वयस्कर वडील अजून हॉस्पिटल सांभाळत आहेत. एक इंजिनिअरिंग कंपनी चालवणाऱ्या वडिलांनी मुलाला अजिबात क्षमता नसताना इंजिनिअरिंगलाच पैसे भरून प्रवेश घेतला. त्याचे डोकेच चालेना. नापास होण्याची मालिका सुरू झाल्याने दोघांमध्ये झालेल्या शाब्दिक चकमकीत मुलाने वडिलांना, 'तुम्ही फक्त तुमच्या रिटायरमेंटनंतरच्या मनोरंजनासाठी कंपनी टाकली आहे आणि तुम्हाला मी नोकर म्हणून इंजिनिअर हवाय. मला इंटरेस्ट नसताना इंजिनिअरिंगला टाकले आहे' असे सुनावले.

अनेकदा पालकांना आपला पाल्य करिअर निवडीच्या बाबतीत सक्षम नाही असे वाटते. या वयात काय कळते करिअरबद्दल? 'पाल्याच्या बाबतीत सर्वात योग्य विचार फक्त आम्हीच करू शकतो' या धारणेपोटी कधीकधी पालकसुद्धा चुकीचे निर्णय घेतात. हॉटेल मॅनेजमेंटची आवड असलेल्या एका मुलाला शिक्षक असलेल्या वडिलांनी बळजबरीने इंजिनिअरिंगला घातले. त्यातील अपयशामुळे मुलाने इंजिनिअरिंग सोडण्याचा निर्णय ऐकवल्यानंतर तर वडिलांनीच, 'इंजिनिअरिंग सोडलं तर मी जीव देईन' असा पवित्रा घेतला. याउलट कधीकधी पालकच पाल्याला करिअरची निवड करायला लावतात आणि त्यात अपयश आले की, 'तू तर तुझ्या मनानेच निवडलं होतं हे करिअर' अशी भूमिका घेऊन एकमेकांचा मनस्ताप वाढवितात.

हे सर्व असे का होते, चुका नेमक्या कुठे होतात आणि त्या टाळण्यासाठी पालक पाल्यांनी नेमके काय करावे हेच आज आपण जाणून घेणार आहोत.

मित्रांनो, करिअरची निवड एका दिवसात किंवा ऐन वेळी घडणारी गोष्ट नाही. त्याची तयारी फार आधीपासून करायची असते. पालकांनी आणि पाल्यानेसुद्धा. खरे तर लहानपणापासून मुलांना 'तुम्हाला मोठे झाल्यावर काय बनायचे आहे' हा

प्रश्न विचारला जातो. मोठी मंडळी, जसे आईवडील, नातेवाईक हा प्रश्न कौतुक म्हणून विचारत असतात. या प्रश्नांची उत्तरे लहान मुले खूप मजेशीर देतात. कधी पोलिस अधिकारी बघितल्यानंतर मुलांना इन्स्पेक्टर व्हायचे असते. कधी डॉक्टर, पायलट, नट, सैनिक, शिक्षक, तर कधी कलेक्टर व्हायचे असते. काय व्हायचे आहे हे अनेकदा बदलतही असते. अगदी लहान असताना हे ठीक आहे. पण जसजशी समज वाढते, मुलांना स्वत:च्या आवडीनिवडी समजू लागतात, तेव्हापासून पालकांनी तयारी करायला हवी. मुलांची अभिरुची, आवडी, कौशल्ये, क्षमता, दुर्बलता जाणून घेताना त्यांना दैनंदिन जीवनाशी निगडित असलेल्या करिअरच्या विविध क्षेत्रांची माहिती करून देत राहिले पाहिजे. मुलांचे कल, त्यांच्या क्षमता जाणण्यासाठी विविध प्रकारच्या स्पर्धा, परीक्षा, छंद यांना सामोरे जाऊ द्यावे. त्यातील त्यांचा परफॉर्मन्स, त्यांना मिळणारा आनंद, वाढणारा उत्साह आणि आत्मविश्वास लक्षात घेतला पाहिजे. जोपर्यंत विविध क्षेत्रांची खरी माहिती मिळत नाही तोपर्यंत मुलांना वस्तुस्थितीचा अंदाज कसा येईल? ही जबाबदारी पालकांची आहे. अन्यथा निवळ कल्पनाविलासात रमणारे पालक आणि त्यांचे अनुकरण करणारे पाल्य भविष्यात कायम मोठ्या प्रश्नचिन्हालाच सामोरे जात राहतील. माझ्याकडे मार्गदर्शन घ्यायला येणाऱ्या दहावी-बारावीच्या कित्येक विद्यार्थ्यांना त्यांना भविष्यात काय व्हायचे आहे हे माहीत नसते. फक्त मला खूप यशस्वी व्हायचे आहे, श्रीमंत व्हायचे आहे, काहीतरी वेगळे करायचे आहे या पलीकडे काही सांगता येत नाही. अशा वेळी अज्ञानी पालकसुद्धा 'तो जे ठरवेल ते आम्हाला चालेल, आमचे काही प्रेशर नाही' असे जेव्हा म्हणतात, तेव्हा खरेच त्या मुलांच्या भवितव्याची चिंता वाटते. कारण पालकांनासुद्धा करिअरविषयी वर्तमानातील विविध क्षेत्रांची माहिती नसते. दहावी-बारावीचा निकाल लागल्यानंतर सर्व खडबडून जागे होतात. अशा वेळी नातेवाईक, पालकांचे मित्र, ऑफिसमधील

> सर्व पालकांना पाल्याचे भवितव्य, जीवन सुखी, आनंदी, सुरक्षित आणि समाधानी असावे असे वाटते. त्यात गैर काहीही नाही. मात्र अशा काही गोष्टी घडतात की ज्यामुळे मुलांच्या करिअरबद्दलचे निर्णय बऱ्याचदा चुकतात. कधी पालक पाल्याला त्याने स्वत:च्या मनाने निवडलेल्या करिअरला दोष देतात. पालक-पाल्यांमध्ये संघर्षाचे प्रसंग उद्भवतात. करिअर निवडीच्या महत्त्वाच्या काळात चुकलेल्या निर्णयांमुळे पाल्यसुद्धा वैफल्यग्रस्त होऊन जातो.

सहकारी यांची मुलांच्या करिअर निवडीमध्ये ढवळाढवळ होते. कधीकधी आर्थिक नियोजन नसते. अशा वेळी काहीतरी चुकीचे निर्णय घेऊन पारंपरिक कोर्सला प्रवेश घेतला जातो आणि लवकरच निर्णय चुकला आहे हे समजण्याची परिस्थिती समोर येते. पैसा, वेळ सर्व वाया जातात. मुलांचा आत्मविश्वास ढासळतो. पालकांना चिंतारोग सतावतो. थोडक्यात काय तर पालकांनी तीन महत्त्वाच्या गोष्टींबाबत सतत सजग राहणे गरजेचे असते. आपल्या पाल्याची अभिरुची, त्या अभिरुचींना करिअर म्हणून शिक्षण देणारे विविध कोर्सेस आणि त्यासाठी लागणारे आर्थिक नियोजन!

एक जबाबदार पालक म्हणून तुम्ही मुलांचे भवितव्य खरोखर सुरक्षित आणि आनंदी बनविण्याचा विचार करत असाल, तर मुलांना करिअरच्या बाबतीत अप्रत्यक्ष निर्णयदेखील देऊ नये. त्यामुळे मुलांची विचारशक्ती खुंटते. स्वतः काहीतरी नवीन शोधण्याची ऊर्मी दबली जाते. परस्परसंवाद आणि विश्वासाचे वातावरण निर्माण करून मुलांची मते जाणून घ्यावीत. कधीकधी मुलांना त्याच्या मित्रपरिवारामुळे किंवा अन्य स्त्रोतांमुळे अधिक माहिती असते. करिअरच्या विविध क्षेत्रांबद्दलचे आपले अज्ञान पालकांनी बिलकूल लपवू नये. याउलट, ते मान्य करून त्याबद्दल अधिकाधिक व अधिकृत सूत्रांकडून माहिती घ्यावी.

करिअरच्या बाबतीत इतरांचे अनुकरण अजिबात करू नये. पालक पाल्यांनी स्वतःची सर्वच बाबतीतील क्षमता (बौद्धिक, कौटुंबिक, आर्थिक इ.) नीट जाणून घेऊन तिला अचूक न्याय देणारे करिअर निवडायला हवे. म्हणजे कोणत्याही बाबतीत ओढाताण होणार नाही.

आपल्या पाल्याच्या करिअरचे नुकसान व्हावे असे कोणत्याच आईवडिलांना वाटत नसते. फक्त करिअर संदर्भातील अज्ञान, दुर्लक्ष, पूर्वग्रही दृष्टिकोन, अवास्तव कल्पना, नियोजनाचा अभाव या गोष्टी ऐन करिअर निवडीच्या टप्प्यावर पाल्य आणि पालकांमध्ये तणाव निर्माण करतात. तणावात घेतलेले निर्णय निश्चितपणाने चुकत असतात हे कायम लक्षात ठेवायला हवे.

हे सर्व टाळून अगदी हुकमी पद्धतीने आवडीच्या क्षेत्रात करिअर करण्यासाठी नियोजनबद्ध तयारी केली तर यश तर मिळतेच पण कामाचे मिळणारे समाधान संपूर्ण कुटुंबातील वातावरण तणावमुक्त आणि आनंदी ठेवते.

तर मग, पालकांनो आणि पाल्यांनो, आजपासूनच सुरू करा करिअर संदर्भातील एक मुक्त संवाद. घ्या त्याबद्दल योग्य माहिती, करा सर्व नियोजन आणि पहिले पाऊल टाका सर्वार्थाने यशस्वी जीवनाकडे!

▶ ▶ ▶

कॉलेजजीवनाची सुरुवात करताना

कॉलेजजीवन हे तलवारीच्या धारेसारखे आहे. या धारेने स्वतःच्या व्यक्तिमत्त्वाला सुंदर पैलू पाडायचे की स्वतःच्या भविष्याचा शिरच्छेद करायचा हा व्यक्तिगत निवडीचा भाग आहे. कॉलेजमध्ये गेल्यावर 'मी आता मोठा झालोय, मला माझे बरेवाईट कळते' असे बोलण्याची जी हिंमत येते, त्याच हिमतीने चुकीच्या गोष्टी नाकारून स्वतःच्या सर्वांगीण विकासाला महत्त्व दिले, तर आयुष्यभर या सोनेरी जीवनाच्या आठवणी तुम्हाला प्रेरणाच देत राहतील आणि तुमच्या आईवडिलांना समाधानयुक्त अभिमान!

दहावी-बारावीचे निकाल लागत आहेत. घरोघरी करिअरचा विचार गांभीर्याने सुरू आहे. विद्यार्थी मित्रांना तर करिअरसोबत कॉलेजजीवन साद घालते आहे. जागा, मित्र, अभ्यासक्रम, दिनक्रम सगळेच नवीन! आनंद, गोंधळ, औत्सुक्य, धाकधुक, स्वातंत्र्य, जबाबदारी, ताण, समज आणि विविध अनुभव अशा वेगवेगळ्या गोष्टी घेऊन येते ते कॉलेजजीवन! हीच ती जागा जिथे घडण्या-बिघडण्याची प्रक्रिया सुरू होते. खरे तर कॉलेजजीवनातील मिळालेले स्वातंत्र्य हे स्वैर अर्थाचे नसते, तर जीवनाची लढाई एकट्याने लढण्यासाठीची ती पहिली पायरी असते. पक्षीण एक दिवस पिल्लाला घरट्याबाहेर ढकलते. का? तर त्याच्या पंखात बळ यावे, त्याने या निसर्गात स्वतःचे समर्थ अस्तित्व सिद्ध करावे, ते स्वतःच्या हिमतीवर जगण्यास लायक बनावे म्हणून! पण नव्याने उडताना त्याला धोकेपण खूप असतात. त्यापासून स्वतःला सांभाळत आपल्या उडण्याच्या क्षमतेला विकसित करायचे असते. त्यातून जीवनाचा आनंद मिळवायचा असतो. कॉलेजजीवनसुद्धा अगदी असेच

असते. शालेय जीवनाच्या सुरक्षित कोंदणातून बाहेर पडून जीवनाला खऱ्या अर्थाने आकार देण्याची आव्हानात्मक जागा म्हणजे कॉलेज. कॉलेज जीवनामध्ये प्रवेश ही तशी जीवनात खूप मोठे परिवर्तन करणारी गोष्ट आहे. आपल्या व्यक्तिमत्त्वात या काळात खूप संवेदनशील स्थित्यंतरे घडत असतात. याच काळात आपल्याला स्वतःच्या अनेक गुणांची जाणीव होत असते, त्यांचा विकास करायचा असतो. अनेक दोषही कळून येतात, त्यात सुधारणा करायची असते. सर्वांत महत्त्वाचे म्हणजे आपण मोठे होत आहोत हे नीट समजून घेऊन वैचारिक, भावनिक उंची, प्रगल्भता वाढवण्याकडे लक्ष द्यायचे असते. स्वातंत्र्य आणि स्वैराचारातला फरक समजून आयुष्याला सन्माननीय, कौशल्यवान आणि यशस्वी बनविण्याची खरी सुरुवात कॉलेजजीवनापासून होते. या पार्श्वभूमीवर शालेय जीवन आणि कॉलेजजीवन यांतील फरक आणि त्या ठिकाणी नेमके कसे स्वतःला यशस्वी बनवायचे हे आज आपण जाणून घेणार आहोत. कॉलेजजीवनाची सुरुवात मोठे परिवर्तन घेऊन येते. अनेकदा आपल्याला घरापासून दूर, बाहेरच्या शहरात होस्टेल किंवा रूम घेऊन राहण्याची वेळ येते. जर घरापासून पहिल्यांदाच जर दूर राहण्याची वेळ असेल तर सुरुवातीचे काही दिवस करमत नाही, घरची आठवण येत राहते. अशा वेळी मनोदुर्बल बनण्यात काही अर्थ नसतो. अनेक विद्यार्थी घरापासून दूर राहण्याच्या आणि एकटेपणाच्या भीतीने अभ्यासावर विपरीत परिणाम करून घेतात. नापास होतात. कधीकधी ॲडमिशन रद्द करून घरी येतात. घरची मंडळी पण कधीकधी अतिरिक्त हळवेपणा दाखवून मुलांचा आत्मविश्वास कमी करत असतात. खरे तर विद्यार्थी आणि पालक या दोघांनीही समजून घ्यायला हवे की आपली प्राथमिकता ही शिक्षण आणि करिअर आहे. जर शालेय जीवनापासून आपण मोठे शिक्षण आणि करिअर करायचे स्वप्न वेळोवेळी बघत आलो आहोत, तर मग त्यासाठी घराबाहेर राहावे लागणे अपरिहार्य असू शकते हे मान्य केलेच पाहिजे. म्हणजे कॉलेजजीवनातील हा परिवर्तनाचा हा पहिला टप्पा सहज पार होतो.

> कॉलेजजीवन ही भविष्याची रंगीत तालीम असते. त्याचाच भाग म्हणून वेळप्रसंगी काही गरजेची कौशल्ये शिकावीच लागतात. स्वतःची कामे करणे तर जमलीच पाहिजेत. प्रत्येक गोष्ट आयती आणि विकत घेत बसलो, तर अमाप पैसा जातो. स्वतःच्या गरजा मर्यादित ठेवून पैसा जपून खर्च करण्याचे कौशल्य शिकवतं कॉलेजजीवन.

सुरुवातीला म्हटल्याप्रमाणे कॉलेजजीवन एक प्रकारचे स्वातंत्र्य घेऊन येते. स्वतःचे निर्णय घेण्याची संधीही असते आणि जबाबदारीही! जबाबदारीच जास्त असते. कारण शाळेत असताना तुमचा अभ्यास, परीक्षा यावर तुमच्या पालकांचे शिक्षकांचे लक्ष असते. एवढेच काय तुम्हाला अभ्यासालासुद्धा पालक बसवितात. तुमच्या जेवणाच्या आवडीनिवडी, वेळा हे पालकच बघत असतात. तुमचा युनिफॉर्म, कपडे यांची व्यवस्था तेच बघतात. कॉलेजजीवनात सर्वच प्रकारचे नियोजन विद्यार्थ्यांना स्वतःलाच करावयाचे असते. सर्वात पहिली गोष्ट म्हणजे अभ्यासक्रम शाळेप्रमाणे नसतो. शाळेत (क्रमिक पुस्तके) टेक्स्ट बुक्स असतात. कॉलेजमध्ये (संदर्भ पुस्तके) रेफरन्स बुक्स असतात. अभ्यास वाढतो. अभ्यास स्वतःच समजून करावा लागतो. आपल्या शैक्षणिक यशाची जबाबदारी ही आपल्यावरच जास्त असते. त्यामुळे अभ्यास जास्त करावा लागणार आहे हे मनापासून स्वीकारले म्हणजे कॉलेजजीवनाला दिशा नीट मिळते.

कॉलेजजीवनातील अजून एक महत्त्वाचा बदल म्हणजे नवीन मित्रमैत्रिणी! पालक आणि पाल्यांमधील अनेकदा होणाऱ्या वादाचे कारण हेच असते. कॉलेजजीवनात मिळालेले स्वातंत्र्य तुम्हाला मित्र निवडण्याची खूप मोठी, संवेदनशील आणि तुमच्या जीवनाचा स्तर निर्धारित करणारी जबाबदारी घेऊन येते. म्हणून या ठिकाणी खूप सावधान! हेच वय असते नवीन गोष्टी अनुभवून बघण्याचे औत्सुक्य घेऊन येणारे... त्यात कधीकधी नको त्या गोष्टी घडू शकतात. 'थ्रिल' म्हणून चुकीच्या सवयी, अनिष्ट गोष्टी, आधुनिकतेच्या नावाखाली अविचारी धाडस, मैत्रीच्या नात्याच्या सवंग अर्थ लावून अश्लीलतेला चालना असे प्रकार घडू शकतात. 'आम्हाला चूक-बरोबर समजते' असे म्हणणारी मंडळीच अनेकदा वाहवत जातात. करिअरची वाट लागतेच, पण स्वतःचे भावविश्व अनेक नकारात्मक भावनांनी, न्यूनत्वाने, नैराश्याने उद्ध्वस्त होऊन जाते. आईवडील अश्रू ढाळण्यापलीकडे आणि उपचार करण्यापलीकडे काहीही करू शकत नाहीत. म्हणून कॉलेजमध्ये मित्र अगदी नीट, काळजीपूर्वक निवडावे. तसेही अभ्यासाला प्राधान्य देणारेच एकत्र येतात. 'समान गुणेषु सख्यम्!' कॉलेजजीवनात आपल्याला आपल्या वेळेचे नियोजन स्वतःच करावयाचे असते. शाळेत असताना अभ्यास, जेवण, खेळण्याची आठवण करून दिली जाते. कॉलेजजीवनात हे वेळेचे नियोजन आपल्याला करावयाचे असते. आपल्या परीक्षा, त्यांचे वेळापत्रक, त्यानुसार वेळेचे नियोजन आपल्यालाच करावे लागणार असते. आपला अभ्यास करण्याचा उद्देश स्पष्ट असला की ते सहज अंगवळणी पडते. अडचणी फक्त निश्चित ध्येय नसणाऱ्यालाच येतात. काही मंडळी आपल्या अपयशाची भरपूर कारणे देत बसतात.

पण ते खोटे असते. काळाच्या ओघात वेळेचे नियोजन न करण्यामुळेच अपयश आले आहे हे उघड होऊनच जाते. म्हणून वेळापत्रकात अभ्यास पहिलाच असला पाहिजे.

कॉलेजजीवन ही भविष्याची रंगीत तालीम असते. त्याचाच भाग म्हणून वेळप्रसंगी काही गरजेची कौशल्ये शिकावीच लागतात. काही खाण्याचे पदार्थ, चहा बनविणे, स्वतःचे कपडे धुणे, इस्त्री करणे, अंथरूण उचलणे, झाडलोट करणे अशी कामे तर जमलीच पाहिजेत. प्रत्येक गोष्ट आयती आणि विकत घेत बसलो, तर अमाप पैसा जातो. आपल्या पालकांचे उत्पन्न मर्यादित असते. कॉलेजजीवनात एक महत्त्वाची गोष्ट आपण शिकणार असतो, ती म्हणजे आर्थिक नियोजन. स्वतःच्या गरजा मर्यादित ठेवून पैसा जपून खर्च करण्याचे कौशल्य शिकवतं कॉलेजजीवन.

काही पालक मंडळी पाल्यांना दहावी-बारावीला चांगले मार्क्स मिळाले, तर महागडा मोबाइल किंवा महागडी बाईक बक्षीस म्हणून देण्याचे कबूल करून ठेवतात. नंतर ती डोकेदुखी बनल्याची शेकडो उदाहरणे सांगता येतील. प्रत्येक पाल्य मिळालेले बक्षीस जबाबदारीने वापरेलच असे होत नाही. कॉलेजजीवनात तर या गोष्टी दुर्दैवाने प्रतिष्ठेच्या समजल्या जातात. खोटी प्रतिष्ठा मिरविण्याच्या नादात अनाठायी खर्च, चुकीचे प्रकार, अपघात आदि प्रकार वाढण्याची शक्यता असते. तुमच्या पाल्याला आपल्याला मिळालेले बक्षीस हे आपण कष्ट करून मिळालेल्या यशाचे फळ आहे हे समजण्याची कुवत असेल आणि त्यामुळे त्याचा प्रामाणिक कष्टांवरचा विश्वास दृढ होणार असेल तरच या गोष्टी द्याव्यात. नाहीतर पालकांवर मेहरबानी म्हणून अभ्यास करणारी आणि पालकच आपले देणे लागतात या आविर्भावात जगणारी मंडळी कॉलेजजीवनात बिघडण्याची जास्त शक्यता असते. अर्थात जीवन त्यांना योग्य तो धडा शिकवतेच, पण आयुष्यातील कर्तबगारीच्या वेळेची किंमत वसूल करून...

थोडक्यात, कॉलेज जीवन हे तलवारीच्या धारेसारखे आहे. या धारेने स्वतःच्या व्यक्तिमत्त्वाला सुंदर पैलू पाडायचे की स्वतःच्या भविष्याचा शिरच्छेद करायचा हा व्यक्तिगत निवडीचा भाग आहे. कॉलेजमध्ये गेल्यावर जसे 'मी आता मोठा झालोय, मला माझे बरेवाईट कळते' असे बोलण्याची हिम्मत येते, त्याच हिमतीने चुकीच्या गोष्टी नाकारून स्वतःच्या सर्वांगीण विकासाला महत्त्व दिले, तर आयुष्यभर या सोनेरी जीवनाच्या आठवणी तुम्हाला प्रेरणाच देत राहतील आणि तुमच्या आईवडिलांना समाधानयुक्त अभिमान!

▸ ▸ ▸

कॉलेजला जाताय? सावधान...

“अन्याय करणे जसा गुन्हा आहे, तसेच अन्याय सहन करणेही एक प्रकारे गुन्ह्याला चालना देणेच आहे. तुमचे सिनिअर्सदेखील कॉलेजमध्ये शिकण्यासाठीच आलेले आहेत. रॅगिंगसारख्या फालतू गोष्टी न करण्यासाठीची त्यांना समज आणि प्रसंगी शिक्षा देण्यासाठी भारताचे सर्वश्रेष्ठ संविधान तुमच्या पाठीशी आहे. त्यामुळे आत्मविश्वासाने कॉलेजमध्ये प्रवेश करा. सर्वांशी समंजसपणे वागा, सहज संवाद साधा, चांगले मित्र बनवा आणि कौशल्यवान, सन्माननीय आणि संपन्न जीवनाचा पाया असलेले कॉलेजचे जीवन सत्कारणी लावा.”

मित्रांनो, दहावी-बारावीनंतर अपेक्षित कोर्सला ॲडमिशन घेण्यासाठी एरवी माहीत नसलेली, पण आता करावी लागणारी अनेक दिव्ये विद्यार्थी आणि पालकांना पार पाडावी लागतात. यात विविध कॉलेजेसचे फॉर्म्स भरणे, वेगवेगळ्या प्रकारची सर्टिफिकेट्स काढणे, पैशांची जुळवाजुळव करणे, प्रवेश प्रकियेच्या काळात अनेकदा रात्रीबेरात्री प्रवास करणे, अपेक्षित कॉलेजला प्रवेश मिळविण्यासाठी अनेक दिवस 'तळ्यात-मळ्यात' परिस्थितीचा अनुभव घेणे, शेवटी एकदाची ॲडमिशन मिळाल्यानंतर होस्टेल किंवा रूम मिळवणे आणि मग आपल्या पाल्याला सहकुटुंब निरोप देण्यासाठी जाणे.... निकाल लागल्यापासून कॉलेजचा प्रवेश होईपर्यंत पालक आणि विद्यार्थी अगदी दमून जातात. पण या थकव्यातूनही आपल्या पाल्यांचे भविष्य सुनिश्चित केल्याचे एक समाधान सर्वांना असते. त्याच उत्साहात, आनंदात विद्यार्थी पहिल्या दिवशी कॉलेजच्या कॅम्पसमध्ये

प्रवेश करतो आणि समोर दिसतात त्याचीच वाट बघत असलेले सीनिअर्स! नवीन प्रवेश घेतलेल्या ज्युनिअर्सची ओळख करून घेण्यासाठी आणि सीनिअर्स म्हणून स्वत:ची ओळख करून देण्यासाठी कॉलेजचे गेट, कॉरिडॉर, बाग, कॅन्टीन, मैदान या ठिकाणी सीनिअर मंडळी अगदी अधिकृत मोहीम असल्याप्रमाणे पूर्णवेळ तळ ठोकून असतात. ज्युनियर्सना त्यांचे नाव, गाव यांसारखी जुजबी माहिती विचारत स्वत:चीही ओळख करून देतात. थोडीफार थट्टामस्करी, चेष्टेच्या स्वरूपात केलेल्या प्रश्नोत्तरांनी नवीन वातावरणामुळे आलेला तणाव निवळून सहजता निर्माण व्हावी, चटकन कॉलेजच्या जीवनात मिसळून जावे, लाजाळूपणा जाऊन आत्मविश्वास वाढावा या अर्थाने जर हा संवाद घडला, तर चांगलीच गोष्ट असते. पण प्रत्येक वेळी असेच घडते असे नाही. कधीकधी सीनिअर्सकडून नवीन विद्यार्थ्यांना अत्यंत व्यक्तिगत आणि लज्जा उत्पन्न करणारे प्रश्न विचारले जातात किंवा काही कृती करायला भाग पाडले जाते. सीनिअर्सच्या दृष्टीने हे साधारण असते. पण त्यामुळे नवीन विद्यार्थ्यांना जर दहशत बसत असेल, नैराश्य येत असेल, त्यामुळे शारीरिक पीडा होत असेल, अशा कृतींमुळे त्यांची स्व:प्रतिष्ठा क्षीण होत असेल आणि हे जर पुन्हापुन्हा, दीर्घकाळ चालू असेल, तर ते रॅगिंग होत आहे आणि तात्काळ कायदेशीर कारवाईस पात्र आहे.

होय मित्रांनो, आज आपण रॅगिंगविषयीच बोलतोय. काय असते नेमके रॅगिंग, ते कसे टाळायचे, त्याविरोधात कसे ठाम उभे राहायचे हेच आपण जाणून घेणार आहोत. रॅगिंग म्हणजे एका व्यक्तीकडून किंवा व्यक्तींच्या समूहाकडून दुसऱ्या व्यक्तीवर किंवा व्यक्तींच्या समूहावर, आपण सीनिअर असल्याच्या भावनेतून आणि प्रभुत्व गाजविण्याच्या हेतूने काही गोष्टी अथवा कृती करावयास भाग पाडणे. हे करत असताना तीव्र स्वरूपाच्या शाब्दिक, शारीरिक आणि कधीकधी लैंगिक बाबींचाही वापर केला जातो. या ठिकाणी काही गोष्टींचा तपशीलाने उल्लेख हेतुपूर्वक टाळतो आहोत. पण असे गंभीर स्वरूपाचे रॅगिंग वैद्यकीय आणि इंजिनियरिंग कॉलेजमध्ये घडल्याची जास्त उदाहरणे आहेत. विकृत स्वरूपाच्या रॅगिंगने कित्येक विद्यार्थी मानसिकदृष्ट्या ढासळले आहेत. कॉलेज सोडून घरी परत आले आहेत. त्यांच्या करिअरची दिशा बदलून गेली आहे. ज्यांनी रॅगिंग केले त्यांच्याही जीवनाची वाताहत झाली आहे. कॉलेजचे नाव खराब झाले आहे. त्यांच्याकडे प्रवेश घेणाऱ्या विद्यार्थ्यांच्या संख्येवर विपरीत परिणाम झाला आहे.

रॅगिंगमुळे घडलेल्या गंभीर परिणामांची दखल घेऊन आता रॅगिंगविरोधी कायदाच आला आहे. शिवाय कोणत्याही कॉलेजमध्ये प्रवेश घेतानाच रॅगिंग न करण्यासंदर्भात हमी देणारे आणि तसे काही झाल्यास होणाऱ्या कायदेशीर कारवाईची जाणीव असल्याबद्दलचे प्रतिज्ञापत्रकच लिहून घेतले जाते. शिवाय प्रत्येक कॉलेजमध्ये रॅगिंगविरोधी कमिटी असते, वकील असतात. शिवाय, रॅगिंग होऊ शकेल अशा सर्व जागांवर सीसीटीव्ही कॅमेरे लावलेले असतात. त्यामुळे रॅगिंगला घाबरण्याचे काहीच कारण नाही.

मित्रांनो, कॉलेजमध्ये सीनिअर्स आणि ज्युनिअर्स यांच्यात परस्पर संवाद जरूर व्हावा. कॉलेजमधील निकोप, सुदृढ सहजीवनाची ती गरजही आहे. आपले घर सोडून होस्टेलवर राहण्याच्या पार्श्वभूमीवर हा परस्परसंवाद भावनिकदृष्ट्या पटकन सावरण्यासाठी खरोखर महत्त्वाचा आहे. त्यासाठी कॉलेज व्यवस्थापन फ्रेशर्स वेलकम हा कार्यक्रमसुद्धा घेत असते. त्या व्यतिरिक्त एकमेकांना जाणून घेण्यासाठी सीनिअर-ज्युनिअरच्या विविध ठिकाणी, विविध प्रकारे भेटी होतच राहतात. मात्र परस्परसंवाद आणि रॅगिंग यातील सीमारेषेचे भान सदोदित टिकून राहणे खूप आवश्यक असते. हे भान गेले की गंभीर प्रकार घडून रॅगिंग करणाऱ्या आणि बळी ठरलेल्या दोन्ही मंडळींचे मोठे नुकसान होऊन बसते. हे होऊ नये म्हणून दोन्ही मंडळींनी काही काळजी घ्यायची असते.

नवीन विद्यार्थ्यांनी कॉलेजमध्ये प्रवेश घेतल्यानंतर हे लक्षात ठेवले पाहिजे की सुरुवातीचे काही दिवस आपल्या आजूबाजूला सर्वच नवीन आणि अपरिचित असणार आहे. त्यामुळे कुठेही एकटे न फिरता आपल्या वर्गातील किंवा रूममधील मंडळींसमवेत ग्रुपमध्ये वावरावे. त्यामुळे तुमचा तणाव कमी होईल. एकमेकांच्या सोबतीने तुम्ही धीट राहाल.

कॉलेजमध्ये वावरताना विनाकारण भेदरलेले दिसू नका. कायम लक्षात ठेवा तुमच्या मर्जीविरूद्ध तुमच्या केसालाही कुणी धक्का लावू शकत नाही. रॅगिंग तर फार दूर आहे. मात्र जसे भित्यापाठी ब्रह्मराक्षस असतो, तसे तुम्ही विनाकारण घाबरत राहिलात तर काही मंडळींना तुम्ही स्वतःहून रॅगिंगसाठी आमंत्रण देत आहात असे होईल. आत्मविश्वासपूर्वक राहा. नवीन असल्याने थोडेसे बावरल्यासारखे होते, पण कॉलेजमधील माहिती घेत राहावी. ही माहिती घेताना तुम्ही सीनिअर्ससोबत पण बोलायचे असते. त्यांना स्वतःहून माहिती विचारण्यात काहीही कमीपणा नसतो. उलट, संवाद साधण्यासाठी तुम्ही उचललेले आत्मविश्वासपूर्ण पाऊल तुमचा तणाव कमीच करत असते.

कुणालाही तीव्र प्रतिक्रिया देणे टाळावे. तुम्ही नवीन असताना तुम्हाला सीनिअर्स भेटायला आल्यास त्यांना मैत्रीपूर्ण आणि सहज प्रतिसाद द्या. संवाद घडू दे. मात्र काहीही विपरीत घडलेले नसताना तुमचे तात्काळ डिफेन्सिव्ह होणे समोरच्याला बिथरवू शकते. तुमची टोकाची प्रतिक्रिया समोरच्याच्या मनात असुरक्षिततेची किंवा अहं दुखावल्याची भावना निर्माण करू शकते. आजवरच्या सर्व गंभीर घटना या तीव्र स्वरूपाच्या प्रतिक्रियांमुळेच घडल्या आहेत. सीनिअर्स हे सीनिअर्सच असतात. त्यांच्या अनुभवाची तुम्हाला मदत होणार असते. उलट तुमच्या शंकांचे समाधान करण्यासाठी तुम्ही त्यांना भेटा, प्रश्न विचारा. त्यांना या अर्थाने मान द्या. अशा वेळी घडेल परस्परसंवाद, रॅगिंग नाही.

आपण कॉलेजमध्ये नवीन असतो तेव्हा एका वेगळ्याच मानसिक दशेत असतो. शिवाय आपल्या समाजावर चित्रपटांचा मोठा पगडाही असतो आणि आपण या कोर्सला प्रवेश मिळविल्याच्या यशाचा आनंदही असतो. त्यामुळे आपले वर्तन, पेहराव फिल्मी पद्धतीने करायला आपल्याला नक्कीच आवडते. पण या ठिकाणी एक महत्त्वाची सूचना आहे. जोपर्यंत कॉलेजचे खरे कल्चर नीट समजून येत नाही, तोपर्यंत भडक किंवा इतरांपेक्षा वेगळा पेहराव कसोशीने टाळावा. अन्यथा तुमचे पहिले इम्प्रेशन तर बिघडतेच पण तुम्ही नको त्या मंडळींना तुमच्याकडे आकर्षित करता. सर्वच सीनिअर्स सरळमार्गी असतील असे नाही. नको ते घडायला पेहराव ही खूप मोठी जबाबदार गोष्ट आहे.

काही मंडळी कधीकधी जास्त उत्साहात असतात. काहींना व्यायामाची आवड असते. सौष्ठव जरा बरे असते. काही मंडळी स्थानिक असतात. आजूबाजूच्या काही भाईंसोबत तोंडओळख असते. अशा वेळी ज्युनिअर्स आणि सीनिअर्ससाठी विशेष सूचना. सीनिअर्स काही चेष्टा मस्करी करत असतील किंवा ओळखसत्र घेत असतील, तर कुणीही उगाचच हिरो बनण्याचा प्रयत्न करू नका. उत्तेजित होऊ नका, वाद करू नका. अशा प्रकारच्या वादांतून एकमेकांचे आणि भांडणे सोडवायला गेलेल्यांचे दुर्दैवी मृत्यू झाल्याचे प्रसंग घडलेत. आपण कॉलेजला अभ्यास करण्यासाठी आणि करिअर घडविण्यासाठी आलोय ही जाणीव ज्युनिअर्स आणि सीनिअर्स या दोघांनीही कायम ठेवावी. एकमेकांची ओळख करून घेण्याचा काळ फक्त कॉलेजचे सुरुवातीचे काही दिवस असतो. नंतर सर्वांना आपला अभ्यास करावा लागणार असतो. मात्र टोकाच्या वादांतून आयुष्यभराचे शत्रू निर्माण करणे खूप नुकसानदायक.

रॅगिंग म्हणजे एका व्यक्तीकडून किंवा व्यक्तींच्या समूहाकडून दुसऱ्या व्यक्तीवर किंवा व्यक्तींच्या समूहावर, आपण सीनिअर असल्याच्या भावनेतून आणि प्रभुत्व गाजविण्याच्या हेतूने काही गोष्टी अथवा कृती करावयास भाग पाडणे. हे करत असताना तीव्र स्वरूपाच्या शाब्दिक, शारीरिक आणि कधीकधी लैंगिक बाबींचाही वापर केला जातो. या ठिकाणी काही गोष्टींचा तपशीलाने उल्लेख हेतुपूर्वक टाळतो आहोत. पण असे गंभीर स्वरूपाचे रॅगिंग वैद्यकीय आणि इंजिनियरिंग कॉलेजमध्ये घडल्याची जास्त उदाहरणे आहेत. विकृत स्वरूपाच्या रॅगिंगने कित्येक विद्यार्थी मानसिकदृष्ट्या ढासळले आहेत. कॉलेज सोडून घरी परत आले आहेत. त्यांच्या करिअरची दिशा बदलून गेली आहे. ज्यांनी रॅगिंग केले त्यांच्याही जीवनाची वाताहत झाली आहे.

जितकी जबाबदारी ज्युनिअर्सची असते, त्यापेक्षा कैक पटींनी अधिक जबाबदारी सीनिअर्सची असते. तुम्ही ओळख करून घेण्यासाठी जरी ज्युनिअर्स सोबत बोलणार असाल, तरी त्याकडे रॅगिंग म्हणून बघण्याचा जास्त कल सर्वांचा असणार आहे, आणि रॅगिंग कायद्यानं गुन्हा आहे. त्यामुळे सावधान! असेही कॉलेज सुरू झाल्यानंतर दोन महिन्यांत सर्व जण एकमेकांना चांगले परिचित होऊन जातात. स्वतःचे पहिले इम्प्रेशन पाडण्याच्या नादात नवीन मंडळींना त्रास देऊ नका आणि स्वतःचे आयुष्यही बरबाद करून घेऊ नका. तुम्ही ज्युनिअर्स होतात ते दिवस आठवा. तुम्ही पण घर सोडून शिकण्यासाठी आला होतात. त्या वेळी तुम्हालाही कोणीतरी त्रास दिला होता आणि कोणीतरी मदतही केली होती, आधारही दिला होता. आता एक जबाबदार सीनिअर म्हणून तुम्ही तुमच्या ज्युनिअर्सना आधार देणारे बना. नवीन वातावरणामुळे आणि पहिल्यांदा घर सोडलेले असल्याने ज्युनिअर्स जास्त संवेदनशील झालेले असतात. तुम्ही त्यांच्याशी बोलताना जर ते पटकन अस्वस्थ होत असतील, तर त्यांना तात्काळ सहानुभूतीने वागवा. जर तुम्ही योग्य वेळी नीट वागला नाहीत आणि तुमचे सीनिअरपण दाखवण्याचा अट्टहास करत राहिलात, तर ते रॅगिंग होईल आणि तुम्ही कायदेशीर कारवाईस पात्र!

दुर्दैवाने रॅगिंग होतच असेल, तर ज्युनिअर्सनी आपल्याला होत असलेला रॅगिंगचा त्रास कोणापासूनही लपवू नये. 'आपल्या घरच्यांना का उगाच त्रास' असे म्हणून लपवून ठेवण्याचेही कारण नाही. जर असा विकृतपणा चालू असेल तर त्याची आपल्या मित्रांना, घरच्यांना आणि कॉलेज व्यवस्थापनाला तात्काळ कल्पना द्यावी. शिवाय आपल्या मदतीसाठी पोलीस आणि मीडिया नेहमीच उपलब्ध असतात हेही कायम लक्षात ठेवावे.

अन्याय करणे जसा गुन्हा आहे, तसेच अन्याय सहन करणेही एक प्रकारे गुन्ह्याला चालना देणेच आहे. तुमचे सीनिअर्सदेखील कॉलेजमध्ये शिकण्यासाठीच आलेले आहेत. रॅगिंगसारख्या फालतू गोष्टी न करण्यासाठीची त्यांना समज आणि प्रसंगी शिक्षा देण्यासाठी भारताचे सर्वश्रेष्ठ संविधान तुमच्या पाठीशी आहे. त्यामुळे आत्मविश्वासाने कॉलेजमध्ये प्रवेश करा, सर्वांशी समजूतदारीने वागा. सहज संवाद साधा, चांगले मित्र बनवा आणि कौशल्यवान, सन्माननीय आणि संपन्न जीवनाचा पाया असलेले कॉलेजचे जीवन सत्कारणी लावा.

▸ ▸ ▸

मित्र बनवताय?

"मित्र निवडण्याचे स्वातंत्र्य आपल्यालाच आहे. आपल्याला जर खरोखर चांगले मित्र मिळावेत असे वाटत असेल किंवा इतरांनी आपल्याशी खरी मैत्री करावी असे वाटत असेल, तर सर्वांत आधी आपल्या स्वत:लाच एक चांगला आणि खरा मित्र व्हावे लागेल."

मित्रांनो, मैत्री म्हणजे किती मौल्यवान नाते! विश्वास, प्रेम, आधार, आदर, सहकार्य, समजून घेणे, समजावून सांगणे, रुसणे, रागावणे, मदत करणे आणि चांगल्या गोष्टींसाठी धाक ठेवणे. खरे तर कौटुंबिक नाती ही आपल्याला मिळालेली असतात. या नात्यांमधे शिष्टाचाराची अनेक बंधनेही असतात. म्हणूनच तिथे आपल्याला स्वत:ला सर्व काही व्यक्त करण्याची मोकळीक नसते. मैत्रीत तसे नाही. मित्र आपण निवडतो, बनवतो, बनतो. मैत्रीच्या नात्यांमध्ये खुलेपणा, मोकळेपणा भरभरून असतो. खऱ्या अर्थाने मन मोकळे करण्यासाठी, आधारासाठी आणि आनंदासाठी जर कोणते नाते एकदम श्रेष्ठ असेल, तर ते आहे मैत्री! आपल्या अत्यंत गोपनीय गोष्टी मैत्रीत आपण एकमेकांना सांगतो. आणि म्हणूनच मैत्री अधिक जबाबदारीची गोष्ट असते. जीवनाच्या विविध टप्प्यांवर होणाऱ्या मैत्रीचे संदर्भ भिन्नभिन्न असतात. त्यातही कॉलेजजीवन हा आयुष्याचा अत्यंत परिवर्तनशील आणि संवेदनशील टप्पा असल्याने या वेळी मैत्री करताना विचारपूर्वक मित्र जोडायला हवेत. ते कसे हेच आज आपण जाणून घेणार आहोत.

आपल्याला अगदी बालपणापासून मित्र असतात. बालवयातील मैत्री तर अगदी निरागस असते. त्या वेळी ना स्वार्थ असतो, ना भविष्याची चिंता. ना असते स्पर्धा ना कळतो लिंगभेद! त्या वेळी आपण असतो निवळ खेळातील सवंगडी... काळाच्या ओघात या पद्धतीचे मित्रांपासून आपण दुरावतो आणि

त्यांना विसरतोदेखील. त्याचे फारसे वाईटही वाटत नाही. मात्र शालेय जीवन आणि कॉलेजजीवन, थोडक्यात आपण तरुण होत असताना आपल्या मित्रांचा आपल्या जीवनावर थेट प्रभाव पडत असतो. या वयातील मैत्री ही खूप जबाबदारीची गोष्ट असते. या मैत्रीला अनेक पैलू असतात. या वयात स्वत:तील होणाऱ्या परिवर्तनांमुळे स्वत:ला जाणून घेण्याची अत्यंत संवेदनशील प्रक्रिया घडत असते आणि नेमके हेच वय करिअरसाठी खूप निर्णायक असते. या वयात बनलेले मित्र या दोन्ही बाबींमध्ये तुमच्या जीवनाचा स्तर ठरविण्यात प्रत्यक्ष आणि अप्रत्यक्षरीत्या खूप महत्त्वाची भूमिका बजावत असतात. मित्रांनो, असे म्हणतात, की तुम्ही अजून काही वर्षांत नेमके काय आणि कसे असणार आहात, हे तुमची आजची संगत नेमकी कशी आहे यावरून सांगता येते. 'Man is known by the company he keeps' हे तर अगदी सत्य आहे. कॉलेजजीवनात प्रवेश करताना आपल्याला सर्व प्रकारचे विद्यार्थी भेटतील. त्यातून जवळचे मित्र म्हणून कुणाला निवडायचे याचे स्वातंत्र्य निश्चित आपल्यालाच असते. सर्वांना माहीत आहे की कॉलेजमध्ये वेगवेगळे ग्रुप्स असतात. त्यांच्या वागण्या-बोलण्याच्या, आचारविचारांच्या आपआपल्या पद्धती असतात. म्हणून तर ते एकत्र असतात. पण ही काही निर्भेळ मैत्री नव्हे. 'समान गुणेषु सख्यम्' या उक्तीप्रमाणे ही मंडळी एकत्र आलेली असतात. कधी एकाच शाळेत शिकलेले आणि आता कॉलेजमध्ये आलेले ग्रुप बनवून राहतात. तर कधी विशिष्ट आर्थिक, सामाजिक स्तरांवर समान असलेल्या मंडळींचा ग्रुप जमतो. अर्थात अशा निकषांवर जमलेली मैत्री टिकत नाही. हा जवळजवळ प्रत्येकाचा अनुभव असतो. मात्र या टप्प्यावर काही संवेदनशील मुले ह्या मैत्रीलाच खरी मैत्री समजून बसतात आणि मग होणारा भ्रमनिरास हा मानसिक स्वास्थ्य खराब करून टाकतो. त्याचा करिअरवरदेखील गंभीर विपरीत परिणाम होतो. याची अनेक उदाहरणे आहेत आणि कारणेसुद्धा. कॉलेजजीवनात करिअरच्या दिशेने वाटचाल करताना स्पर्धा असणारच आहे. अशा वेळी मैत्री खरी असेल तर ती सहकार्य रूप ठरते. अन्यथा मैत्रीच्या नावाखाली छळच होतो. माझ्याकडे एक केस आले होती. दहावीपर्यंत सोबत असलेल्या काही मित्रमैत्रिणी त्यांच्यातल्या एका मैत्रिणीला दहावीला नव्वद टक्के मार्क्स मिळाल्यानंतर अचानक बदलले. कॉलेजला प्रवेश घेतल्यानंतर तिला वाळीत टाकणे, टोमणे मारणे, कुणासोबतही नाव जोडणे असले प्रकार सुरू केले. या सर्व गोष्टी तिच्यासाठी अगदीच अनपेक्षित आणि धक्कादायक होत्या. ती स्पर्धा आणि मैत्री यांच्यात फरक करू शकली नाही आणि तिला त्रास देणाऱ्यांना

खऱ्या मैत्रीचे मूल्यमापन करता आले नाही. चुका दोन्ही बाजूंनी झाल्या. या मुलीला खूप मनस्ताप सहन करावा लागला. इतका की संपूर्ण वर्षभर कॉलेजला न जाता ती फक्त परीक्षेलाच कॉलेजला गेली. तिला अपेक्षेपेक्षा कमी गुण तर मिळालेच, पण बाकीची मंडळीसुद्धा अशाच सवंग गोष्टींमध्ये मग्न राहिल्याने सुमार कामगिरी करणारी ठरली.

दुसऱ्या एका केसमध्ये 'आपल्या ग्रुपमधील प्रत्येकाकडे बाईक असेल तरच मैत्री (!)' या निकषाच्या अट्टहासाने एका हुशार मुलाने परिस्थिती नसताना कर्ज काढून घरच्यांना बाईक घ्यायला लावली आणि कॉलेजला दांडी मारून रस्त्यावर स्टंट करण्याच्या प्रयत्नात अपघातग्रस्त झाला. हातापायाला फ्रॅक्चर झाल्याने दवाखान्यात मोठे ऑपरेशन करावे लागले. आठ महिने अंथरुणावर पडून होता. या काळात त्याचे बाइकर्स मित्र भेटायला येणे तर सोडाच, पण 'हा आमच्या ग्रुपमध्येच नव्हता' असे सांगून मोकळे झाले. आणखी एका केसमध्ये शालेय जीवनातील चांगले सवंगडी आता कॉलेजजीवनात 'एकाकडे आयफोन आहे आणि दुसऱ्याकडे नाही' या निकषावर दुरावलेत. असे कित्येक प्रकार आहेत. पार्टी करण्यावरून, पार्टीत मद्यपान, धूम्रपान करण्याच्या निकषांवर मैत्री(?) करणाऱ्यांची संख्याही कमी नाही. कॉलेजमधील एकाच वर्गात एकाच बेंचवर बसणारे मित्र, एक जण काही घरगुती कामामुळे गैरहजर राहिला असताना दुसऱ्याने क्लासमधील टेस्ट होणार आहे याची साधी माहितीसुद्धा न देण्याइतकी मैत्री निभावू शकला नाही. अशा प्रकारांना खरी मैत्री कशी म्हणता येईल? ही तर झाली सोयीची संगत आणि एकमेकांचा वापर!

मित्रांनो, आपण आधीच बघितले आहे की मित्र निवडण्याचे स्वातंत्र्य आपल्यालाच आहे. आपल्याला जर खरोखर चांगले मित्र मिळावेत असे वाटत असेल किंवा इतरांनी आपल्याशी खरी मैत्री करावी असे वाटत असेल, तर सर्वात आधी आपल्या स्वतःलाच एक चांगला आणि खरा मित्र व्हावे लागेल. जसे तुमचे चारित्र्य तुमच्या संगतीवरून कळते, अगदी तसेच तुमच्या संगतीमुळेही इतरांची ओळख होत असते. म्हणून आपण आधी चांगले असणे गरजेचे आहे. प्रत्येकात गुण, अवगुण, क्षमता आणि दुर्बलता असतात. या सर्वांचा समतोल राखून एकमेकांना प्रगतीसाठी प्रेरणा देणारी मैत्री नक्की करता येते आणि किंबहुना तीच मैत्री कायम टिकते. प्रत्येकाची तारुण्यातील दिखाऊपणाची धुंदी कधी ना कधी उतरणारच असते. जीवनाला गांभीर्याने, जबाबदारीने घेण्याची वेळ कधी ना कधी येतेच. मस्ती करण्याच्या काळापेक्षा

अशा निर्णायक प्रसंगी मनाची अवस्था अधिक कातर असते. या ठिकाणी खरी मैत्री जो आधार देते त्याची तुलना कशाशीही होऊ शकत नाही. म्हणतात ना - Friend in Need is a Friend Indeed. एक आदर्श, खरा मित्र म्हणून आपण तर कधीच चुकू नये. आपले मन हे मोठे असले पाहिजे, समजूतदार असले पाहिजे. खरे तर कॉलेजजीवनात आपण आपले नुसते करिअर घडविण्यासाठीच आलेलो नसतो. कॉलेजजीवन हा जीवनाचा एक भाग आहे. जीवनाच्या विविध अंगांचा विकास होण्याच्या प्रक्रियेत एक खरा मित्र बनून अनेक मित्र जोडून नाती जपण्याचे, स्वत:सह इतरांच्या जीवनात प्रगतीकारक भूमिका निभावण्याचे कौशल्य शिकण्यासाठीदेखील आलेलो असतो. तुमच्या खऱ्या मैत्रीमुळे तुम्ही अनेकांना चांगले मार्ग दाखवू शकता, अनेकांना व्यसनाधीन होण्यापासून वाचवू शकता, करिअर घडविण्याच्या या प्रवासातील अनेक चढउतारांवर निरपेक्ष आणि मार्गदर्शक भूमिका बजावू शकता. खरी मैत्री ही जबाबदारीची गोष्ट आहे. तुम्ही ज्या वेळी खरे मित्र बनता, तेव्हापासून तुम्ही जबाबदार बनता. माणूस जोडणे, माणूस सांभाळणे, माणूस घडविणे या भावनांतून तयार झालेली मैत्री तुमचा खऱ्या अर्थाने विकास करते.

मित्रांनो, माणूस आपले कॉलेजजीवन कधीही विसरत नाही. या जीवनात घडलेल्या चांगल्यावाईट घटना त्याच्या अंतर्मनात घर करून राहतात. अनेकदा या जीवनात आलेल्या अनुभवावरूनच तो संपूर्ण जीवनाचे तत्त्वज्ञान ठरवून बसतो. म्हणून तर म्हणतात, तुम्ही भविष्यात कसे असणार आहात हे तुमच्या आजच्या मैत्रीवरून सांगता येते.

मैत्री म्हणजे लाचारी नव्हे, तर ती आहे एकमेकांचा परस्परांवरील असलेला विश्वासपूर्ण अधिकार! या अधिकाराने फक्त एकमेकांना एक चांगला, आनंदी माणूस बनविण्याचा विचार आणि एकमेकांना दिलेली योग्य साथ, अशी साथ जी जीवनाच्या कोणत्याही टप्प्यावर एका हाकेला प्रतिसाद देईल, खांद्याला खांदा लावून परिस्थितीत सोबत करील, हिंमत देईल आणि जीवनाच्या एकाकी वळणावर पुन्हा अल्लड आठवणींना उजाळा देऊन मनाला तरुण बनवेल, एकमेकांच्या आरोग्यदायी दीर्घायुषी जीवनाचं खरं रहस्य बनेल!

मित्रांनो, कॉलेजमध्ये आलात. खरे मित्र बना आणि खरे मित्र मिळवा! मैत्री मौल्यवान आहे.

▸ ▸ ▸

आव्हाने कॉलेजजीवनातील

“याखेरीज कॉलेजजीवनात गंभीर मानसिक समस्या उद्भवण्याची अनेक कारणे आहेत. जसे रॅगिंग, व्यसनाधीनता, अविचारी धाडस, गुंडगिरी, मारामाऱ्या, मित्रमैत्रिणींकडून वा शिक्षकांकडून मानसिक छळ, चिडवणे, एकाकी पाडणे इत्यादि. याबाबतची जागरूकता ही या समस्या उद्‌भवू न देण्याची पहिली पायरी आहे.”

कॉलेजच्या शैक्षणिक काळात आपल्या जीवनात मोठी परिवर्तने होत असतात. नवखे वातावरण, स्वातंत्र्य, जबाबदारी, धाडस, स्पर्धा, मौजमस्ती, भरपूर अभ्यासाने ओतप्रोत असलेल्या कॉलेजजीवनात काही मानसिक आव्हानेदेखील येत असतात. आपल्या कॉलेजजीवनात जवळपास सर्वच विद्यार्थी कधी ना कधी कमीअधिक प्रमाणात या प्रकारच्या आव्हानांना सामोरे जातात. ही आव्हाने कधी विद्यार्थ्यांना जीवनाचे धडे बनून येतात. त्यातून त्यांची जीवनाप्रतीची समज उन्नत होऊन ते अधिक प्रगल्भ, अधिक समजूतदार, अधिक कणखर बनतात. तर काही विद्यार्थ्यांना वेळीच स्वतःला सांभाळता न आल्याने अनेक गंभीर मानसिक समस्या उद्‌भवतात. त्यामुळे केवळ शिक्षणच थांबते असे नाही, तर संपूर्ण जीवनाची दिशाच अत्यंत दुर्दैवी पद्धतीने बदलून जाते.

यामध्ये कॉलेजजीवनात नव्याने प्रवेश केलेल्या आणि पहिल्यांदाच घरापासून दूर राहण्याची वेळ आलेल्या विद्यार्थ्यांना कोर्सच्या पहिल्या वर्षी बराच त्रास होतो. घरच्या आठवणींनी व्याकूळ झालेल्या विद्यार्थ्यांच्या सर्वच गोष्टींवर त्यामुळे खूप परिणाम होतो. एकतर घरापासून दूर राहण्याच्या या पहिल्या प्रसंगामुळे स्वतःची बऱ्यापैकी मोठी जबाबदारी स्वतःवर येते. अभ्यास, कपडे,

पैशांचे नियोजन अशा पूर्वी न केलेल्या गोष्टी सांभाळताना खूप ताण येतो. काही मुले हा ताण दूर करण्याचा प्रयत्न न करता सरळसरळ हार पत्करतात. घरच्यांचे फोन आले किंवा भेट झाली तर रडतात. रूमवर एकटी कुढत बसतात किंवा दर आठवड्याला घरी पळतात. कितीतरी विद्यार्थी अशा प्रकारे घरापासून दूर राहण्याच्या खंतेत कमजोर पडतात, मानसिकदृष्ट्या खचतात, नैराश्याने ग्रस्त होतात. इतके की अनेकदा त्यांना त्यासाठी औषधोपचार करण्याची वेळ येते. दरवर्षी कितीतरी मुले घरापासून दूर राहण्याचे आव्हान पेलू न शकल्याने डिप्रेशनमध्ये जातात. अर्थात कोणत्याही आव्हानाकडे बघण्याचा व्यक्तिगत दृष्टिकोन आपल्याला कमजोरी अथवा सामर्थ्य प्रदान करतो. पहिल्यांदा घराबाहेर राहण्यासाठी आलेल्या विद्यार्थ्यांनी खरे तर जास्त प्रॅक्टिकल होण्याची आवश्यकता असते. कॉलेजचे शिक्षण म्हणजे काही प्राथमिक शाळेसारखे नव्हे. आपण सर्वार्थाने मोठे होण्यासाठी कॉलेजमध्ये आलेलो असतो. त्यासाठी पूर्णवेळ त्या वातावरणाशी समरस व्हावे लागते, आयुष्यातील वेळेची किंमत चुकवावी लागते. घर सोडून आलेले आपण एकटेच नसतो, तर आपल्यासारखी खूप मुले तेव्हा आणि त्याआधीही घरापासून दूर शिक्षणासाठी आलेली असतात. सतत घरी फोन करण्यापेक्षा किंवा पुन्हापुन्हा घराकडे धाव घेण्यापेक्षा सोबतच्या विद्यार्थ्यांशी बोलले पाहिजे. त्यामुळे स्वतःला तर बरे वाटतेच, पण घरच्यांना सोडून आलेल्या आपल्या मित्रांनाही तुमचा आधार मिळतो. एकमेकांना समजून घेतल्याने आपल्याला शैक्षणिक कालावधीत चांगले साथीदार मिळतात. कॉलेजमध्ये प्रवेश घेतलेले विद्यार्थी हे भिन्न आर्थिक स्तरांतले असतात. या पार्श्वभूमीवर सर्वसामान्य आर्थिक परिस्थिती असलेल्या विद्यार्थ्यांना काही समस्या भेडसावतात. पैशाचे सोंग घेता येत नाही. परंतु इतरांच्या तुलनेत आपली आर्थिक दुर्बलता काही विद्यार्थ्यांमध्ये न्यूनगंड निर्माण करते. मग घरच्यांवर चिडचिड करून, रूसून, रडून आपल्यासोबतच्या अर्थसंपन्न मित्रांसोबत राहण्याची आणि त्यांच्या तुलनेतील आपली आर्थिक दुर्बलता लपविण्याची केविलवाणी धडपड करतात. मित्रांचे महागडे मोबाईल, लॅपटॉप, बाईक, कपडे बघून हे नैराश्य वाढत राहते. अनेकदा ही आर्थिक दरी घालविण्याच्या प्रयत्नात विद्यार्थी चुकीच्या आणि बेकायदेशीर मार्गांकडे वळतात. घरच्यांपासून लपवून काही मुले नको ती कामे करू लागतात. मध्यंतरी अशा प्रकारे नैराश्य आलेल्या एका इंजिनिअरिंगच्या विद्यार्थ्याने सांगितले की, मित्रांसोबत राहण्याचे महागडे खर्च भागविण्याच्या नादात तो बेटिंगच्या (सट्ट्याच्या) चक्रात अडकून

कर्जबाजारी झाला. ते कर्ज फेडण्याकरिता अभ्यासासाठी घेतलेला नवा कोरा लॅपटॉप त्याला मातीमोल भावात विकावा लागला. अभ्यासाचे नुकसान होऊन नापास झाला. घरच्यांपासून या सर्व गोष्टी लपवून नापास झालेल्या वर्षी अभ्यास न करता एका कॉल सेंटरमध्ये नोकरी करत होता आणि करून ठेवलेले कर्ज फेडत होता. हे सर्व करताना त्याला अपराधीपणाच्या भावनेने इतके ग्रासले की त्यासाठी त्याला उपचार घ्यावे लागले. मित्रांनो, आपण कॉलेजमध्ये या गोष्टी टाळणे खूप जास्त गरजेचे आहे. नसलेले आणि फसवे मोठेपण दाखविणे हे दुर्बल मानसिकतेचे लक्षण आहे. कॉलेजजीवनात मौजमस्ती करताना हे आव्हान तुम्हाला सावधानतेने पेलायचे आहे. उलट, महिन्याचे आर्थिक नियोजन तुम्हाला सचोटीने जगण्याची संधी आणि शिकवण देत असते. त्याचा फायदा करून घ्यायला हवा.

कॉलेजजीवनात अजून एक मोठा भुलभुलैय्या असतो, ज्यामुळे कितीतरी विद्यार्थ्यांचे जीवन अक्षरशः उध्वस्त झाले आहे. ते आहे प्रेमाच्या गोंडस नावाखालील मुलामुलींमधील आकर्षण! हा विषय खरे तर स्वतंत्र लेखाचा आहे. कॉलेजजीवनातील स्वातंत्र्य हे काही संपूर्ण जीवनाचे मोठे निर्णय घेण्याचे स्वातंत्र्य नव्हे. निवडलेला कोर्स अद्याप शिकून, यशस्वीरीत्या पूर्णही झालेला नसतो आणि मंडळी मात्र प्रेमात (?) पडून एकमेकांसोबत जीवन जगण्याच्या आणाभाका घेऊन मोकळे! यामध्येही काही मंडळी तर जास्तच प्रॅक्टिकल असतात. त्यांना कॉलेजजीवनात टाइमपास म्हणून बॉयफ्रेंड किंवा गर्लफ्रेंड हवी असते. काही मंडळींचे दर महिन्याला ब्रेकअप्स होतात आणि पुन्हा नवीन प्रेमप्रकरणे. हे असे सोपे आणि सहज वाटत असले, तरी अशा गोष्टींचा अनेकांच्या मानसिक स्वास्थ्यावर खूप गंभीर परिणाम होतो. शारीरिक वाढ आणि मानसिक विकास व्हायला हवा अशा संवेदनशील वयात निराश आणि वैफल्यग्रस्त होण्याच्या अनेक कारणांपैकी कॉलेजजीवनातील प्रेमप्रकरणे हे एक मोठे कारण आहे. कोणत्याही प्रकारची आधुनिकता ही कॉलेजजीवनातील अपरिपक्व प्रेमाची शिफारस करू शकत नाही. आधुनिकतेच्या विपर्यस्त बोधाने किंवा इतर कोणत्याही कारणाने निर्माण झालेले कॉलेजजीवनातील अल्लड प्रेम हे विद्यार्थ्यांचे भावविश्व कमकुवत करून टाकते. अभ्यासाकडे दुर्लक्ष तर होतेच, पण या तथाकथित प्रेमाचा भंग आयुष्यभरासाठी गंभीर स्वरूपाचे मानसिक दुष्परिणाम घडवितो. कॉलेजजीवनातील सैराट प्रेम कोणत्याही अर्थाने उचित नाही याची वास्तविक जाणीव ज्याला करिअर घडवायचे आहे त्याने सदोदित

कॉलेजच्या शैक्षणिक काळात आपल्या जीवनात मोठी परिवर्तने होत असतात. नवखे वातावरण, स्वातंत्र्य, जबाबदारी, धाडस, स्पर्धा, मौजमस्ती, भरपूर अभ्यासाने ओतप्रोत असलेल्या कॉलेजजीवनात काही मानसिक आव्हानेदेखील येत असतात. आपल्या कॉलेजजीवनात जवळपास सर्वच विद्यार्थी कधी ना कधी कमीअधिक प्रमाणात या प्रकारच्या आव्हानांना सामोरे जातात. ही आव्हाने कधी विद्यार्थ्यांना जीवनाचे धडे बनून येतात. त्यातून त्यांची जीवनाप्रतीची समज उन्नत होऊन ते अधिक प्रगल्भ, अधिक समजूतदार, अधिक कणखर बनतात. तर काही विद्यार्थ्यांना वेळीच स्वत:ला सांभाळता न आल्याने अनेक गंभीर मानसिक समस्या होऊन बसतात, ज्यामुळे केवळ शिक्षणच थांबते असे नाही, तर संपूर्ण जीवनाची दिशाच अत्यंत दुर्दैवी पद्धतीने बदलून जाते.

ठेवायला हवी. मानसिकदृष्ट्या समस्याग्रस्त होण्याचे अजून एक महत्त्वाचे कारण म्हणजे अभ्यासाचा, परीक्षेचा आणि निकालातील सातत्य टिकविण्याचा अतिरिक्त ताण. या ठिकाणी अतिरिक्त हा शब्द जाणीवपूर्वक वापरलाय. वास्तविक अभ्यास ही ताण घेऊन करण्याची नव्हे, तर निर्णय घेऊन करण्याची गोष्ट आहे. जेव्हा अभ्यास करण्याचा निर्णय स्वत:चा नसतो, त्या वेळी अभ्यास ही बळजबरीची गोष्ट होऊन बसते. ती बळजबरी अनेक स्वरूपांची असते. कधी ती पालकांच्या अपेक्षांच्या स्वरूपात असते तर कधी अन्य स्वरूपात. मात्र अशा पद्धतीने केलेल्या अभ्यासाबद्दल आणि परीक्षेतील परफॉर्मन्सबद्दल विद्यार्थ्यांना आत्मविश्वासच नसतो. मग टेन्शन येणारच. काही विद्यार्थ्यांच्या बाबतीत हे टेन्शन इतके वाढते की ते परीक्षेच्या काळात आजारी पडतात. निकालाचेही त्यांना खूप टेन्शन येते. दरवर्षी अशा प्रकारच्या टेन्शनने चिंताग्रस्त होणाऱ्या, डिप्रेशन मध्ये जाणाऱ्या विद्यार्थ्यांची संख्या वाढत आहे. कधीकधी हे टेन्शन आणि प्रेशर सहन न होऊन आत्महत्येचा दुर्दैवी विचार आणि प्रयत्न करणारेही अनेक विद्यार्थी असतात. परंतु मित्रांनो, अभ्यासाचे हेच तथाकथित टेन्शन आपल्याला मजबूत बनविण्यासाठी, आव्हानात्मक परिस्थितीला सामोरे जाण्याची क्षमता आणि कौशल्य वाढविण्यासाठी वापरता येऊ शकते. हे लक्षात

घेऊन अभ्यास केलात, तर यशस्वी तर व्हालच पण प्रगल्भदेखील व्हाल. असे झाले तर कॉलेजजीवनाचे खरे प्रयोजन सफल झाले असे म्हणता येईल.

याखेरीज कॉलेजजीवनात गंभीर मानसिक समस्या उद्भवण्याची अनेक कारणे आहेत. जसे रॅगिंग, व्यसनाधीनता, अविचारी धाडस, गुंडगिरी, मारामाऱ्या, मित्रमैत्रिणींकडून वा शिक्षकांकडून मानसिक छळ, चिडवणे, एकाकी पाडणे इत्यादि. याबाबतची जागरूकता ही या समस्या उद्‌भवू न देण्याची पहिली पायरी आहे. या सर्व गोष्टींचा आपण वेळोवेळी गरजेनुसार ऊहापोह केला आहे आणि करणारच आहोत. तोपर्यंत मानसिक स्वास्थ्य बिघडविणाऱ्या आज सांगितलेल्या महत्त्वाच्या गोष्टींवर नक्की चिंतन करा. वास्तविक आणि विवेकी पद्धतीने विचार करून त्यापासून स्वत:चा बचाव करा. आपल्या मित्रमैत्रिणींनासुद्धा मदत करा.

▸ ▸ ▸

करा स्वयंअध्ययनाचा श्रीगणेशा

स्वयंअध्ययनात आपल्याला आपल्या स्वतःच्या पद्धतीने अभ्यास करण्याचे स्वातंत्र्य निश्चित असते; पण त्यातही काही प्रभावी पद्धती आणि युक्त्या वापरल्या, तर आपला वेळ वाचून जास्तीत जास्त अभ्यास आत्मसात करू शकतो.

मित्रांनो, आता आपण कॉलेजमध्ये आला आहात. करिअरच्या स्वप्नाला प्रत्यक्षात साकारणारा दरवाजा तुमच्यासाठी खुला झाला आहे. सोबत तारुण्याचा कैफ तुमची कठोर परीक्षा घ्यायला पण टपला आहे. मोठी फी भरली आहे. प्रचंड उठाठेव करून अपेक्षित कोर्स आणि कॉलेज मिळवले आहे. आता जिंकायचे आहे, यशस्वी व्हायचे आहे... शैक्षणिक जीवनाच्या या टप्प्यावर एक खूशखबर आहे आणि तीच आहे चेतावनीसुद्धा! सावधगिरीची सूचना!

अशी एकमेव गोष्ट, जी तुम्हाला यशस्वी होण्यासाठी अत्यंत महत्त्वपूर्ण असते आणि तिचा अभाव, मग तुम्ही कितीही हुशार असा, तुमच्या अपयशाला कारणीभूत ठरते. ती एकमेव गोष्ट आहे, स्वयंअध्ययन. सेल्फ स्टडी!

आजवरच्या शालेय जीवनात तुमच्या अभ्यासाची मोठी जबाबदारी पालक, विशेषतः आईच सांभाळत होती. तुमच्या सोबत रात्री उशीरापर्यंत, भल्या पहाटेपासून बसून होती... कारण शालेय जीवनात कदाचित आपण सेल्फ स्टडीचे महत्त्व, सामर्थ्य आणि फळ जाणत नव्हता. पण आता आपण कॉलेजला आलात. अभ्यासक्रम मोठा आहे, सखोल आहे. केवळ एका पुस्तकापुरता तो मर्यादित नाही. अशा वेळी आपण अनेकदा महागडे क्लासेस लावता, प्रत्येक विषयासाठी स्वतंत्र ट्यूशन्स लावता. तेथे आपल्यासारख्यांची खूप मोठी गर्दी असते. पण

म्हणून सर्वच जण चांगले गुण मिळवितातच असे होत नाही. तुमच्या शेजारी बसणारा एक जण पैकीच्या पैकी मार्क्स मिळवतो आणि दुसरा चक्क नापास होतो. फी दोघांनीही सारखीच भरलेली असते, दोघांनाही सारख्याच वेळी, सारख्याच पद्धतीने शिकविलेले असते. सारखाच पेपर, सारखीच वेळ, सारखेच शिक्षक पण मग रिझल्ट वेगवेगळा का? कोणी जास्त हुशार आणि कोणी कमी हुशार असतो का? अजिबात नाही. फरक फक्त एकच असतो, तो म्हणजे स्वयंअध्ययनाचा! कारण प्रत्येक वेळी तुम्हाला वर्गात शिकविलेली गोष्ट समजेल किंवा दीर्घकाळ लक्षात राहील असे होत नाही. कुठलाही अभ्यास हा वाचन, लिखाण, समजून घेणे, पाठांतर, चिंतन, मनन आणि सराव या टप्प्यांतून गेला म्हणजे तो समजतो, लक्षात राहतो. हवा तेव्हा आणि परीक्षेत सर्व मुद्द्यांसहित दिलेल्या वेळेत अचूक आठवतो. सेल्फ स्टडी करताना या सर्व गोष्टी करण्याची गरजही असते आणि तसे करण्याचे स्वातंत्र्यसुद्धा. बऱ्याचदा आपल्याला परीक्षेच्या आदल्या दिवशी वाचून पेपरला जाण्याची सवय असते. हे शालेय जीवनात, तेही सुरुवातीच्या वर्गांना, ठीक होते. पण ती सवय कॉलेजजीवनात वैद्यकीय, इंजिनिअरिंग, फार्मसी यांसारख्या अनेक प्रोफेशनल कोर्सेसचा अभ्यास करण्यास मुळीच उपयोगी नाही. तुमचा परीक्षेपूर्वी सेल्फ स्टडी झालेलाच असावा लागतो. तेव्हाच तुमचा टिकाव लागतो.

खरे तर स्वयंअध्ययन आपल्याला किती फायद्याचे आहे, त्यामुळे आपल्यात नेमक्या काय काय सकारात्मक सुधारणा होतात हे जर तुम्हाला समजले, तर स्वतः अभ्यास करण्याच्या संदर्भातील अंत:स्थ संघर्ष संपून तुम्ही एकाग्रतेने खूप दर्जेदार अभ्यास करू शकणार आहात. आज आपण नेमके तेच जाणून घेणार आहोत. मित्रांनो, सेल्फ स्टडी ही स्वतः निर्णय घेऊन करण्याची गोष्ट आहे. कुणीतरी आपल्याला बळजबरीने बसवले तर तो होणारच नाही. जर आतून इच्छा नसेल किंवा आपला अभ्यास आपण करावयाचा आहे हे भान नसेल, तर पुढील अडचणी येत राहतात. अभ्यासाचा कंटाळा येतो, एखादा विशिष्ट विषय कंटाळवाणा आणि वेळ निघून गेल्यावर भीतीदायक वाटायला लागतो. अभ्यासाला बसवले गेले तरी मन भरकटतंच राहते, जसे वेगवेगळे विचार, कृती, टीव्ही, सिनेमा, मोबाइल, इंटरनेट, मित्र-मैत्रिणी किंवा मग डोके दुखणे, झोप लागणे यांसारखी लक्षणे दिसायला लागतात. कारण अगदी स्वच्छ आहे. आतून इच्छा नाही तर मन, मेंदू साथ कशी देणार? मात्र सेल्फ स्टडीचा शब्दशः अर्थच सांगतो की आपल्याला स्वतःला अभ्यास करायचा आहे आणि सेल्फ स्टडी करताना हा विचार अगदी आतून प्रामाणिकपणाने आपल्याला करावयाचा असतो.

तुम्हाला सांगतो मित्रांनो, आपला मेंदू ही अशी भन्नाट गोष्ट आहे, की तुम्ही तुमच्या ज्या विचारांवर विश्वास ठेवाल, ते विचार तुमचा मेंदू तुमच्यासाठी सत्य मानतो आणि अगदी तसेच घडवून आणतो. तुम्ही जर तुमच्या अभ्यासाला कंटाळवाणे समजलात, अवघड समजलात तर तुमचा मेंदू तो अभ्यास तुमच्यासाठी कंटाळवाणा आणि अवघडच करून टाकेल. सेल्फ स्टडी करताना एक मूलभूत बदल तुमच्या विचारांमध्ये होतो, तो म्हणजे तुम्हाला अभ्यास करावयाचा आहे हा प्रामाणिक विचार तुमच्याकडून तुमच्या मेंदूकडे पाठविला जातो. अनुभव घ्या, तुम्ही चकित व्हाल की यापूर्वी अजिबात न समजलेला आणि अवघड वाटत असलेला अभ्यास आश्चर्यकारकरीत्या तुम्हाला समजू लागतो, लक्षात राहतो आणि हवा तेव्हा आठवतोदेखील. स्वयंअध्ययनाची हीच तर मोठी जादू आहे.

रोज नियमितपणे आणि सातत्याने तुम्ही स्वयंअध्ययनाला ठरवून वेळ दिला तर अभ्यासाची गोडी लागते. जी मंडळी म्हणतात की 'आम्हाला अभ्यासात इंटरेस्टच येत नाही' ते खरे तर सेल्फ स्टडीसाठी वेळ देत नसतात. ज्या वेळी आपण खऱ्या अभ्यासाला वेळ देतो त्या वेळी आपण जबाबदार होत असल्याची जाणीव वाढीस लागते. आपल्याला काय आणि किती समजतंय हे कळू लागतं. जे समजत नाहीये ते समजून घेण्यासाठी आपण विविध प्रकारचे स्टडी मटेरियल अभ्यासायला लागतो. त्यामुळे शोधकवृत्तीचा विकास व्हायला लागतो. सेल्फ स्टडीमध्ये पाठांतरापेक्षा आकलनावर आणि सरावावर जास्त भर असतो. अभ्यासक्रम

आता आपण कॉलेजमध्ये आला आहात. करिअरचे स्वप्न प्रत्यक्षात साकार करणारा दरवाजा तुमच्यासाठी खुला झाला आहे. सोबत तारुण्याचा कैफही तुमची कठोर परीक्षा घ्यायला टपला आहे. मोठी फी भरली आहे. प्रचंड उठाठेव करून अपेक्षित कोर्स आणि कॉलेज मिळवले आहे. आता जिंकायचे आहे, यशस्वी व्हायचे आहे... शैक्षणिक जीवनाच्या या टप्प्यावर एक खूशखबर आहे आणि तीच आहे चेतावनीसुद्धा, सावधगिरीची सूचना! अशी एकमेव गोष्ट, जी तुम्हाला यशस्वी होण्यासाठी अत्यंत महत्त्वपूर्ण असते आणि तिचा अभाव, मग तुम्ही कितीही हुशार असा, तुमच्या अपयशाला कारणीभूत ठरते. होय, ती एकमेव गोष्ट आहे, स्वयंअध्ययन. सेल्फ स्टडी!

कितीही मोठा असला तरी तो एकमेकांना लिंक्ड असतो हे सेल्फ स्टडी केल्यानेच पटकन कळते. आपल्या मेंदूची स्मरणशक्ती अमर्याद असते आणि तो अनेक गोष्टी साठवताना लिंक पद्धतीनेच स्मरणात ठेवतो. आपण स्वयंअध्ययन करताना एकेक गोष्ट कशी एकमेकांशी जोडली गेली आहे. हे समजताना आकलनक्षमता जबरदस्त वाढते. त्यामुळे हुरूप वाढतो. आजचा सेल्फ स्टडी जरी पूर्ण झाला तरी पुढच्या अभ्यासाला कधी एकदा बसू असे होऊन जाते. सेल्फ स्टडी करताना स्वत:वरचे नियंत्रण खूप वाढते. केवळ अभ्यासापुरतेच नाही तर जीवनाच्या प्रत्येक भागावर तुमचे नियंत्रण येते. स्वत:वर नियंत्रण मिळविणे हा नियमित सरावाचा भाग आहे. स्वयंअध्ययनासाठी तुम्ही निर्धाराने बसत आहात, नियमित बसत आहात, सातत्याने बसता आहात यांसारखे संदेश ज्या वेळी तुमच्या मेंदूकडे वारंवार पोहोचतात त्या वेळी मेंदू अवांतर गोष्टींकडे वाहवत जाणे थांबवतो, किंबहुना तो तुमच्या आज्ञेत येतो. मग तुम्ही प्रत्येक गोष्ट ठरवून, एकाग्रतेने, पूर्ण क्षमतेने करू शकता किंवा निरर्थक गोष्ट लीलया टाळू शकता. यामुळे अभ्यासाची गती, क्षमता आणि दर्जा सुधारतो. तुमचा आत्मविश्वास वाढतो, विचार करण्याच्या क्षमता रुंदावतात. कॉलेज जीवनात हेच तर होणे अपेक्षित असते.

मित्रांनो, स्वयंअध्ययनात आपल्याला आपल्या स्वत:च्या पद्धतीने अभ्यास करण्याचे स्वातंत्र्य निश्चित असते; पण त्यातही काही प्रभावी पद्धती आणि युक्त्या वापरल्या, तर आपला वेळ वाचून जास्तीत जास्त अभ्यास आत्मसात करू शकतो. पुढील भागात आपण स्वयंअध्ययनाच्या अशाच काही महत्त्वाच्या गोष्टी जाणून घेणार आहोत. तोपर्यंत आज दिलेल्या माहितीवर जरूर चिंतन करा आणि नियमित सेल्फ स्टडी करण्याचा निर्णय स्वत:ला सांगा.

▶ ▶ ▶

असा करा सेल्फ स्टडी

यशस्वी होणे ही निवड आहे आणि अपयशी होणे ही मजबूरी आहे. मजबूर राहू नका. यशाची निवड करा. त्यासाठी सेल्फ स्टडी करण्याचा निर्णय घ्या आणि चिकाटीने अभ्यास करा. सातत्याने, प्रामाणिकपणाने केलेल्या सेल्फ स्टडीच्या भक्कम पायावरच तुमच्या यशाची उत्तुंग वास्तू उभी राहणार आहे.

सर्वात प्रथम म्हणजे सेल्फ स्टडी आपल्याला करायचा आहे हे मनापासून ठरवा. कारण जोपर्यंत आपण एखादी गोष्ट मनात ठरवत नाही तो पर्यंत ती प्रत्यक्षात कधीच येऊ शकत नाही. मला सेल्फ स्टडी करायचा आहे हे मनात ठरविण्यासाठी स्वतंत्र वेळ द्या. मित्रांसोबत गप्पा मारता मारता, टाइमपास करता करता, किंवा पालक ओरडले म्हणून आणि वरवर विचार करून चालणार नाही. सेल्फ स्टडी करण्याच्या आपल्या संकल्पाला ताकद मिळण्यासाठी आपल्याला सेल्फ स्टडी केल्याने आयुष्यभराचे होणारे फायदे आणि न केल्यास होऊ शकणारे दूरगामी नुकसान यांची यादीच तयार करा. त्यातून स्वत:साठी फायद्यांची निवड करत आहात असे स्वत:ला निक्षून सांगा.

मग आता स्वत:च्या दिवसभरातील रूटीनचे एक वेळापत्रक तयार करा. तुमच्या रूटीनमध्ये पहिले स्थान सेल्फ स्टडीला द्या. विद्यार्थी जीवनात तुमचे शाळा-कॉलेजचे वेळापत्रक काहीही असो, तुमच्या अभ्यासाला पहिले स्थान दिले गेलेच पाहिजे. झोपेतून उठल्यानंतर आधी काहीतरी स्टडी मटेरियल चाळा, मोठ्याने वाचा किंवा काल केलेला अभ्यास स्वत:लाच सांगा, मनन करा. कारण आपण ज्या वेळी झोपेतून जागे होतो, तेव्हा आपल्या मेंदूची ग्रहणक्षमता जास्त असते. त्या वेळी आपण करत असलेला अभ्यास आपल्या

मेंदूत स्वयंअध्ययनाची सवय दृढ करण्यात मोलाचा ठरत असतो. हीच अवस्था रात्री झोपताना पण असते. त्या वेळी आपण उद्या करावयाच्या अभ्यासाबद्दलचे मनोमन प्लॅनिंग करायला हवे.

तुमच्या सेल्फ स्टडीला बाधक असणाऱ्या सर्व सवयी आणि गोष्टी तुम्ही अगदी स्पष्टपणे मान्य करायला पाहिजेत. त्यांचीसुद्धा एक यादीच बनवा. मित्रांसोबत निरर्थक भटकणे, टीव्ही बघणे, मोबाईलवर गेम, कॉम्प्युटरवर युट्यूब वरील व्हिडिओ बघणे, इत्यादी. शिवाय आजकाल रात्री झोपताना आणि सकाळी डोळे उघडता क्षणीच मोबाईलवर Whats-App, Facebook बघण्याची आणि त्यात तासन् तास अडकून पडण्याची कार्यनाश करणारी सवय वाढत चालली आहे. या सर्व गोष्टींसाठी वापरला जाणारा वेळ हा अभ्यासासाठी वापरता येईल. सेल्फ स्टडी करताना कोणत्याही टप्प्यावर मोबाईल बाजूलाच ठेवावा लागेल हे पक्के.

सेल्फ स्टडीचे टाइमटेबल एकदम ठाम असावे. कारण स्वतः अभ्यासाला बसत आहात म्हटल्यानंतर ती वेळ पूर्णपणे तुमची असते. ज्याप्रमाणे कुठल्या टॉपिकसाठी तुम्ही हवा तितका वेळ देऊ शकता, त्याप्रमाणे अभ्यास उद्यावर ढकलण्याकडे पण कल असू शकतो. ती गोष्ट अभ्यासाला मारक आहे. म्हणून आपल्या अभ्यासाचे टाइमटेबल सहज समोर दिसेल असे लावावे आणि काटेकोरपणे पाळावे.

प्रत्येक वेळी अभ्यास सुरू करण्यापूर्वी आज नेमका काय आणि किती अभ्यास करणार आहोत हे ठरवूनच अभ्यासाला बसावे. स्वतःला टार्गेट दिले म्हणजे अभ्यासात विस्कळीतपणा येत नाही. निश्चित टार्गेट नसेल तर अभ्यासाला बसल्यानंतर हातातला सोडून इतर विषयांचा राहिलेला अभ्यास किंवा नको ती कामं आठवायला लागतात. म्हणून प्रत्येक बैठकीचे टार्गेट आधीच ठरवून घ्या. कधीकधी टॉपिकचे टार्गेट निर्धारित करता येणे जरा अवघड असते. अशा वेळी

सलग काही तास अभ्यास केल्यानंतर मेंदूला छोट्याशा विश्रांतीची गरज भासते. अशा वेळी दहा ते पंधरा मिनिटांसाठी अभ्यासातून सुट्टी घ्यावी. तोंडावर पाणी मारावे. डोळे बंद करून शांत बसून राहावे. आकाशाकडे किंवा दूर अंतरावर असलेल्या झाडाकडे सहज दृष्टी टाकावी.

वेळेची मर्यादा ठरवून घ्यावी. आज मी सलग दोन तास किंवा त्यापेक्षा अधिक वेळ अभ्यास करणार असे ठरवून तेवढा वेळ अभ्यास केल्याशिवाय उठूच नये. अनेकदा आपण ठरवलेला वेळ पूर्ण होत आला की खूप कंटाळा यायला लागतो. कधी एकदा उठू असे व्हायला लागते. हे सगळे मनाचे खेळ असतात. आपल्या मनावर नियंत्रण मिळविण्याची हीच वेळ असते. अशा वेळी मुद्दाम ठरविलेल्या वेळेपेक्षा थोडा जास्त वेळ बसायचे किंवा ठरविलेल्या अभ्यासापेक्षा अजून काही मुद्दे अभ्यासूनच उठायचे. फार थोडे दिवस असे करावे लागेल. एकदा मनाला तुम्ही ठरविलेला अभ्यास पूर्ण करूनच उठता हे कळले की ते पूर्णवेळ एकाग्र राहाते.

अभ्यासाला बसताना आपल्याला काय काय स्टडी मटेरियल लागणार आहे ते आधीच बरोबर घेऊन ठेवणे खूप जास्त महत्त्वाचे आहे. कॉलेजमधील अभ्यास मोठा असतो. एका पुस्तकापुरता मर्यादित नसतो. सेल्फ स्टडी करताना विषयाचे नीट आकलन होण्यासाठी अनेक पुस्तके चाळणे आवश्यक असते. आपल्याला विशिष्ट टॉपिकचा अभ्यास करण्यासाठी लागणारी विविध पुस्तके, नोट्स, लिखाण आणि सरावासाठी लागणारे पेन, पेन्सिल, पट्टी, कोरी पाने, कॅलक्युलेटर अशा गोष्टी आधीच उपलब्ध करून सोबत घेतलेल्या उत्तम. कारण एकदा अभ्यासाची लिंक लागल्यावर हे सगळे साहित्य सहज हाताशी उपलब्ध झाले म्हणजे एकाग्रता आणि गती टिकून राहाते. पण या गोष्टींसाठी पुन्हा पुन्हा जर उठावे लागले, तर मन विचलित होते, अभ्यासाचा मूड जातो आणि जर आपले घर किंवा होस्टेल कॉलेजपासून दूर असेल किंवा स्टडी मटेरियल मिळविण्यासाठी बाहेर पडण्याची गरज पडणार असेल, तर मग अभ्यास बोंबललाच म्हणून समजा. कारण तेवढ्या वेळात आपल्या मेंदूला अनेक प्रलोभने मिळून जातात, आपण ठरवलेला अभ्यास सोडून विचार करायला वेगवेगळे विषय मिळून जातात. म्हणून सर्व साहित्यानिशीच अभ्यासाला बसावे.

अभ्यासाला बसण्याची जागा स्वतंत्र असेल तर जास्त उत्तम. घरातली किंवा होस्टेलच्या रूममधील अशी जागा ज्या ठिकाणी जास्त गडबड, आवाज किंवा खूप व्यक्तींचे येणेजाणे नसावे. दरवाजा किंवा खिडकीकडे तोंड करून बसू नये किंवा खिडकी, दरवाजा बंद ठेवावा. अभ्यास करताना सतत बाहेर लक्ष जाऊन मन विचलित होऊ नये म्हणून ही सूचना. जरा एकांतात आणि शांततेत सेल्फ स्टडी जास्त चांगला होतो.

गादी, सोफा, पलंग अशा जागा अभ्यासाच्या नाहीत. आपल्या मेंदूत या जागांचे कंडिशनिंग आरामासाठी आणि झोपेसाठी झाले आहे. तिथे बसलात

तर एकाग्रता होणार नाही. झोप जिंकेल. शक्यतो टेबल-खुर्चीवरच अभ्यासाला बसायला हवे. टेबल-खुर्ची नसेल तर बसूनच अभ्यास करायचा. पण लोळून किंवा झोपून अभ्यास करू नये.

अभ्यास करताना टीव्हीचा आवाज नको आणि डोळ्यांसमोर स्क्रीन नको. समोर कोणताच स्क्रीन नको. ना टीव्ही, ना लॅपटॉप, ना मोबाईल. काही मंडळींना अभ्यास करताना गाणी ऐकण्याची सवय असते. गाण्यांऐवजी नुसते संगीत ऐकलेले उत्तम. गाण्यातल्या शब्दांना प्रभाव असतात. त्या शब्दांमुळे आपण वाहवत जाण्याचीच जास्त शक्यता असते. मेंदूला तरतरीत ठेवण्यासाठी कानावर मंद परंतु विशिष्ट तालबद्ध संगीत चांगला प्रभाव पाडते असे काही तज्ज्ञ सांगतात. पण शक्यतो शांततेत जास्त एकाग्रता साधली जाते. अभ्यासाला प्राथमिकता ठेवावी म्हणजे इतर गोष्टींची गरज पडत नाही.

अभ्यास करताना घरातल्या किंवा आजूबाजूच्या मंडळीच्या गप्पा किंवा संभाषणात घुसू नये, तिकडे लक्ष देऊ नये. तुम्ही अभ्यास करत आहात हे इतरांना माहीत असेल तर तुम्हाला शक्यतो कोणी डिस्टर्ब करणार नाही. अभ्यास चालू असताना मध्येच पाणी प्यायला, टॉयलेटमध्ये जायला उठू नये. हे सर्व आधीच उरकलेले बरे. कारण सुरुवातीला मेंदू असे खेळ खेळतोच. पण सेल्फ स्टडीचे गांभीर्य स्वत:ला जितके सांगाल तितका तो करताना पटकन एकाग्र आणि समरस व्हाल.

सलग काही तास अभ्यास केल्यानंतर मेंदूला छोट्याशा विश्रांतीची गरज भासते. अशा वेळी दहा ते पंधरा मिनिटांसाठी अभ्यासातून सुट्टी घ्यावी. तोंडावर पाणी मारावे. डोळे बंद करून शांत बसून राहावे. आकाशाकडे किंवा दूर अंतरावर असलेल्या झाडाकडे सहज दृष्टी टाकावी. टीव्ही, मोबाईल बघू, फ्रिज उघडून किंवा किचनमध्ये आज खायला काय आहे हे बघू, पेपर चाळू किंवा कुणाशी गप्पा मारू असे काही चालणार नाही. यामुळे मेंदूला विश्राम कमी आणि अवांतर कामेच जास्त लागतात. दहापंधरा मिनिटांचा विश्राम झाल्यानंतर परत अभ्यासाला बसायचे. यानंतर खूप छान अभ्यास होतो. उलट या अभ्यासामुळेच अधिक प्रसन्न आणि आत्मविश्वासपूर्ण वाटायला लागते.

सेल्फ स्टडी करताना आपण ज्या गोष्टी अभ्यासतो आहोत त्याची टिपणे किंवा नोट्स काढणे गरजेचे आहे. आजकाल लिखाणाची सवय सगळीकडे कमी होताना दिसते. पण आपण केलेला अभ्यास जर परत लिहून काढला तर होणारा सराव परीक्षेत उपयोगी पडतो. एकतर भरपूर लिखाणाची सवय होते.

तुम्ही स्वत: तयार केलेल्या नोट्स परीक्षेच्या काळात रिव्हिजन करण्यासाठी खूप उपयोगी ठरतात. शिवाय परीक्षेत विचारल्या जाऊ शकणाऱ्या प्रश्नांची उत्तरे लिखित स्वरूपात हाताखालून गेल्याने पेपर चालू असताना उत्तरे दिलेल्या वेळेत आठवून सर्व मुद्द्यांसहित अचूक लिहिता येणे सोपे होते.

मित्रांनो, यशस्वी होणे ही निवड आहे आणि अपयशी होणे ही मजबूरी आहे. मजबूर राहू नका. यशाची निवड करा. त्यासाठी सेल्फ स्टडी करण्याचा निर्णय घ्या आणि चिकाटीने अभ्यास करा. सातत्याने, प्रामाणिकपणाने केलेल्या सेल्फ स्टडीच्या भक्कम पायावरच तुमच्या यशाची उत्तुंग वास्तू उभी राहणार आहे.

▸▸▸

ग्रुप स्टडी करताय?

कोणतीही एकसुरी गोष्ट आपल्यात कंटाळा निर्माण करते. एकटे अभ्यास करताना ही गोष्ट जास्त अनुभवयास येते. कॉलेज जीवनात अभ्यास करताना एवढा मोठा अभ्यासक्रम अभ्यासताना प्रत्येक जण आपआपली अभ्यासाची पद्धत अवलंबत असतो. ग्रुप स्टडी करताना या वेगवेगळ्या पद्धती एकमेकांना समजतात. त्यामुळे अभ्यास एकसुरी न राहता रोचक बनून राहतो. एकमेकांच्या पद्धती जाणून घेऊन अधिक प्रभावी, गतिमान पद्धत विकसित करता येते. जी स्वतःसह सर्वांना फायद्याची ठरते.

मित्रांनो, मागील लेखात आपण कॉलेजमध्ये मित्र कसे बनवावेत ते बघितले. ज्या वेळी समान विचारसरणी, समान ध्येय आणि एकमेकांना प्रेरणा देणारे मित्र एकत्र येतात, त्या मैत्रीचा अजून एक मोठा फायदा होतो. तो म्हणजे एक चांगला ग्रुप स्टडी! कॉलेजजीवनात या ग्रुप स्टडीचा नेमका काय आणि कसा फायदा होतो हे आज आपण जाणून घेणार आहोत. अर्थात ग्रुप स्टडी करताना काही गोष्टींबाबत सावधानता पाळायची असते. ती पाळली म्हणजे कॉलेजचा मोठा अभ्यासक्रम अभ्यासणे खरोखर किती सोपे आणि प्रभावी होते हे आपल्या लक्षात येईल.

कॉलेजजीवनात सर्व काही नवीनच असते. नवीन विषय, नवीन शिक्षक, त्यांच्या शिकविण्याच्या नवीन पद्धती, जाडजूड पुस्तके, टेक्स्ट बुक जाऊन अनेक रेफरन्स बुक्स! यामुळे एकटे अभ्यासाला बसताना एवढे सारे वेगळे बघून दडपण येऊ शकते आणि त्यामुळे अभ्यासाचा कंटाळा करण्याकडे

कल वाढतो. 'बघू नंतर', 'करू नंतर' असे प्रकार वाढीस लागतात. अशा वेळी ग्रुप स्टडी उपयोगी पडतो. एकतर सर्व मिळून अभ्यासाला बसताय म्हटल्यानंतर आपोआपच अभ्यासाचे गांभीर्य निर्माण होते. आपले सर्व मित्र मिळून अभ्यासाला बसले आहेत हे बघितल्यानंतर आपणही त्या वातावरणाच्या प्रभावामुळे अभ्यासाला बसले पाहिजे ही मनाची तयारी होते. एकदा मनाची तयारी झाली म्हणजे टाळाटाळ करायला, टाइमपास करायला वाव मिळत नाही. अभ्यास सुरू होतो. ज्यांना एकटे अभ्यास करण्याची आतून इच्छा होत नाही त्यांच्यासाठी प्रामाणिकपणाने ग्रुप स्टडी करणाऱ्यांच्या सोबत अभ्यासाला बसण्याचा हा एक प्रमुख फायदा होतो.

क्लासमध्ये शिकवत असताना अनेकदा मुलांना अभ्यासाच्या काही गोष्टी समजत नाहीत. वर्गातील वातावरणाच्या दडपणामुळे, लाजाळूपणामुळे काही मुले वर्गात शंका विचारू शकत नाहीत. सिलॅबस पुढे जात राहतो आणि ही मुले मागे मागे पडत जातात. त्याचा परिणाम त्यांच्या परीक्षेतील निकालावर होतो. अगदी नापाससुद्धा होतात. कॉलेजच्या महत्त्वाच्या वर्षांमध्ये एक वर्ष वाया जाणे हे पुढील करिअरवर नक्कीच विपरीत परिणाम करते. कधीकधी या गोष्टींमुळे येणाऱ्या अपयशामुळे काही विद्यार्थी तो कोर्स सोडून देण्याचा विचार करतात किंवा सोडून जातात. अशा वेळी ग्रुपमध्ये अभ्यास करताना आपल्या मित्रांचा उपयोग होतो. ज्या गोष्टी वर्गात समजलेल्या नाहीत, त्या सर्व गोष्टी आपल्या ग्रुपमधील ज्यांना समजल्यात त्यांच्याकडून छान समजून घेणे शक्य होते. कधीकधी आपल्याला असलेल्या शंका आपल्या ग्रुपमधील मित्रांनादेखील असू शकतात. हे कळल्यानंतर स्वत:ला कमी लेखण्याची तीव्रता खूप कमी होते. अडचणी सर्वांना येतात हे ग्रुप स्टडी करताना समजते आणि सर्व जण सोबत त्या शंकाचे निरसन करण्यासाठी सामूहिक प्रयत्न करतात.

कित्येकदा असेही होते की, अभ्यासाच्या काही गोष्टी तुम्हाला नीट समजलेल्या नसतात, त्याच गोष्टी तुमच्या ग्रुपमधील मित्रांना चांगल्या समजलेल्या असतात. कधी उलटेही होऊ शकते. तुमच्या मित्रांना न समजलेल्या काही गोष्टी तुम्हाला व्यवस्थित कळलेल्या असतात. या परिस्थितीत ग्रुप स्टडी एकमेकांना छान मदतरूप ठरतो.

कॉलेजचा अभ्यास हा मोठा आणि तुलनात्मकदृष्ट्या अवघड असतो. प्रत्येक विषयाचा सखोल अभ्यास होणे गरजेचे असते. निवळ पाठांतर म्हणजे रट्टा मारणे हे काही परिपूर्ण अभ्यासाचे लक्षण नाही. करिअरमध्ये तुम्हाला

समजलेला अभ्यासच कामी येणार असतो. प्रत्येक विद्यार्थ्याची आकलनक्षमता भिन्न असते. एखाद्या विषयाकडे बघण्याचा दृष्टिकोन स्वतंत्र असतो. त्यामुळे एकट्याने अभ्यास करताना त्याच एकांगी दृष्टिकोनातून अभ्यास केला जाण्याची जास्त शक्यता असते. मात्र ग्रुप स्टडी करताना प्रत्येकाचे भिन्न-भिन्न दृष्टिकोन आणि त्यातून झालेले त्या विषयाचे आकलन यामुळे सर्वांना एकाच वेळी तो अभ्यास सर्व बाजूंनी जाणून घेण्याची संधी उपलब्ध होते. नियमितपणे जर असा अभ्यास केला गेला, तर ग्रुपमधील प्रत्येकाचा एखाद्या विषयाकडे बघण्याचा विशाल दृष्टिकोन विकसित होतो. परिणामतः अभ्यासाची गती वाढते आणि गुणवत्तासुद्धा! याचा फायदा केवळ अभ्यासातच होतो असे नाही तर दैनंदिन जीवनातील प्रत्येक गोष्टींचा असा समग्र विचार करून काम करण्याची एक अतिशय चांगली सवय लागते.

कोणतीही एकसुरी गोष्ट आपल्यात कंटाळा निर्माण करते. एकटे अभ्यास करताना ही गोष्ट जास्त अनुभवयास येते. कॉलेज जीवनात अभ्यास करताना एवढा मोठा अभ्यासक्रम अभ्यासताना प्रत्येक जण आपआपली अभ्यासाची पद्धत अवलंबत असतो. ग्रुप स्टडी करताना या वेगवेगळ्या पद्धती एकमेकांना समजतात. त्यामुळे अभ्यास एकसुरी न राहता रोचक बनून राहतो. एकमेकांच्या पद्धती जाणून घेऊन अधिक प्रभावी, गतिमान पद्धत विकसित करता येते. जी स्वतःसह सर्वांना फायद्याची ठरते.

ग्रुप स्टडी करताना अजून एका गोष्टीत महत्त्वाचा फायदा होतो, तो म्हणजे स्टडी मटेरियल. ग्रुपमध्ये आपल्याला अनेकांचे स्टडी मटेरियल अभ्यासण्याची संधी मिळते. आपल्याकडून राहून गेलेले मुद्दे मिळतात. आपल्याही मटेरियलचा

ज्या वेळी समान विचारसरणी, समान ध्येय आणि एकमेकांना प्रेरणा देणारे मित्र एकत्र येतात, त्या मैत्रीचा अजून एक मोठा फायदा होतो. तो म्हणजे एक चांगला ग्रुप स्टडी! कॉलेजजीवनात या ग्रुप स्टडीचा नेमका काय आणि कसा फायदा होतो हे आज आपण जाणून घेणार आहोत. अर्थात ग्रुप स्टडी करताना काही गोष्टींबाबत सावधानता पाळायची असते. ती पाळली म्हणजे कॉलेजचा मोठा अभ्यासक्रम अभ्यासणे खरोखर किती सोपे आणि प्रभावी होते हे आपल्या लक्षात येईल.

इतरांना फायदा होतो. कधीकधी मोठ्या अभ्यासक्रमाच्या नोट्स काढण्याचे काम ग्रुपमधील मित्रांमध्ये विभागून घेतले जाते. त्यामुळे मिळालेल्या विषयाच्या नोट्स आपल्यासहित प्रत्येक जण अधिक जबाबदारीने काढतो. दर्जेदार नोट्स काढण्याची ही सवय सर्वांना लागते. उच्च शिक्षणासाठी ही सवय भविष्यात खूप कामी येणार असते. त्याची रंगीत तालीम ग्रुपमध्ये अभ्यास करताना होते.

ग्रुप स्टडी करताना आपसांत प्रश्नोत्तरे होतात. त्याची अनेक आवर्तने होतात. प्रोफेशनल कोर्सेसमध्ये मौखिक परीक्षेला खूप महत्त्व असते. कितीतरी मुले या परीक्षेत निवळ दडपणामुळे आणि सरावाच्या अभावाने नापास होण्याचे प्रमाण मोठे आहे. ग्रुपमध्ये होणारे हे प्रश्नोत्तरांचे सत्र आपल्याला मौखिक परीक्षेसाठी खूप फायद्याचे ठरते. एकतर ती उत्तरे उच्चारण्याचा अनेकदा सराव झाल्यामुळे प्रत्यक्ष परीक्षेत स्वच्छपणे उत्तरे देता येतात. प्रश्न विचारणाऱ्या शिक्षकांसमोर अचूक उत्तर दिल्याने आत्मविश्वास वाढतो आणि उत्तम संभाषणाचे कौशल्य निर्माण होते. परीक्षेत चांगले यश तर मिळतेच, शिवाय भविष्यातील नोकरीसाठीच्या मुलाखतींचा सरावदेखील होतो. अशा प्रकारचा सराव आणि आत्मविश्वास हा एकट्याने अभ्यास करण्यापेक्षा ग्रुपमध्ये अभ्यास केल्याने निश्चितच जास्त असतो.

मित्रांनो, एखादी व्यक्ती एकांतप्रिय असणे आणि एकलकोंडी असणे यात जमीनआस्मानाचा फरक आहे. एकांत चिंतनाला वाव देतो, ज्यातून सर्जनशीलता विकास पावते. मात्र एकलकोंडेपणा ही मुळात एक मानसिक समस्या आहे, जी व्यक्तीला अजून चिंताग्रस्त करते, न्यूनत्व निर्माण करते. जीवनाच्या प्रवासात आपल्याला प्रत्येक ठिकाणी विविध प्रकारच्या लोकांसोबत बोलावे लागते, व्यवहार करावे लागतात. कॉलेजजीवनात एकलकोंडेपणा घालवून चांगला सामाजिक विकास होण्यासाठी ग्रुप स्टडी उपयोगी पडतो. एकतर एकत्र अभ्यास करताना भरपूर संभाषण घडते. प्रत्येकाची स्वभाववैशिष्ट्ये जाणून घेता येतात, माहितीचे आदानप्रदान होते. इतरांना जाणून घेताना स्वतःकडे बघण्याचे नवनवीन दृष्टिकोन निर्माण होतात. स्वतःत कोणकोणते बदल करावेत हे सहज कळते आणि सोबत्यांच्या साथीने तितक्याच सहजपणे वळतेदेखील! थोडक्यात, ग्रुपमध्ये अभ्यास करताना चांगला व्यक्तिमत्त्व विकास होण्यास हातभार लागतो.

मित्रांनो, या ठिकाणी सांगितलेले ग्रुप स्टडीचे फायदे तेव्हाच होतील जेव्हा एकत्र अभ्यास करण्यासाठी जमलेले मित्र केवळ चांगला अभ्यास व्हावा याच हेतूने एकत्र आलेले असतील. सुरुवातीला जी सावधगिरीची सूचना दिली होती ती हीच आहे. ज्या क्षणी प्रामाणिक अभ्यास करण्याची लिंक तुटेल, त्या क्षणापासून ग्रुप

हा स्टडी करणारा न राहता टवाळक्या आणि टाइमपास करणाऱ्या उनाडांचे टोळके बनेल. अशा टोळक्यांमुळे हुशार विद्यार्थीसुद्धा बिघडल्याची भली मोठी यादी प्रत्येक कॉलेजमध्ये असते. ग्रुप स्टडी करताना निरर्थक आणि अवांतर बडबडीला आणि बडबड करणाऱ्यांना स्थान असता कामा नये. अभ्यासाबद्दल, परीक्षेबद्दल सतत नकारात्मकता बाळगणाऱ्या मंडळींनी स्वत:ला सुधारण्यासाठी ग्रुप स्टडीचा उपयोग केला पाहिजे. आपल्यातील अवगुणांनी इतरांना पथभ्रष्ट करून त्यांच्याही अभ्यासाचे नुकसान होणार नाही याची सतत काळजी घ्यावी, सतत भान राखावे.

ग्रुप स्टडीचा मुळातच अर्थ आहे एकत्र येऊन अभ्यास करणे. या ठिकाणी गप्पांचे फड रंगवत बसू नये, गॉसिपिंग करू नये. कोणतेही व्यसन अथवा पार्ट्या करू नयेत. अभ्यासाची वेळ ही अभ्यासालाच दिली गेली पाहिजे.

जसे आपल्या फायद्यासाठी म्हणून आपण एखाद्या ग्रुपमध्ये अभ्यासाला जातो, तसेच आपलेही एक चांगले योगदान तिथे दिले गेले पाहिजे. ग्रुपमधील प्रत्येकाने हा विचार कायम ठेवला तर चांगला अभ्यास होऊन परीक्षेत यश तर मिळेलच; पण भविष्यातील नोकरी-व्यवसायासाठी आपण चांगले सहकारी आयुष्यभरासाठी जिंकू. एवढा व्याप्त विचार करत असाल, तर आजपासूनच सुरू करा एका चांगल्या ग्रुपसोबत चांगला ग्रुप स्टडी.

▸ ▸ ▸

अपयश पचवा

अपयशी व्हायला कुणालाही मनापासून आवडणार नाही. पण तसे झाले असेल तर आपल्याला अपेक्षित यश मिळालेले नाही ही गोष्ट सर्वप्रथम जशी आहे तशी स्वीकारा. कुठलेही अपयश मिळाल्यानंतर दुःख होणे अगदी स्वाभाविक आहे. पण म्हणून त्यातच रमायचे ही गोष्ट मोठे आणि दीर्घकालीन नुकसान करणारी ठरू शकते.

मित्रांनो, आपल्या प्रत्येकाच्या जीवनात अपयश कधी ना कधी येतेच. किंबहुना अपयशाला यशाची पहिली पायरी म्हणतात. आपल्याला अपेक्षित असलेल्या यशासाठी करावयाच्या सर्व अचूक गोष्टींपैकी काही राहून गेल्याने निर्माण होणारी परिस्थिती म्हणजे अपयश म्हणता येईल. जीवनाच्या सर्वच भागांचा यशापयशाच्या परिभाषेत ऊहापोह करता येईल. पण आज आपण विद्यार्थीमित्रांच्या यशापयशाबद्दल बोलणार आहोत. अर्थात विद्यार्थ्यांच्या अपयशाचीही स्वतंत्र परिभाषा करता येईल. वर्षाच्या अखेरीस परीक्षांचे निकाल लागतात. काही नापास होतात, काहींना अपेक्षित गुण मिळात नाहीत, त्यामुळे हव्या असलेल्या कॉलेजला किंवा कोर्सला प्रवेश मिळविण्यासाठी अडचण निर्माण होते किंवा दुसऱ्या कोर्सला ॲडमिशन घ्यावी लागते... थोडक्यात काय तर, आपल्याला अपयश येते. आज आपण अपयशाकडे बघण्याचा दृष्टिकोन अशा पद्धतीने बदलवणार आहोत की भविष्यात या अनुभवाचा खातरीने यश मिळविण्यासाठी उपयोग होईल. आपण अधिक कणखर आणि वास्तववादी होऊ.

अनेकदा अपयश मिळाल्यानंतर घरात अगदी सुतकी वातावरण होते. घरातल्या वातावरणावर त्याचा अगदी वाईट परिणाम होतो. ज्याला अपयश

मिळाले आहे तो उदास. आईवडील खिन्न... कुणी स्वत:ला रूममध्ये कोंडून घेतो, कुणी अबोला धरून बसतो तर कुणी जेवणच सोडून देतो. वडील आईवर चिडचिड करतात, कधी पाल्याला मारझोड होते. बाकीची भावंडे कावरीबावरी होतात. काही काही मंडळी अपयशाने इतकी खचून जातात की त्यांना अगदी डिप्रेशन येते. इतके डिप्रेशन की ते दुसरे काही करण्याची क्षमतादेखील घालवून बसतात. अपयशाला ही काही योग्य प्रतिक्रिया नव्हे. अपयशी व्हायला कुणालाही मनापासून आवडणार नाही. पण तसे झाले असेल तर आपल्याला अपेक्षित यश मिळालेले नाही ही गोष्ट सर्वप्रथम जशी आहे तशी स्वीकारा. कुठलेही अपयश मिळाल्यानंतर दु:ख होणे अगदी स्वाभाविक आहे. पण म्हणून त्यातच रमायचे ही गोष्ट मोठे आणि दीर्घकालीन नुकसान करणारी ठरू शकते. विद्यार्थीजीवनातील अपयशाला भयाकारी बनविणारे अनेक घटक असतात. यात सर्वात मोठा घटक म्हणजे पालकांच्या अपेक्षांचे ओझे.

प्रत्येक निकालाच्या आधी मुले पालकांना सारखे विचारत असतात, जर मला कमी गुण मिळाले तर? यासारखी वाक्ये अपयशाच्या भीतीचे कारण व्यक्त करत असतात. मात्र विद्यार्थी मंडळींनी हे लक्षात घेतले पाहिजे की पालकांच्या अपेक्षा या त्यांच्या उज्ज्वल आणि देदीप्यमान भवितव्यासाठीच असतात.

या पार्श्वभूमीवर आलेले अपयश जरा जास्त भावनिक कल्लोळ निर्माण करते. अशा वेळी आलेल्या अपयशाला प्रतिष्ठेचा प्रश्न बनवू नये. अर्थात त्याचा कवडीइतकाही फायदा नसतो. लोक काय म्हणतील या विचारापोटी अपयशाची भावना मोठी करू नये. एखाद्या परीक्षेत आलेले अपयश म्हणजे काही जीवनाचा अंत नव्हे. उलट हा धडा आहे वास्तविक बनण्याचा. खरे तर बहुतेक विद्यार्थ्यांना आपण केलेला अभ्यास आणि परीक्षेत दिलेला परफॉर्मन्स याबद्दल नीट कल्पना असते. त्यामुळे आपला काय निकाल लागू शकेल याचाही मनात अंदाज आलेला असतो. त्याबद्दल पालकांसोबत शांतपणे चर्चा केलेली जास्त चांगली. त्यामुळे पालकांचा धक्कादायक अपेक्षाभंग होणार नाही. शिवाय पालकांनीसुद्धा अशा प्रकारची चर्चा स्वत:हून करायला हवी. म्हणजे अपयशामुळे घरातून पळून जाणं, डिप्रेशन मध्ये जाणं किंवा आत्महत्येचा प्रयत्न करणं यासारखे दुर्दैवी प्रकार घडणार नाहीत.

अपयशाला सामोरे जाताना आपण स्वत: त्याची एकदम परखड कारणमीमांसा करायला हवी. आपण नेमके कुठे कमी पडलो, कुठे चुकलो, काय करावयाचे राहून गेले यासारख्या बाबींची यादीच बनवावी. यामध्ये जास्त भावूक होऊन चालणार

नाही. स्वतःच्या कोणताही कमकुवतपणा लपवून चालणार नाही. परीक्षा सर्वांसाठी समानच असते. त्यामुळे यश मिळविण्यासाठी आवश्यक असलेल्या सर्वच गोष्टी पूर्ण क्षमतेने आणि प्रामाणिकपणे करणे गरजेचे असते. यश अपघाताने मिळत नाही. ते स्वतः ठरवूनच मिळवावे लागते. आपण यशस्वी होण्याचे मनापासून ठरविले नाही हे आपल्याला मिळालेल्या अपयशाचे एक महत्त्वाचे कारण असते. हा धडा जरी मिळालेल्या अपयशातून घेतला तरी आपण पुढच्या परीक्षेची नीट तयारी करतो.

आपल्याला झालेल्या चुका किंवा त्रुटी मिळालेल्या अपयशातून समजून घ्यायला हव्या. म्हणजे त्या टाळता येतील, दुरुस्त करता येतील. विद्यार्थीजीवनात अभ्यास, परीक्षा यांबद्दल अनेक चुकीचे समज, धारणा अंतर्मनात रुजलेल्या असतात. त्यामुळे हुशारी असूनदेखील परीक्षेत उत्तम परफॉर्मन्स न देता येणारे विद्यार्थी खूप आहेत. विशेषतः स्कॉलर विद्यार्थ्यांच्या बाबतीत अशा गोष्टी त्यांच्या अपयशाला कारणीभूत ठरत असतात. अंतर्मनातील असे अपयशकारक विचार समूळ काढून टाकून केलेला अभ्यास आपल्याला यशाच्या अधिक जवळ घेऊन जात असतो.

आपल्या जीवनात अपयश कधी ना कधी येतेच. किंबहुना अपयशाला यशाची पहिली पायरी असेही म्हणतात. अपेक्षित यशासाठी करायच्या सर्व अचूक गोष्टींपैकी काही राहून गेल्याने निर्माण होणारी परिस्थिती म्हणजे अपयश. जीवनाच्या सर्वच भागांचा यशापयशाच्या परिभाषेत ऊहापोह करता येईल. विद्यार्थ्यांच्या अपयशाचीही स्वतंत्र परिभाषा करता येईल. वर्षाच्या अखेरीस परीक्षांचे निकाल लागतात. काही नापास होतात, काहींना अपेक्षित गुण मिळत नाहीत, त्यामुळे हव्या असलेल्या कॉलेजला किंवा कोर्सला प्रवेश मिळविण्यासाठी अडचण निर्माण होते. किंवा दुसऱ्या कोर्सला ॲडमिशन घ्यावी लागते. थोडक्यात काय तर, आपल्याला अपयश येते. आज आपण अपयशाकडे बघण्याचा दृष्टिकोन अशा पद्धतीने बदलवणार आहोत की भविष्यात या अनुभवाचा खातरीने यश मिळविण्यासाठी उपयोग होईल. आपण अधिक कणखर आणि वास्तववादी बनू.

आलेल्या अपयशाने आपल्याला अपेक्षित असलेल्या भविष्याचे सर्व मार्ग बंद झालेले आहेत हा विचार शंभर टक्के चुकीचा आहे. या विचाराने हतबल होणे आपला अविवेकी भावनिक आणि अवास्तविक दृष्टिकोन प्रकट करतो. उठताबसता अपयशाचा शोक करत बसण्यापेक्षा शिक्षणक्षेत्रात अजून किती आणि कोणकोणते अभ्यासक्रम उपलब्ध आहेत याची माहिती घेण्यावर भर द्यावा. विविध क्षेत्रातील व्यक्तींना भेटावे. जीवनात यशस्वी झालेल्या अनेक व्यक्तींना भेटावे. आपल्या लक्षात येईल की प्रत्येक यशस्वी झालेल्या व्यक्तीलादेखील कधी ना कधी अपयशाला सामोरे जावे लागले होते. किंबहुना त्यांना मिळालेले अपयशच त्यांच्या आजच्या यशस्वी जीवनाची प्रेरणा ठरले होते. त्यामुळे अपयशाच्या भावनेची अतिरिक्त तीव्रता कमी होते. आपल्या हाती नवीन काहीतरी गवसते ज्यामुळे आपण पुन्हा एकदा उभारी घेऊन आपल्याला अपेक्षित असलेल्या यशासाठी तयारीला लागतो.

मित्रांनो, कायम लक्षात ठेवा, आपण जीवनात यशस्वी होतो ते फक्त कौशल्यामुळे. कौशल्य प्राप्त करण्यासाठी सर्वप्रथम हवी असते आपल्या मनाची तयारी. मग हवा असतो सराव. जीवनाच्या प्रत्येक टप्प्यावर आपण वेगवेगळी कौशल्ये आत्मसात करून यशस्वी होऊ शकतो. शैक्षणिक जीवनात आपण शिकत असलेल्या गोष्टी समजून घेणे आणि परीक्षेत व्यक्त करता येणे ही कौशल्याचीच बाब असते. त्यात पारंगत होण्यासाठीदेखील मनाची प्रामाणिक तयारी आणि सराव लागतो. आपण आजच्या अपयशातून निदान हा धडा शिकून त्यानुसार जर स्वत:त सुधारणा केली, तर पुढील जीवनातील सर्व प्रकारची यशे आपल्या समोर हात जोडून उभी राहतील याची खातरी बाळगा.

▶ ▶ ▶

अपयश टाळा

"आपल्याला अभ्यास समजतोय किंवा नाही हे सर्वात जास्त आणि सर्वप्रथम त्या विद्यार्थ्याला स्वत:लाच माहीत असते. अभ्यास समजत नसेल तर ताबडतोब त्यावर उपाय केला पाहिजे. आपल्याला शिकविणाऱ्या शिक्षकांना प्रश्न विचारले गेले पाहिजेत. आपल्याला असलेल्या शंकाचे तात्काळ निरसन करून घेतले पाहिजे. हादेखील अभ्यासाच्या प्रक्रियेचाच भाग आहे."

मित्रांनो, मागील लेखात आपण परीक्षेत आलेले अपयश कसे पचवावे या विषयावर बोललो. मात्र आजकाल प्रोफेशनल कोर्सेसमध्ये, विशेषत: इंजिनिअरिंग, त्यातही दहावी नंतर डिप्लोमामध्ये प्रवेश घेतलेल्या विद्यार्थ्यांमध्ये नापास होण्याचे प्रमाण मोठे आहे. एवढेच नव्हे, तर अगदी नववीपासून बारावीपर्यंत नापास होणाऱ्या विद्यार्थ्यांचे प्रमाण वाढलेले दिसून येते. 'आजार झाल्यानंतर औषधोपचार करण्यापेक्षा आजार होऊच नये म्हणून काळजी घेतलेली बरी' या उक्तीप्रमाणे नापास होण्याची वेळच येऊ नये म्हणून योग्य ती तयारी केलेली बरी!

विद्यार्थी नेमके कोणकोणत्या कारणांमुळे नापास होतात हे आपण जाणून घेऊ; म्हणजे वर्षाच्या सुरुवातीपासूनच योग्य काळजी घेता येईल आणि नापास होण्यासारखा दुर्दैवी आणि नामुष्कीचा प्रसंग टाळता येईल.

साधारणपणे संपूर्ण वर्षभरात शाळा-कॉलेजातील होणाऱ्या चाचणी परीक्षांमध्ये विद्यार्थ्यांचा खालावलेला परफॉर्मन्स आपल्याला अभ्यासात काहीतरी चुकते आहे याची जाणीव करून देत असतो. काही विद्यार्थी वर्षाच्या शेवटी बोलूनही दाखवितात. 'अभ्यास समजतच नाही', 'अभ्यासात इंटरेस्टच येत नाही', 'केलेला अभ्यास लक्षात राहात नाही', 'परीक्षेत ऐन वेळी आठवत नाही' अशी

वाक्ये ऐकायला मिळतात. मात्र मुख्य परीक्षेच्या वेळी या गोष्टी बोलण्यात काहीही अर्थ नसतो.

परीक्षेतील अपयश टाळण्यासाठी संपूर्ण वर्षभरात सातत्याने तयारी करत राहावी लागते. अनेकदा आपण अभ्यास का करावा, यश का मिळवावे याचे स्पष्ट कारणच विद्यार्थ्यांना कळत नसते किंवा त्यांना ते माहीत करून दिले जात नाही. पालकांनी आपल्या पाल्यासोबत या विषयावर खरे तर व्यवस्थित आणि विचारपूर्वक बोलायलाच हवे. एकदा माझ्याकडे एक शिक्षक दाम्पत्य आपल्या दहावीतल्या मुलीला माझ्याकडे मार्गदर्शनासाठी घेऊन आले. मी तिला 'दहावीचे टार्गेट ८५ टक्क्यांपेक्षा जास्त गुण मिळविणे का आहे' असे विचारले. तिने सांगितले, "अकरावी शास्त्र शाखेत प्रवेश घेताना माझ्या आईवडिलांना संस्थेच्या कुठल्याही डायरेक्टरची वशिल्यासाठी चिठ्ठी मागण्याची वेळ येऊ नये म्हणून एवढे मार्क्स मिळवायचे आहेत." दुर्दैव म्हणजे तिला शास्त्र शाखेत प्रवेश घेऊन पुढे काय करायचे आहे हे माहीत नव्हते. अभ्यासाची, यशस्वी होण्याची प्रेरणा वाढावी यासाठी करत असलेल्या प्रयत्नांनी होणारे वास्तविक फायदे आणि तसे न केल्यास होऊ शकणारे दूरगामी नुकसान पालकांनी पाल्याला माहीत करून द्यायला हवे. केवळ सुविधा उपलब्ध करून दिल्या म्हणजे झाले असे नसते. आजकाल उत्तम शाळा-कॉलेज, उत्तमोत्तम क्लासेस, गाडी, मोबाईल, लॅपटॉप यांसारख्या सुविधा मिळूनही अभ्यास न करणारी आणि नापास होणारी मुले खूप जास्त आहेत. थोडक्यात प्रेरणा, जी व्यक्तीसापेक्ष असते, तिचा अभाव हे नापास होण्यामागचे महत्त्वाचे कारण आहे.

आजकाल शाळा-कॉलेजात अभ्यासाचा पोर्शन मोठा आहे. या पार्श्वभूमीवर भाषेचे अपुरे ज्ञान, अनेक विषयांचा कच्चा पाया, अशुद्ध लेखन, मुबलक शब्दसंग्रह नसणे अशा समस्या राहून जातात. आज कित्येक प्रोफेशनल कोर्सेसला शिकणाऱ्या विद्यार्थ्यांना धड मराठी लिहिता वाचता येत नाही, बोलता येत नाही. इंग्रजीचीही तीच गत असते. त्या शब्दांचे व्यावहारिक अर्थही समजत नाहीत. व्याकरणाची तर इतकी वाट लागलेली असते, की सांगता सोय नाही. कित्येक विद्यार्थी त्यांच्या इंग्रजी वाक्यांमध्ये कुठल्याही काळात प्रत्येक क्रियापदाला 's' प्रत्यय लावतात. (जो फक्त साध्या वर्तमानकाळातील तृतीय पुरुषी एकवचनी कर्ता असलेल्या वाक्यात क्रियापदाला लावायचा असतो.) गणिताच्या बाबतीतही अशीच परिस्थिती आहे. इंजिनिअरिंगमध्ये मॅथ्स १, २, ग्राफिक्स यांसारख्या अनेक विषयांमध्ये वारंवार नापास होणाऱ्या विद्यार्थ्यांचे प्रमाण जास्त असण्यामागे शालेय जीवनातील गणिताचा पाया कमकुवत असणे हे एक महत्त्वाचे कारण

आहे. कसे तरी दहावीला बरे गुण मिळवून पाल्याला इंजिनिअरिंगच्या डिप्लोमाला प्रवेश मिळवून देणे हा पालकांना करिअरसाठी सोपा मार्ग वाटतो. त्यांनी हे लक्षात घ्यायला हवे की शालेय जीवनानंतर कोणताही अभ्यासक्रम कधीच थोडा आणि सोपा नसतो. पाल्याला अशी पळवाट दाखविण्यापेक्षा शालेय जीवनापासून प्रत्येक विषयाचा पाया भक्कम करण्याकडे जास्त लक्ष द्यावे. दुसरा पर्याय नाही.

विद्यार्थ्यांच्या बाबतीत नापास होण्याचे प्रमुख कारण म्हणजे समजून अभ्यास न करणे. आपल्याला अभ्यास समजतोय किंवा नाही हे सर्वात जास्त आणि सर्वप्रथम त्या विद्यार्थ्याला स्वतःलाच माहीत असते. अभ्यास समजत नसेल तर ताबडतोब त्यावर उपाय केला पाहिजे. आपल्याला शिकविणाऱ्या शिक्षकांना प्रश्न विचारले गेले पाहिजेत. आपल्याला असलेल्या शंकाचे तात्काळ निरसन करून घेतले पाहिजे. हादेखील अभ्यासाच्या प्रक्रियेचाच भाग आहे. वर्गात अभ्यासक्रम पुढे जात असताना आपल्याला न समजलेला भाग तसाच राहून गेला, तर पुढचे काहीच समजणार नाही. कित्येक विद्यार्थी प्रश्न विचारायला लाजतात, घाबरतात, त्यांना ते कमीपणाचे वाटते. इतर विद्यार्थी हसतील, शिक्षक रागावतील अशी भीती वाटते. मित्रांनो, तुमच्या या लाजण्याची, घाबरण्याची किंमत तुम्ही नापास होऊन चुकविण्यापेक्षा आधीच शंकाचे निरसन केलेले योग्य नव्हे काय?

शाळा, कॉलेज, क्लासेस यांव्यतिरिक्त स्वतःच्या अभ्यासाचे टाइमटेबल बनवून त्याचे काटेकोर पालन न करणे हेदेखील परीक्षेत अपयशी होण्याचे एक प्रमुख कारण आहे. अभ्यासक्रम मोठा असल्याने सातत्याने, नियमितपणे वाचन, लिखाण, पाठांतर, चिंतन, मनन आणि सराव या टप्प्यांतून तो गेला, म्हणजे तो समजतो, लक्षात राहतो आणि परीक्षेत सर्व मुद्द्यांसहित दिलेल्या वेळेत अचूक आठवतो. जर विद्यार्थ्यांचे स्वतःचे असे वेळापत्रकच नसेल, तर पूर्ण पोर्शन अभ्यासणे तर सोडाच, वाचूनही होणार नाही. ऐन परीक्षेच्या काळात केले जाणारे अर्धवट वाचन डोक्यात शिरणार नाहीच; पण परीक्षेत विचारलेले प्रश्नसुद्धा समजणार नाहीत. प्रोफेशनल कोर्सेसच्या बाबतीत परीक्षेत विचारलेले प्रश्न न समजणे हे नापास होण्यामागच्या प्रमुख कारणांपैकी एक आहे. पुरेसे, सखोल वाचन, त्या टॉपिकवर यापूर्वी विचारले गेलेले प्रश्न, त्यांची परिपूर्ण उत्तरे यांसारख्या गोष्टींसाठी ठरवून वेळ देणे म्हणजे सेल्फ स्टडी होय.

कॉलेजच्या विद्यार्थ्यांमध्ये नापास होण्याचे अजून महत्त्वाचे कारण म्हणजे त्यांची कॉलेजमधील गैरहजेरी आणि चुकीची संगत. अनेकदा शालेय जीवनात

अत्यंत गुणवान आणि अभ्यासू असलेल्या मुलामुलींचेदेखील या दोन गोष्टींमुळे प्रचंड नुकसान झाल्याची शेकडो उदाहरणे बघायला मिळतात. अचानक शालेय शिस्तीच्या वातावरणातून कॉलेजच्या मुक्त जीवनात प्रवेश केल्यानंतर स्वातंत्र्य आणि स्वैराचारातला फरक समजून न घेतल्याने कॉलेजला दांड्या मारण्याचे प्रमाण वाढते. म्हणता म्हणता झपाट्याने वेळ निघून जाते. याच काळात नको ते मित्रमैत्रिणी भेटतात. पिक्चर, पिकनिक, पार्ट्या, प्रेमप्रकरणे होतात. अधूनमधून अभ्यासाची आठवण येते. पण 'बघू नंतर, करू नंतर' अशा विलंब-वृत्तीने सिलॅबस पुढे निघून जातो आणि विद्यार्थी अभ्यासात मागे पडतो. अशा पद्धतीने चुकीचे पाऊल पडलेल्यांना ऐन परीक्षेच्या काळात अभ्यास पूर्ण करणे अवघड होते. परीक्षेत अपयश नको असेल तर या बाबतीत विद्यार्थी आणि पालकांनी आधीपासूनच खूप सजग असले पाहिजे.

या सोबत बेशिस्त जीवनशैलीदेखील अभ्यासावर विपरीत परिणाम करते. निश्चित, नियमित वेळेवर जेवणे, व्यायाम, पुरेशी आणि शांत झोप नसेल, तर त्याचा शारीरिक आणि मानसिक क्षमतेवर वाईट परिणाम होतो. आजकाल रात्री उशिरापर्यंत टीव्ही, मोबाईल, इंटरनेटवर व्यग्र राहण्याचे प्रमाण वाढले आहे. पोषक आहाराऐवजी फास्ट फूड, जंक फूडची फॅशन वाढली आहे. नाईट आऊट्स, पार्टी ही संस्कृती, त्यामध्ये चालणारे नको ते प्रकार यांचेही प्रमाण वाढत चालले आहे. एकाग्रता, स्मरणशक्ती, ग्रहणक्षमता, अचूक निर्णयक्षमता, विवेक, कार्यक्षमता या गुणांचा ऱ्हास करणाऱ्या या सवयी प्रोफेशनल कोर्सेसच्या परीक्षांमध्ये नापास होण्यामागचे आजचे एक गंभीर कारण आहे. यशस्वी होऊ इच्छिणाऱ्या विद्यार्थ्यांनी अशा सवयींपासून दूर राहून आदर्श जीवनशैली अंगिकारली पाहिजे.

मित्रांनो, रोजचा नियमित आहार, आराम आणि मनोरंजन हे जितके आपल्याला गरजेचे वाटते, अगदी तितकाच नियमित, प्रामाणिक आणि परिपूर्ण अभ्यास गरजेचा वाटला पाहिजे. आपण तो केला पाहिजे. जर आज आपण जाणून घेतलेल्या सर्व गोष्टींचे व्यवस्थित चिंतन करून अभ्यास केला, तर कुठल्याही परीक्षेत आपण खातरीने यशस्वी व्हाल. नापास होण्याची अपमानकारक नामुष्की टळेल.

▶ ▶ ▶

नोकरी आणि स्पर्धा परीक्षा

“ नोकरी करताना स्पर्धा परीक्षेत यश मिळविता येत नाही किंवा कुठलेही काम करताना नीट अभ्यास होत नाही अशी एक चुकीची धारणा आपल्या समाजात आढळते. जर ही धारणा अंतर्मनात दृढ झाली असेल तर यश मिळणे अशक्य आहे. आज आपण ही धारणा मोडणार आहोत. ”

अनेकदा कॉलेजजीवन संपल्यानंतर विद्यार्थ्यांना स्पर्धा परीक्षांचे वेध लागतात, तर काहींना लगेचच कौटुंबिक कारणांसाठी अथवा आर्थिक गरजांसाठी नोकरी पत्करणे भाग असते. असे असले तरी त्यांच्यातील शिकण्याची ऊर्मी आणि त्या शिक्षणाद्वारे पूर्ण होऊ शकणारे जीवनाचे उदात्त ध्येय सतत जागेच असते. काही मंडळी 'सुरुवातीला कामाचा अनुभव घेऊन, काही पैसे कमवून नंतर पुन्हा स्पर्धा परीक्षांची तयारी सुरू करू आणि मग आपले खरे ध्येय साध्य करू' या विचाराने कामाला लागतात. सुरुवातीला त्यांचे हे विचार खरोखर खूप तीव्र असतात आणि त्यानुसार ते नोकरी करताना अभ्यासदेखील करत असतात. मात्र जशी हातात पगाराची रक्कम मिळू लागते, स्वतःच्या कमाईचे पैसे हातात खेळू लागतात, दैनंदिन जीवन जसजसे कम्फर्टेबल होऊ लागते, तसतसे अभ्यास आणि अपेक्षित करिअर डेव्हलपमेंटचे विचार टाळणे किंवा थांबवणे एक प्रकारे सोपे होते. नोकरी करताना सर्वच प्रकारचे प्रसंग अनुभवायला मिळतात. एक तर फ्रेशर्स असल्याने सुरुवातीला जरा चांगले वातावरण असते. हळूहळू जसे तुम्ही कामात तयार व्हायला लागता, तसतशा जबाबदाऱ्यादेखील वाढायला लागतात. कामावर जाण्याची वेळ निश्चित असते, मात्र घरी परतण्याची वेळ अनिश्चित व्हायला लागते. कधी चुका होतात, तेव्हा वरिष्ठांकडून कानउघडणीचे प्रसंग अनुभवायला मिळतात. कधी

ऑफिसमधील गॉसिपिंगचे लक्ष्य बनावे लागते, तर कधी आपणच त्यात सामील होतो. वर्षाच्या शेवटी चांगले काम करूनही मनासारखी पगारवाढ होत नाही किंवा प्रमोशन होत नाही. काळ झपाट्याने पुढे जात राहतो आणि स्वत:सह घरच्यांच्याही गरजा वाढत राहतात. अशातच कधी एखाद्या मित्राची स्पर्धा परीक्षेतील यशाची बातमी कानावर येते. असे एक ना अनेक प्रसंग जेव्हा घडतात आणि स्वत:तील अस्वस्थता वाढायला लागते, तेव्हा पुन्हा एकदा स्पर्धा परीक्षांच्या माध्यमातून सरकारी नोकरीच्या ध्येयाची प्रकर्षाने आठवण यायला लागते. आता परिस्थिती अशी असते, की हातातील नोकरीही अनेक कारणांमुळे लगेच सोडून पूर्णवेळ स्पर्धा परीक्षांच्या अभ्यासाला देता येणे अवघड होऊन बसते. मग सुरू होते नोकरी करताना अभ्यास करण्याची कसरत. कसरत एवढ्यासाठी म्हणतोय, कारण ती खरोखर कसरतच असते. काम, घर आणि अभ्यास या तिन्ही महत्त्वपूर्ण ठिकाणी पूर्ण लक्ष द्यावे लागणार असते. अशा वेळी ह्या सर्व गोष्टी करताना हवा तसा अभ्यास होत नाही. धड हेही नाही आणि तेही नाही अशी परिस्थिती होऊन बसते. आमच्याकडे मार्गदर्शन घ्यायला येणाऱ्या अशा विद्यार्थ्यांची जवळपास हीच परिस्थिती आहे. सर्वांचा एकूण एकच सूर असतो, की एकाच वेळी काम करणे आणि अभ्यास करणे हे फार अवघड आहे.

तर मित्रांनो, आज स्पर्धा परीक्षांचा अभ्यास करताना नेमके काय केल्याने आपल्याला यश सुनिश्चित करता येईल हे बघणार आहोत.

नोकरी करताना स्पर्धा परीक्षेत यश मिळविता येत नाही किंवा कुठलेही काम करताना नीट अभ्यास होत नाही अशी एक चुकीची धारणा आपल्या समाजात आढळते. जर ही धारणा अंतर्मनात दृढ झाली असेल तर यश मिळणे अशक्य आहे. आज आपण ही धारणा मोडत आहोत. असे कितीतरी विद्यार्थी आहेत जे पूर्णवेळ स्पर्धा परीक्षांचा अभ्यास करत आहेत, मात्र अद्याप यशस्वी झालेले नाहीत. अगदी पाचपाच वेळा परीक्षा देऊनही साधी पूर्वपरीक्षादेखील पास होऊ शकलेले नाहीत आणि असे कितीतरी उमेदवार आहेत ज्यांनी पूर्णवेळ नोकरी करूनही स्पर्धा परीक्षांत यश मिळवले आहे. जर ही मंडळी करू शकतात, तर तुम्हीदेखील करू शकता हे स्वत:ला सांगा एकदा! अपयशी होण्यासाठी कुठलेही कारण पुरते. मात्र यशस्वी होण्यासाठी एकच गोष्ट हवी असते, ती म्हणजे प्रामाणिक निर्धार!

सर्वप्रथम आपले ध्येय हे स्पर्धा परीक्षांच्या माध्यमातून यशस्वी होऊन सरकारी व्यवस्थेत काम करायचे आहे हे स्वत:ला ठरवावे लागेल. हे सांगायचे कारण म्हणजे, जोपर्यंत एखादे ध्येय प्रामाणिक असत नाही, स्वत:चे असत नाही,

तोपर्यंत तुम्हाला आतून प्रेरणा, उत्साह आणि खरी क्षमता मिळणारच नाही. ही खूप महत्त्वाची गोष्ट आहे. कारण अनेकदा आपल्या स्पर्धा परीक्षा देण्याच्या उद्देशांमध्येच चूक असते. आपले ग्रॅज्युएशन पूर्ण करत असताना आपला त्यातील रस निघून जातो. त्या शिक्षणाद्वारे करावयाचे काम करण्याबाबत नकारात्मकता येते. तिकडे स्कोप कमी आहे, खूप मेहनत करूनही चांगले रिटर्न्स, प्रतिष्ठा नसणार आहे यांसारख्या कारणांमुळे त्यांना स्पर्धा परीक्षा आणि त्याद्वारे मिळणारे काम हा एक उत्तम पर्याय वाटतो. काहींना तर सरकारी नोकरीतून निवळ पैसा कमवायचा म्हणून स्पर्धा परीक्षा द्यायच्या असतात. काहींना त्यांचे मित्र देत आहेत म्हणून स्पर्धा परीक्षा द्यायच्या असतात. काहींना घरच्यांच्याच अपेक्षा आहेत म्हणून या परीक्षा द्याव्या लागणार असतात. जर उद्देश दुबळा असेल, तर परफॉर्मन्सदेखील दुबळाच येईल हे खातरीने समजा. आणि चुकूनमाकून अशा उद्देशाने परीक्षेत यशस्वी झालात, तरीही त्या कामात खरे समाधान मिळूच शकत नाही, मिळतही नाही. तिथेही कामात अडचणी येतात, चुका होतात, एखादा गुन्हा घडतो आणि सरकारी कामात घडणारी एक छोटी चूक किती महागात पडू शकते हे आपण दररोज बातम्यांमध्ये बघतोच. आपले ध्येय सुस्पष्ट आणि स्वत:चे असेल, तर अभ्यासाला आतून शक्ती मिळते. जर स्वत:ला आपल्या ध्येयाचा चांगला, योग्य अर्थ ठरवता येत नसेल तर पटकन मार्गदर्शन घ्यायला हवे. त्यातील अजून एक महत्त्वाचा टप्पा म्हणजे या परीक्षेत यश मिळवून आपण जे काम करणार आहोत, त्याची इत्थंभूत माहिती आणि त्या कामाचे लोकोपयोगी महत्त्व जाणून घेणे. हे एकदा मनात स्वच्छ आणि सुस्पष्ट झाले की मग मन भरकटणे बंद होऊन अभ्यासाचा दर्जा सुधारतो. जेव्हा उद्देश चांगला व प्रामाणिक असतो, तेव्हा आत्मविश्वास वाढतो. अशा वेळी तुम्ही ज्या ठिकाणी काम करता तेथील बॉसला तुम्ही स्पर्धा परीक्षांची तयारी करत आहात हे चांगल्या पद्धतीने पटेल असे सांगू शकता आणि सांगायला हवे. जो खरा काम करणारा बॉस असतो तो तुम्हाला नक्कीच अभ्यासासाठी, परीक्षा देण्यासाठी योग्य ते सहकार्य करेल. अनेकदा आपण करत असलेला अभ्यास आपल्या कामाच्या ठिकाणी लपवतो. त्याची अनेक कारणे असतात. मात्र लपवाछपवीतून अनेकदा खोटे बोलावे लागते. कधी परीक्षेच्या दिवशीच मोठे काम अंगावर येऊन पडते आणि मग परिस्थिती अवघड होते. दांडी मारून परीक्षेला गेलात, तर ऑफिसमध्ये तुमच्याबद्दलचा दृष्टिकोन खराब होतो आणि असे काही होईल या टेन्शनमुळे परीक्षेतील परफॉर्मन्स खराब होतो. त्यापेक्षा प्रामाणिकपणाने बॉसला तुमच्या अभ्यासाबद्दलची कल्पना द्या. कोणी तुम्हाला लगेच काही कामावरून काढून

जोपर्यंत एखादे ध्येय प्रामाणिक असत नाही, स्वत:चे असत नाही, तोपर्यंत तुम्हाला आतून प्रेरणा, उत्साह आणि खरी क्षमता मिळणारच नाही. ही खूप महत्त्वाची गोष्ट आहे.

टाकणार नाहीत. पण खूप महत्त्वाची एक गोष्ट घडेल, ती म्हणजे मनावरचा ताण कमी होऊन तुम्ही कामाच्या वेळी काम करू शकाल आणि अभ्यासाच्या वेळी फक्त अभ्यास.

हीच गोष्ट घरीदेखील करावी लागेल. कारण ग्रॅज्युएशन पूर्ण करून तुम्ही आर्थिकदृष्ट्या स्वयंपूर्ण, स्वावलंबी होत आहात ही गोष्ट पालकांसाठी खूप समाधान आणि मानसिक शांती देणारी असते. मग काम व्यवस्थित चालू असताना तुम्ही आता स्पर्धा परीक्षा देण्याचा काहीतरी वेगळा विचार करत आहात हे ऐकल्यानंतर त्यांना धडकी भरू शकते. कारण आपल्याला सर्वांनाच माहीत आहे. सरकारी जागा कमी आणि त्यासाठी प्रयत्न करणाऱ्यांची संख्या खूपच जास्त! म्हणजे सगळे काही अनिश्चित... या पार्श्वभूमीवर पालकांना टेन्शन येऊ शकते, त्यांच्या वागण्याबोलण्यातून ते व्यक्तही होते. अशा वातावरणात अभ्यास होणार कसा? मग या ठिकाणी पुन्हा तुमच्या मदतीला येणार असतो तो तुमचा प्रामाणिक उद्देश. तोच तुमचे यश निर्धारित करणार असतो. जर तुम्ही तो पालकांपर्यंत व्यवस्थित पोहोचवू शकलात, तर तुम्हाला अभ्यासाला चालना मिळेल. असेही होऊ शकते की पालकच तुम्हाला नोकरी सोडून पूर्णवेळ अभ्यासासाठी प्रोत्साहन देतील. आणि जर काम करणे अनिवार्यच असेल, तर निदान घरातील इतर जबाबदाऱ्या विभागून घेऊन तुम्हाला अभ्यासाला बसायला अधिकाधिक वेळ उपलब्ध करून देतील.

नोकरी करताना ज्या प्रमुख गोष्टी आपल्या स्पर्धा परीक्षांच्या अभ्यासात महत्त्वाच्या भूमिका बजावतात त्याबद्दल आज आपण बोललो. पुढील भागात आपण नोकरी करताना काय काय टाळावे आणि अभ्यासाचे नेमके नियोजन कसे करावे हे बघू. तोपर्यंत स्पर्धा परीक्षांत यशस्वी होऊ इच्छिणाऱ्या नोकरी करणाऱ्या मंडळींनी आजच्या टिप्सवर चिंतन करा आणि त्या दिशेने पाऊल टाका.

▸ ▸ ▸

वेळेचा योग्य वापर

“आज़पर्यंत अत्यंत प्रतिकूल परिस्थितीत असलेल्या व्यक्तींना मोठे यश मिळाल्याची सर्वाधिक उदाहरणे आहेत. याचे कारण म्हणजे प्रतिकूलतेत असताना त्यातून बाहेर पडण्याची इच्छा अधिक तीव्र आणि प्रामाणिक असते. नोकरी करताना अनुभवत असलेली प्रतिकूलता हाच तुमच्या खऱ्या अभ्यासाचा प्रेरणास्त्रोत असतो. किंवा त्याला तसा बनवा. मग बघा, एक एक क्षणाचा तुम्ही अभ्यासासाठी किती प्रभावी पद्धतीने वापर करता आणि हे करणे तसे सोपेदेखील आहे. फक्त तुम्हाला स्वत:सोबत जरा नीट बोलावे लागेल.”

मागील लेखात आपण एक महत्त्वाचे सत्य जाणले. अपयशी होण्यासाठी कुठलेही कारण पुरते. मात्र यशस्वी होण्यासाठी एकच गोष्ट हवी असते, ती म्हणजे प्रामाणिक निर्धार. केवळ इच्छा आणि निर्धार यांमध्ये खूप मोठा फरक आहे. स्पर्धा परीक्षांमध्ये यशस्वी होण्याचा निर्धार पक्का झाला की मग खऱ्या अर्थाने अभ्यास सुरू होता. सर्वप्रथम आपण आपला हा निर्धार आपल्या बॉसला आणि घरच्यांना नीट समजावून सांगितला की पुढे काय आणि कसे ते बघू. आता नोकरी करून अभ्यास करताना आपल्याला नेमके कसे नियोजन करायला हवे, आपला प्राधान्यक्रम आणि टाळावयाच्या गोष्टी सुस्पष्टपणे ठरवू.

आपले स्पर्धा परीक्षेचे ध्येय सतत समोर असले पाहिजे, त्याचा विसर पडू देता कामा नये. म्हणून अभ्यासाचा अगदी तपशीलवार प्लॅन बनवावा लागेल. त्यात तुम्हाला दररोज अभ्यासासाठी उपलब्ध वेळ समजून घेऊन टाइमटेबल

बनवावे लागेल. कामावरून घरी येण्याची वेळ, सुट्ट्या याबद्दलचे शक्य तितके सुस्पष्ट चित्र तुमच्यासमोर असायला हवे. लिखित स्वरूपात अभ्यासाचा कृतिजन्य आराखडा तयार झाला, म्हणजे सर्वच बाबतीत सुसूत्रता येते. मात्र तो आराखडा बनवला म्हणजे अभ्यास झाला असे होणार नाही. तुम्हाला त्याचे काटेकोर पालन करावेच लागेल. त्यात मोठा खंड पडता कामा नये. तुमचे टाइमटेबल सतत तुमच्या डोक्यात आणि डोळ्यांसमोर असले पाहिजे. म्हणजे आपल्याला त्याची सतत आठवण राहील. ध्येयापासून विचलित करणाऱ्या असंख्य गोष्टी सर्वांच्याच समोर येऊन ठाकत असतात. भरमसाठ प्रलोभने येतात. अशा वेळी विवेक फार महत्त्वाचा असतो. विवेकाने आपण स्थिर तर राहतोच, शिवाय या सर्व गोष्टींचा आपल्या अभ्यासाला पूरक वापर करू शकतो.

नोकरी करताना स्पर्धा परीक्षेचा अभ्यास करण्यासाठी अत्यंत मर्यादित वेळ उपलब्ध असतो. त्याचा अत्यंत चतुराईने वापर करणे आवश्यक असते. पूर्ण वेळ स्पर्धा परीक्षेचा अभ्यास करण्याऱ्या विद्यार्थ्यांइतक्या स्वतंत्र सुविधा नोकरी करणाऱ्यांना मिळणे तुलनात्मकदृष्ट्या जरा अवघडच असते, तर कधी कधी अशक्यदेखील. अशा वेळी सोबत असलेल्या संसाधनांचा अभ्यासाला पूरक वापर करता येतो.

उदा., आज इंटरनेट तुमच्या मोबाईलवर चोवीस तास उपलब्ध असते. त्या इंटरनेटवर स्पर्धा परीक्षेचे मटेरिअल लिखित, श्राव्य आणि द्रुक्-श्राव्य या तिन्ही स्वरूपात मोठ्या प्रमाणात उपलब्ध असते. ते तुम्ही डाउनलोड करून ठेवू शकता. शिवाय तुमच्या अभ्यासाचे मटेरियल, नोट्स, प्रश्नोत्तरे तुम्ही तुमच्या आवाजात रेकॉर्ड करून ठेवू शकता. जेव्हा वेळ मिळेल तेव्हा, कामावर जात असताना, प्रवासादरम्यान, रात्री झोपताना, सकाळी कामावर निघतानाची तयारी करत असताना म्हणजे, अशा सर्व वेळी, जेव्हा तुम्ही हातात पुस्तक घेऊन वाचू शकत नाही तेव्हा तुम्ही ती नीट ऐकू शकता किंवा निदान ती सतत कानावर पडू देऊ शकता. या पद्धतीचा निश्चित फायदा होतो. वेळेचा सदुपयोग होतो. आजच्या काळात माहितीचे क्षणात आदान-प्रदान करणाऱ्या व्हॉट्सअप, फेसबुक यांसारख्या सोशल मीडियाचादेखील वेळप्रसंगी चांगला वापर केला जाऊ शकतो. मात्र या ठिकाणी एक सावधगिरीची सूचना देत आहे. इंटरनेट आणि सोशल मीडिया हे जरी आवश्यक माहितीचा मोठा खजिना असला, तरी ते अनेक प्रलोभनांचे प्रचंड मोठे भांडार आहे, जे तुमच्या अपयशाचे प्रमुख कारण ठरू शकते! दुर्दैवाने भलीभली मंडळीदेखील इंटरनेट, सोशल मीडियाच्या

मायाजालात फसून आपले ध्येय हरवून बसतात. वेळेचा नाश करून घेतात आणि पर्यायाने संपूर्ण जीवनाचे नुकसान करून घेतात. असे किती तरी वेळा होते की युट्यूबवर अभ्यासाशी संबंधित व्हिडिओ बघत असताना सोबत मनोरंजनाचे चांगले आणि वाईट व्हिडिओ बघण्यात विद्यार्थी तासन् तास रमून जातात. वेळ वाया गेलेला असतो. सतत स्क्रीनकडे बघून त्या रेडिएशनमुळे डोळे थकतात, दुखावतात. नको ते बेसुमार बघत राहिल्याने मनावर, मेंदूवर, शरीरावर ताण येतो तो वेगळाच. यामध्ये अभ्यास बुडतो; शिवाय आहाराची, व्यायामाची नियमितता आणि सातत्य चुकते. आपली सर्वच प्रकारची कार्यक्षमता घटते. ना धड काम होते, ना अभ्यास. हीच गोष्ट टीव्हीच्या बाबतीतदेखील असते हेही लक्षात घ्यावे.

आतापर्यंत स्पर्धा परीक्षांमध्ये यशस्वी झालेल्या उमेदवारांनी आपल्या यशाचे रहस्य सांगताना त्यांच्या जीवनातून अभ्यासाच्या काळात इंटरनेट विशेषतः सोशल मीडिया पूर्णपणे बंद ठेवल्याचे स्पष्टपणे सांगितले आहे. तसेच यशस्वी होऊ इच्छिणाऱ्यांनीदेखील त्यापासून दूर राहिले पाहिजे असा मोलाचा सल्ला दिलेला आहे. आपणही असे करू शकता. कारण मुळात नोकरी करताना अभ्यास करताय तर वेळ जपून आणि काटेकोरपणे वापरायचा आहे.

काम करणाऱ्यांना दिवसभराच्या थकव्यामुळे पुरेशा आरामाची आणि मनोरंजनाची निश्चित आवश्यकता असते. आरामाची वेळ निश्चित असावी. खरे तर आजच्या आधुनिक जीवनशैलीत येणारा थकवा हा मानसिक स्वरूपाचा जास्त असतो. त्यासाठी मनाला पटकन आणि पूर्ण आराम मिळण्यासाठी स्वःसंमोहन आणि ध्यानधारणा यांसारखी प्रभावी तंत्रे शिकून घ्यावी. त्यांचा नियमितपणे वापर करावा. नोकरी करताना अभ्यासासाठी उपलब्ध असलेला

नोकरी करताना स्पर्धा परीक्षेचा अभ्यास करण्यासाठी अत्यंत मर्यादित वेळ उपलब्ध असतो. त्याचा अत्यंत चतुराईने वापर करणे आवश्यक असते. पूर्ण वेळ स्पर्धा परीक्षेचा अभ्यास करण्याऱ्या विद्यार्थ्यांइतक्या स्वतंत्र सुविधा नोकरी करणाऱ्यांना मिळणे तुलनात्मकदृष्ट्या जरा अवघडच असते, तर कधी कधी अशक्यदेखील. अशा वेळी सोबत असलेल्या संसाधनांचा अभ्यासाला पूरक वापर करता येतो.

वेळ खूप मर्यादित असल्याने मन पटकन अभ्यासात एकाग्र होण्याची खूप जास्त गरज असते. स्व:संमोहन आणि स्वयंसूचना तंत्र आपल्याला अपेक्षित गोष्टीत मनाची एकाग्रता चटकन साधण्यासाठी तसेच करत असलेल्या अभ्यासाची गोडी आवड, सातत्य वाढविण्यासाठी उपयोगी ठरते.

आजकाल ऑफिस, कंपनीमधून काम करून बाहेर पडल्यानंतर श्रमपरिहाराच्या नावाखाली हॉटेलिंग आणि पार्टीसंस्कृती वाढलेली दिसून येते. त्या पार्ट्यांमध्ये दारू पिणे, सिगारेट ओढणे हे जणू काही प्रतिष्ठेचे आणि गरजेचे समजले जाऊ लागले आहे. अभ्यास करून यशस्वी होऊ इच्छिणाऱ्या प्रत्येकाने स्वत:ला या गैरसमजापासून आणि प्रत्यक्ष असे करण्यापासून लांबच ठेवले पाहिजे. चार्ली चॅप्लिन या महान अभिनेत्याने आपल्या जीवनाच्या अनुभवांतून निर्माण झालेला एक सिद्धान्त सांगितलाय. तो आपण त्यांच्या आत्मचरित्रातदेखील वाचू शकता. ते म्हणतात, "प्रेम आणि प्रगती हातात हात घालून कधीच होऊ शकत नाही." हा अनुभव प्रेमात पडलेल्या प्रत्येकाला कमी अधिक फरकाने नक्कीच आलेला आहे. प्रेम जर खरे आणि प्रगल्भ असेल, तर ते यशस्वी होण्याची प्रेरणादेखील होऊ शकते. मात्र बहुतांश वेळा याच्या उलटेच घडते. त्यातही जर तुम्ही नोकरी करून अभ्यास करत असाल तर मग प्रश्न अजूनच जटिल बनतो. तुम्ही पैसे कमवू लागल्याने एक तर घरात लग्नाची चर्चा सुरू होईल किंवा तुम्हीच कुठे तरी सूत जुळवाल. मग सुरू होतील प्रेमाचे विभ्रम. तासन् तास गुलाबी गप्पांमध्ये तुम्ही गुंतून पडाल. 'तू जेवलीस का', 'तू जेवलास काय' अशा काळजीवाहू प्रश्नांच्या आवर्तनांमध्ये अभ्यास करण्याची महत्त्वाची वेळ कधी निसटून जाईल ते ही कळणार नाही. म्हणून स्पर्धा परीक्षाच नव्हे, तर सर्वच प्रकारच्या अभ्यास करण्याच्या काळात स्वत:ला सैराट होण्यापासून रोखले पाहिजे. ध्येय साध्य करताना अवांतर म्हणून ज्या काही गोष्टी आहेत त्या जीवनात कमीत कमी ठेवा किंवा ठेवूच नका. अचूक वेध होईपर्यंत अर्जुनाला पक्ष्याचा जसा फक्त डोळाच दिसला होता, अगदी तसाच दृष्टिकोन तुम्ही बाळगला तर यशस्वी होऊ शकता. मुळात कुठलीही गोष्ट करण्याची एक स्वतंत्र वेळ असते. नोकरी करून अभ्यास करावा लागणे किंवा अभ्यास करताना काम करावे लागणे ही गरज असल्याने तुम्ही करत असता. त्यामुळे कामाच्या वेळी काम आणि अभ्यासाच्या वेळी अभ्यास हेच सूत्र असावयास असावे. उलट आपण ह्या परिस्थितीचा प्रेरणा निर्माण करण्यासाठी वापर करू शकता. आजपर्यंत अत्यंत प्रतिकूल परिस्थितीत असलेल्या व्यक्तींनी मोठे

यश मिळाल्याची सर्वाधिक उदाहरणे आहेत. याचे कारण म्हणजे प्रतिकूलतेत असताना त्यातून बाहेर पडण्याची इच्छा अधिक तीव्र आणि प्रामाणिक असते. नोकरी करताना अनुभवत असलेली प्रतिकूलताच तुमच्या खऱ्या अभ्यासाचा प्रेरणास्रोत असतो. किंबहुना तिला तसे बनवा. मग बघा, एक एक क्षणाचा तुम्ही अभ्यासासाठी किती प्रभावी पद्धतीने वापर करता आणि हे करणे तसे सोपेदेखील आहे. फक्त तुम्हाला स्वत:सोबत जरा नीट बोलावे लागेल.

थोडक्यात, काम करून अभ्यास होत नाही हा चुकीचा विचार रद्द करून उलट कुठल्याही परिस्थितीत आपण यशस्वी होऊ शकतो या जिद्दीने जर तुम्ही अभ्यास केला, आज सांगितलेल्या सर्व गोष्टींचे पालन केले तर लवकरच तुम्ही मिळविलेले यश, तुमची यशोगाथा अनेकांसाठी जबरदस्त प्रेरणादायी ठरेल. तुम्ही नक्की करू शकता!

▸ ▸ ▸

स्वप्नांना हवी प्रयत्नांची जोड

"जेव्हा शिक्षण पूर्ण होते तेव्हा नोकरी किंवा व्यवसायाच्या आपल्या कल्पना आणि पालकांच्या अपेक्षा यात कुठेतरी तफावत होते. हा काळ पालक आणि पाल्य दोघांनाही तणावात टाकणारा असतो. नेमके काय होते हे आज आपण दोघांच्याही दृष्टिकोनांतून बघणार आहोत म्हणजे अतिरिक्त संघर्ष टळून एकमेकांना समजून घेणारे वातावरण तयार होईल आणि त्यायोगे पाल्य नोकरीत, व्यवसायात शक्य तितक्या लवकर स्थिरस्थावर होण्यासाठी अचूक प्रयत्न करू शकेल."

विशिष्ट कोर्सला प्रवेश घेताना प्रत्येकाची करिअरबाबतीत काही स्वप्ने असतात. काहीतरी ठरवलेले असते. कोर्स पूर्ण झाल्यानंतर मी अमुक नोकरी करेन किंवा व्यवसाय करेन असा विचार असतो. जसजसा कोर्स पुढे जात असतो तसतसा त्यातील अभ्यास अधिक सखोल होत जातो आणि मग करिअरबाबतीतील स्वप्ने बदलू लागतात. या पार्श्वभूमीवर जेव्हा शिक्षण पूर्ण होते, तेव्हा नोकरी किंवा व्यवसायाच्या आपल्या कल्पना आणि पालकांच्या अपेक्षा यांत कुठेतरी तफावत होते. हा काळ पालक आणि पाल्य दोघांनाही तणावात टाकणारा असतो. नेमके काय होते हे आज आपण दोघांच्याही दृष्टिकोनांतून बघणार आहोत, जेणेकरून अतिरिक्त संघर्ष टळून एकमेकांना समजून घेणारे वातावरण तयार होईल आणि त्यायोगे पाल्य नोकरीत, व्यवसायात शक्य तितक्या लवकर स्थिरस्थावर होण्यासाठी अचूक प्रयत्न करू शकेल.

मित्रांनो, शिक्षण आणि करिअर या दोन्हीही गोष्टी परस्परपूरक आहेत किंवा असाव्यात; म्हणजे शिक्षण संपल्याबरोबर नोकरी किंवा व्यवसायाच्या

माध्यमातून करिअरची सुरुवात करणे सोपे जाते. कोणत्याही शाखेचे शिक्षण असो, ते शिकत असताना त्याद्वारे आपल्याला मिळणाऱ्या संधींची माहिती असणे किंवा त्यात निर्माण होणाऱ्या नवनवीन बदलांची माहिती घेत राहाणे आवश्यक असते. म्हणजे आपण घेत असलेले शिक्षण पूर्ण होताक्षणी नोकरी किंवा व्यवसाय करण्याचे आपले प्रयत्न एका निर्धारित दिशेने सुरू होतात. मात्र यासाठी अगदी सुरुवातीपासून या विषयाशी आपण समरस असले पाहिजे. सोबत आपल्या क्षेत्रात घडत असलेल्या घडामोडींच्या बाबतीत जागरूक असले पाहिजे. कारण शिक्षण पूर्ण झाल्यापासून ते नोकरी लागेपर्यंतचा काळ मोठा चमत्कारिक असतो. याच काळात त्या विद्यार्थ्याच्या शारीरिक, मानसिक, भावनिक, कौटुंबिक आणि सामाजिक जीवनात मोठी स्थित्यंतरे होत असतात. स्वप्न आणि वास्तविकता यांत जर मोठी तफावत असेल, तर मग ही परिस्थिती जास्त अवघड होते. पालक म्हणतात, 'आता कुठेतरी जॉब करा.' पाल्य म्हणतो, 'मी केलेल्या कोर्सला स्कोपच नाही राहिला. मला वेगळे काहीतरी करायचे आहे.' पालकांची एकच तक्रार असते की त्यांचे मूल नोकरी शोधण्याच्या किंवा करिअरच्या बाबतीत सीरियस नाही. त्यांना सतत घोर लागलेला असतो. तो त्यांच्या वागण्या-बोलण्यातून सतत व्यक्त होत राहतो. पाल्य मात्र हेच म्हणतो की 'पालक मला समजून घेत नाहीत. सारखी बडबड करत असतात. त्यांना करिअरबद्दल किंवा माझ्या स्वप्नांबद्दल काही देणेघेणे नाही. मार्केटमधील परिस्थिती त्यांना माहिती नाही. शिक्षण झालं म्हणजे नोकरी मिळवणं म्हणजे फार सोपं वाटतं त्यांना...' अशा परस्परांबद्दल तक्रारी सुरूच राहतात. बहुतेकदा पाल्य आपल्या या अवस्थेसाठी पालकांनाच जबाबदार धरतात. पण जर अशी 'तू तू मैं मैं' टाळून करिअर घडवायचे असेल, तर सर्वांनीच आपला समज वाढवणे गरजेचे आहे. त्यासाठी जीवनाच्या अगदी मूलभूत गोष्टींपासून समज बाळगावी लागेल. लक्षात घ्या, शिकत असलेल्या विद्यार्थ्याच्या कुटुंबाचा आर्थिक स्तर कोणताही असो, शैक्षणिक पातळी कोणतीही असो, मात्र विद्यार्थीदशेतून स्वावलंबनाकडे जाणाऱ्या पाल्याच्या बाबतीत पालक अथवा कुटुंबीय यांचे काही दृष्टिकोन समान आढळतात आणि ते नैसर्गिकदेखील आहेत. निसर्गात पशुपक्षी आपल्या पिल्लांचे एका विशिष्ट काळापर्यंत खूप काळजीपूर्वक संगोपन करतात. जेव्हा त्या पिल्लांना स्वतःच्या गरजांची जाणीव होते, त्यांची पूर्तता करण्याची समज, क्षमता उत्पन्न होते, तेव्हा ते स्वतःचे जीवन स्वतंत्ररीत्या जगण्यासाठी आपल्या पालकांपासून स्वतंत्र होतात किंवा पालकच त्यांना स्वतंत्र

करतात. हाच निसर्गचा नियम आहे. हाच नियम मानवालाही लागू आहे. जसा मानव सामाजिक प्राणी आहे आणि सहजीवन त्या सामाजिक जीवनाचा एक भाग आहे, अगदी त्याच पद्धतीने अनेक प्राणी आणि पक्षीदेखील सामाजिक सहजीवन जगत असतात. असे असले तरीही प्रत्येक पिढीचे आपले स्वतंत्र योगदान असते. म्हणजे विशिष्ट प्राण्यांच्या कळपात किंवा पक्षांच्या थव्यात प्रौढ झालेली पिल्ले आणि त्यांचे पालक एकत्र राहत असले, तरीही स्वतःच्या निर्वाहाची जबाबदारी प्रत्येक जण स्वतंत्ररीत्या आणि जबाबदारीने पार पाडत असतो. अगदी त्याच पद्धतीने मानवाच्या बाबतीतही घडणे अपेक्षित आहे. पुढची पिढी सक्षम होण्यासाठी हे गरजेचे आहे.

मित्रांनो, माणूस हा बुद्धिजीवी प्राणी असल्याने त्याने सर्वच क्षेत्रांत मोठी प्रगती केली आहे. भौतिक सुखसुविधा, आरोग्य, विज्ञान, तंत्रज्ञान, समाजकारण, राजकारण, अध्यात्म अशा विविध अंगांनी मानवी जीवन विकसित झाल्याने या सर्वच क्षेत्रांशी संबंधित शिक्षण आणि करिअर मोठ्या प्रमाणावर उपलब्ध झाले. गरज आणि आवड या दोन्ही स्तरांवर हे शिक्षण आणि त्याच्याशी निगडित करिअर सर्वांसाठी विपुल प्रमाणात उपलब्ध आहे आणि जोपर्यंत पृथ्वीतलावर माणूस जिवंत आहे तोपर्यंत या संधी सर्वांसाठी उपलब्ध असणार आहेतच. गरज आहे ती प्रामाणिक इच्छेची, प्रयत्नांची आणि कृतीची. स्कोप नसल्याच्या आणि बेरोजगारीच्या नावाने टाहो फोडणाऱ्यांनी, आम्हाला संधी मिळत नाही अशी तक्रार कारणाऱ्यांनी आपले प्रयत्न कमी पडलेले आहेत किंवा आपण पुरेसे गंभीर नाही आहोत हे निदान स्वतःशी तरी मान्य केल्याशिवाय तरणोपाय नाही हे कृपया लक्षात घ्यावे. एखादी गोष्ट करावयाचीच नसेल तर त्यासाठी कोणतेही फालतू कारण पुरते. ज्याला खरेच काही करावयाचे आहे त्याच्यासाठी कुठलीही प्रतिकूलता त्याच्या यशासाठी प्रबळ प्रेरणा ठरते.

शिक्षण आणि करिअर याबाबतींत सुस्पष्टता नसेल, तर शिक्षण पूर्ण झाल्यापासून ते एखाद्या नोकरी-व्यवसायात उतरेपर्यंतचा काळ सर्वच क्षेत्रांत संघर्षाचा ठरतो. आजकाल मुलांचे शिक्षण पूर्ण होईपर्यंत पालक, कितीही नाही म्हटले तरी, शरीरधर्माने थकू लागलेले असतात. तब्येतीच्या छोट्यामोठ्या कुरबुरी सुरू झालेल्या असतात. दैनंदिन जीवनाचा स्वास्थ्यपूर्ण आनंद उतरणीला लागलेला असतो. रोजच्या जबाबदाऱ्यांचे ओझे पेलणे दिवसेंदिवस जड होऊ लागलेले असते. या पार्श्वभूमीवर आपल्या पाल्याने शिक्षण पूर्ण झालेले असताना आता स्वावलंबी व्हावे, आपल्या कुटुंबाची जबाबदारी काही

प्रमाणात उचलावी ही अपेक्षा निर्माण होते. बहुतेकदा ती त्यांची गरज असते. एकाच वेळी आपले मूल मोठे होत आहे, त्याचे निरागस आणि आनंदी बालपण गमावत आहे ही यातना त्यांना सतावते आणि त्याच वेळी आपले शरीर थकत आहे आणि आपल्याला आपल्या हक्काचा मदतीचा खांदा हवा आहे ही दुहेरी भावना पालकांचे मानसिक स्वास्थ बिघडवून टाकते. समर्थ पालक म्हणून अशी अपेक्षा व्यक्त करणे म्हणजे आपण अपयशी ठरतो आहोत अशी भावना त्यांच्या मनात निर्माण होते... अशा वेळी गरज असते त्या मुलाने आपली भूमिका ओळखण्याची. ज्या मुलाला स्वतःची आवड, अभिरुची आणि स्वतःची झगमगती स्वप्ने यांची जाणीव असते, स्वतःच्या मजा, स्वतःची सुखे नीट समजतात, त्यांना आपल्या पालकांची ही अवस्था कळायलाच हवी. कुठल्याही पालकांना आपली मुले यशस्वी, आनंदी, सुखी व्हावी असेच प्रामाणिकपणे वाटत असते. त्यासाठीच ते कर्जाचे डोंगर उरावरती घेतात, रात्रंदिवस मुलांच्या सुखाच्या चिंतेत जळत असतात. स्वतः ऐशआरामाला मुरड घालून अत्यंत तडजोडीचे आयुष्य जगत असतात. कित्येकदा त्यांना होत असलेल्या त्रासाची आपल्या मुलांना जाणीवही होऊ देत नाहीत. याचा अर्थ ती जाणीव मुलांना होऊ नये असे नाही. जे पाल्य ही जाणीव राखून असतात, त्यांचासाठी ती जाणीवच त्यांचे करिअर अगदी वेळेवर यशस्वीरीत्या घडविण्याचे कारण ठरते. मात्र तारुण्याच्या जोशात आणि शिक्षणाच्या निमित्ताने पालकांपासून दूर राहिलेल्या मुलांच्या बाबतीत ही जाणीव अनेकदा बोथट होते. त्यांची पालकांसोबतची भावनिक नाळ कमकुवत होते किंवा तुटते. पालकांचे विचार, वागणे, बोलणे त्यांना बुरसटलेले, अडाणीपणाचे वाटू लागते. झटपट श्रीमंतीची, गलेलठ्ठ पैशांची, झगमगत्या गाड्यांची स्वप्नाळू दुनियेमुळे त्यांना पालकांच्या कष्टाचा

> शिक्षण आणि करिअर या दोन्हीही गोष्टी परस्परपूरक आहेत किंवा असाव्यात; म्हणजे शिक्षण संपल्याबरोबर नोकरी किंवा व्यवसायाच्या माध्यमातून करिअरची सुरुवात करणे सोपे जाते. कोणत्याही शाखेचे शिक्षण असो, ते शिकत असताना त्याद्वारे आपल्याला मिळणाऱ्या संधींची माहिती असणे किंवा त्यात निर्माण होणाऱ्या नवनवीन बदलांची माहिती घेत राहाणे आवश्यक असते.

विसर पडू लागतो. अर्थात यशस्वी जीवन, मोठे आर्थिक उत्पन्न आपल्या पाल्याला मिळाले, तर सर्वाधिक आनंद आणि कर्तव्यपूर्तीचे समाधान फक्त पालकांनाच होऊ शकते. कोणत्याही बापाला आपले मूल आपल्यापेक्षा यशस्वी झालेले नक्कीच आवडते. किंबहुना ती त्याच्यासाठी अत्यंत अभिमानाची गोष्ट असते. विद्यार्थी मित्रांनो, स्वप्ने जरूर मोठी बाळगा; पण त्या केवळ कल्पनेच्या भराऱ्या नको. या जगात संधी अपार आहेत. शिक्षण घेत असताना तुमच्या स्वप्नांना पूरक संधींची वास्तविक माहिती आणि ज्ञान अविरत मिळवत राहा. सोबत आपल्या पालकांच्या कष्टांचीही सतत जाणीव असू द्या. या दोन्ही गोष्टी तुम्हाला प्रेरणा तर देतीलच, शिवाय तुमच्याकडून प्रामाणिक कृतीदेखील घडवून घेतील. मग तुमचे यशस्वी जीवन हेच तुमच्या पालकांच्या आनंदी जीवनाचे खरे कारण बनून जाईल.

▸ ▸ ▸

संधी की बरबादी?

“शहरात राहणारा प्रत्येक जण कधीतरी गावाकडूनच आलेला असतो. प्रगतीची आस असणाऱ्यांसाठी आणि प्रामाणिक कष्ट करणाऱ्यांसाठी संधींचे भांडार असलेले शहर बरबादीचे ठिकाण आहे हे आपल्या वागण्याने सिद्ध होऊ नये याची काळजी आपणच घ्यायला हवी. तुम्ही गावाकडून शहरात येणार असाल, तर निदान तुमच्या प्रगतीकारक उद्देशांवर जरी ठाम राहिलात, तरी प्रगतीचे महाद्वार हेच शहर तुमच्यासाठी खुले करेल!”

मित्रांनो, दरवर्षी गावाकडून मोठ्या शहरांकडे शिक्षणासाठी आणि करिअर घडविण्यासाठी खूप विद्यार्थी येत असतात.

येणाऱ्या प्रत्येकाची पार्श्वभूमी सारखीच असते असे नाही. पण शहरात जाऊन, शिकून मोठा माणूस होण्याचा उद्देश मात्र नक्कीच सारखा असणे अपेक्षित असते. गावाकडील पालकांचे 'आपली मुले शिक्षणात मागे राहू नयेत, त्यांना चांगले शिक्षण मिळावे, त्यांचे करिअर घडावे, त्यांनी आपल्या आईवडिलांचा सन्मान वाढवावा आणि आपल्या कुटुंबाच्या प्रगतीसाठी हातभार लावावा' हे अगदी सरळ, स्पष्ट उद्देश असतात. घरातही या दिशेने चर्चा होतात. हळूहळू दहावीचे वर्ष सरते. काही मुले खरोखर जिद्दीने अभ्यास करून चांगले ८०-९० टक्के गुण मिळवतात. पुढील शिक्षणासाठी शहरात दाखल होतात आणि इथूनच बऱ्याच मुलामुलींची सर्वच बाबतीत घसरण व्हायला सुरुवात होते. हे सर्व नेमके काय, का आणि कसे होते याचाच परामर्श आज आपण घेणार आहोत. यासाठी आपण आज दोन विद्यार्थ्यांच्या केसेस प्रातिनिधिक स्वरूपात बघणार आहोत.

गावाकडे माध्यमिक शाळेत शिक्षक असलेल्या दाम्पत्याची एक मुलगी

पहिल्यापासून अभ्यासात हुशार. प्रत्येक परीक्षेत ८५ टक्क्यांपेक्षा जास्त गुण मिळवणारी. त्यामुळे संपूर्ण शाळेत आणि गावसुद्धा छोटे असल्याने संपूर्ण गावात एक हुशार मुलगी म्हणून प्रसिद्ध. साहजिकच तिच्या पालकांना आणि तिला या गोष्टीचा अभिमान! ती दहावीला गेल्यावर घरात, शाळेत तिच्याकडून मोठ्या अपेक्षा निर्माण होणे अगदी स्वाभाविक होते. तिच्या अभ्यासासाठी स्वतंत्र व्यवस्था केली गेली. सर्व शिक्षकांचे विशेष मार्गदर्शन तिला मिळत राहिले. जणू काही सर्वांच्या अपेक्षा पूर्ण करू शकणारी त्या शाळेतील ती एकमेव मुलगी असावी. तिनेसुद्धा वर्षभर मेहनत करून दहावीला ९० टक्के गुण मिळवले. पुन्हा एकदा तिच्यावर सर्वांकडून कौतुकाचा मोठा वर्षाव झाला. आता पुढील शिक्षणासाठी ती शहरात दाखल झाली. ज्या कॉलेजमध्ये तिने प्रवेश घेतला, त्या ठिकाणी जवळपास सर्वच मुले ८०-९० टक्के मिळवलेली होती. अर्थात पुढील शिक्षणासाठी स्पर्धा वाढणार हे अगदी स्वाभाविक होते. या स्पर्धेमध्ये कोणालाही एकमेकांकडे बघायला वेळ नव्हता. त्यामुळे गावाकडील स्पेशल वागणूक, सर्वांकडून मिळणारे महत्त्व आणि कौतुक यांची सवय झालेल्या त्या मुलीला शहरातले केवळ स्पर्धात्मक जीवन रूक्ष वाटू लागले. ती बेचैन झाली. सुरुवातीला वरचेवर सुट्टी, कधी तब्येतीच्या कुरबुरी या निमित्ताने ती वारंवार घरी येत राहिली. मात्र घरच्यांनीसुद्धा अभ्यास, स्पर्धा आणि परीक्षेतील यश यांकडेच जास्त लक्ष दिले आणि ते बरोबरही होते. मात्र तिला हे समजून घेता आले नाही. शहरातील गर्दीत गावाकडे मिळणारा तो मानसन्मान, कौतुक हरवून गेल्यासारखे झाले आणि तो मिळविण्यासाठी तिची धडपड सुरू झाली. पण चुकीच्या मार्गाने!

शहरात राहणे म्हणजे केवळ आधुनिक राहणे, मजा करणे असा नाही. शहरवासीयांचे जीवन फार संघर्षाचे असते. रात्रंदिवस काम करून हातातोंडाची मिळवणी करावी लागते. उत्तम सुविधा, शिक्षण मिळण्याचे स्रोत असलेले शहर सतत धावते असते. विरंगुळा मिळण्याची साधनेदेखील महाग असतात. इथे प्रत्येक पावलाला पैसा लागतो. आपण खर्च करत असलेला प्रत्येक पैसा आपल्या पालकांच्या घामातून येतो याचे भान गावाकडून शहराकडे येणाऱ्या प्रत्येकाने सतत ठेवून अभ्यास केला, काम केले, तर मग यश आणि प्रगती निश्चित!

ती क्लास आणि कॉलेजला वरचेवर दांड्या मारू लागली. तिच्यासारखीच अवस्था असलेल्या मुलींसोबत राहू लागली. मोबाईलवर, फेसबुकवर चॅटिंग, शहरात भटकणे, मॉल्समध्ये जाणे यांसारख्या प्रकारांतून रिकामटेकड्या मुलांशी संपर्क आणि प्रेमप्रकरणे या गोष्टींत ती स्वतःलाच विसरली. दहावीत ९० टक्के गुण मिळवलेली ती मुलगी बारावीत ६० टक्क्यांवर येऊन पोहोचली. भविष्याची जी मोठी स्वप्ने तिच्या आईवडिलांनी तिच्यासाठी बघितली, ती तिला पूर्ण करता आली नाहीत. शहरात येऊन शिक्षण घेणे ही मुख्य गोष्ट होती. वाढलेला अभ्यास नीट करणे आवश्यक होते. शहर आणि गाव यांच्यात निश्चितच फरक असतो. आपल्यासारखी खूप मुले शिकण्यासाठी आलेली असतात, इथे स्पर्धा असणार, आणि या ठिकाणी स्वतःलाच स्वतः प्रेरित करून उद्देशावर टिकून राहायला हवे ही गोष्ट लक्षात न आल्याने तिचे नुकसान झाले होते.

गावाकडील शेतकऱ्याचे एकत्रित कुटुंब. घरात एकूण चार भावंडे. पारंपरिक शेतीप्रधान विचारपद्धतीमुळे मुलाच्या वडिलांना जास्त शिक्षण घेता आले नाही. म्हणून आपल्या मुलाने तरी शिकून मोठे व्हावे अशी त्यांची अपेक्षा होती. शेती चांगली असल्याने आर्थिक परिस्थिती सुदृढ. वडिलांना गावात मान. मुलगाही अभ्यासात हुशार होता. मात्र आपल्याला घरची मंडळी शिकण्यासाठी शहरात पाठवणार आहेत हे कळल्यावर मुलाने मित्रपरिवाराकडून शहरातील झगमगाट, मजा, खुलेपणा याबाबतच अधिक माहिती जमवली. शहराकडे जाऊन शिकण्याचा खरा उद्देश त्याने डोक्यातच घेतला नाही. गावाकडे बारावी झाल्यानंतर डोनेशन भरून इंजिनिअरिंगला प्रवेश घेतला. शहरात आल्यानंतर आपला सिलॅबस माहीत करून घेण्याआधीच त्याने मजेच्या सर्व जागा शोधल्या आणि त्याला अनुरूप मित्रही मिळविले. अभ्यास सोडून इतर सर्व गोष्टींमध्ये तो रममाण झाला. मित्रांसोबत भटकणे, फॅशन, पार्ट्या आणि मजेचे जे म्हणून प्रकार असतात त्यातच तो गर्क राहिल्याने परिणाम व्हायचा तोच झाला. सलग दोन वर्षे नापास झाल्यानंतर इंजिनिअरिंग सोडून बीएस्सीला ॲडमिशन घेण्याचा पर्याय निवडला. आयुष्याची दोन वर्षे, भरपूर पैसा आणि आईवडिलांचा विश्वास गमावल्यानंतर आज त्याला बीएस्सी करणेदेखील प्रचंड अवघड वाटत आहे. आता तो गावाकडे जाऊन आधुनिक शेती आणि राजकारण करायच्या गोष्टी करतो. पण त्याचे त्या क्षेत्रातील ज्ञानदेखील पुरेसे नाही. या पार्श्वभूमीवर त्याच्या आईवडिलांची होणारी तगमग आतातरी त्याच्या लक्षात यायला हवी.

बघा मित्रांनो, या दोन्ही केसेसमध्ये गावाकडून शहराकडे आल्यावर शैक्षणिक प्रगती साधण्याचा मूळ उद्देशच बाजूला पडल्याने या दोन्ही विद्यार्थ्यांच्या आयुष्यांचे नुकसान झाले. एक गोष्ट सर्वांनी लक्षात घेतली पाहिजे. शहर म्हणजे सर्व प्रकारच्या लोकांची मोठी वस्ती. गरजवंतांसाठी योग्य संधी आणि बेजबदारांसाठी बरबादी या दोन्ही गोष्टी शहरात उपलब्ध असतात. चांगले शिक्षण, नोकरी, व्यवसाय, उद्योग या उद्देशाने शहराकडे येणाऱ्या प्रत्येकाने आपल्या उद्देशावरती ठाम राहिले पाहिजे. तुमच्या ठामपणाची कसोटी बघणाऱ्या असंख्य गोष्टी तुम्हाला या ठिकाणी खुणावत असतात. शहरी आणि आधुनिक संस्कृतीचा भाग म्हणून वागण्याबोलण्यात, पेहरावामध्ये काही बदल करणे गरजेचे असते. मात्र या प्रकारात निष्काळजी होणे, ध्येयापासून भरकटणे, स्वतःच्या मर्यादा विसरणे अशा गोष्टी होता कामा नयेत. अर्थात गावाकडील प्रत्येक विद्यार्थी बिघडतोच असे नाही. मात्र अनेक विद्यार्थ्यांना हा समतोल राखता येईलच असे होत नाही आणि त्याचे दृश्य परिणाम त्यांच्या वर्तनातून अगदी भडकपणे दिसून येतात. गावाकडे भाकरीचा काला आवडीने खाणारी मुले पिझ्झा-बर्गरचे इतके गुलाम होतात, की त्यांना घरचे जेवणही नकोसे वाटते. आपले कुटुंब, आपली भावंडे यांच्या बाबतीत ते जाणवेल इतक्या ठळकपणे असंवेदनशील होतात. त्यांना कुटुंबापेक्षा मित्रमैत्रिणी जास्त जवळची वाटू लागतात. हे प्रमाण इतके वाढते की अगदी घरच्यांच्या आजारपणासारख्या कठीण प्रसंगीदेखील त्यांना मित्रांचे फोन आले, तर त्यांना वेळ देणे जास्त गरजेचे वाटते. आपल्या अभ्यासाच्या उद्देशापेक्षा त्यांना गॅजेट्स जास्त गरजेची वाटू लागतात. त्यांचा जास्तीत जास्त वेळ सोशल मीडिया आणि इंटरनेटवरती नको त्या गोष्टी बघण्यातच जात राहतो. प्रलोभित करणाऱ्या गोष्टींची यादी खूप मोठी आहे.

सांगायचा उद्देश हा की शहरात राहणे म्हणजे केवळ आधुनिक राहणे, केवळ मजा करणे असा नाही. उलट शहरवासीयांचे जीवन फार संघर्षाचे असते. रात्रंदिवस काम करून हातातोंडाची मिळवणी करावी लागते. उत्तम सुविधा आणि शिक्षण मिळण्याचे स्रोत असलेले शहर सतत धावते असते. त्यातून विरंगुळा मिळण्याची साधनेदेखील महाग असतात. इथे प्रत्येक पावलाला पैसा लागतो. आपण खर्च करत असलेला प्रत्येक पैसा आपल्या पालकांच्या घामातून येतो याचे भान गावाकडून शहराकडे येणाऱ्या प्रत्येकाने सतत ठेवून अभ्यास केला, काम केले, तर मग यश आणि प्रगती निश्चित!

शहरात राहणारा प्रत्येक जण कधीतरी गावाकडूनच आलेला असतो. प्रगतीची आस आणि प्रामाणिक कष्ट करणाऱ्यांसाठी संधींचे भांडार असलेले शहर बरबादीचे ठिकाण आहे हे आपल्या वागण्याने सिद्ध होऊ नये याची आपणच काळजी घ्यायला हवी. तुम्ही गावाकडून शहरात येणार असाल, तर निदान तुमच्या प्रगतीकारक उद्देशांवर जरी ठाम राहिलात, तरी प्रगतीचे महाद्वार हेच शहर तुमच्यासाठी खुले करेल!

▸ ▸ ▸

इच्छा तिथेच मार्ग

“गरज ही कधी खोटी नसते. आपण निर्माण केलेल्या गरजा आणि मूलभूत गरजा यात मात्र निश्चित फरक असतो. तरीसुद्धा आपल्याला यशस्वी होण्याचे कारण निर्माण करण्यासाठी हीच गरज सर्वाधिक उपयोगी पडते. ज्या वेळी आपल्याला अपेक्षित असलेले यश, करिअर, संपन्नता खरी गरजेची वाटेल, त्याच वेळी आपले अंतर्मन या गोष्टी प्राप्त करण्यासाठी प्रत्यक्ष कामाला लागेल, तोपर्यंत नाही. दुसऱ्यांनी लादलेले किंवा तुमच्यासाठी बघितलेले स्वप्न तोपर्यंत पूर्ण होऊ शकत नाही, जोपर्यंत ती तुमची खरी गरज बनत नाही. म्हणतात ना, ‘इच्छा तिथे मार्ग’.”

मित्रांनो, आपल्या प्रत्येक वर्तनामागे एक निश्चित आणि खरे कारण असते. याची जाणीव जितक्या लवकर आपण करून घेऊ तितके आपले जीवन आपल्या नियंत्रणात येण्याची गती वाढेल. आपला बहुमूल्य वेळ वाचेल. यशस्वी होण्यासाठी अचूक कष्ट घेतले जातील. जीवनाचे सर्व भाग, जसे शिक्षण, करिअर, आरोग्य, नातेसंबंध हे यशस्वी होण्याची आस धरणाऱ्या प्रत्येकाने तर समजूनच घेतले पाहिजे.

मध्यंतरी युट्यूबवर आमिर खानचा एक व्हिडिओ खूप मंडळी पाहत होती. Fat to Fit हा व्हिडिओ सर्वांनी बघायला पाहिजे; म्हणजे मला काय सांगायचे आहे हे आपल्याला कळेल. त्याने आपल्या ‘दंगल’ या चित्रपटासाठी आपले वजन सत्त्याण्णव किलोपर्यंत नेऊन जाड झालेल्या पहिलवानाची भूमिक केली आहे. त्यानंतर पुन्हा वजन कमी करून पिळदार शरीरयष्टी बनवून तरुण पहिलवान

बनला आहे. चित्रपटाच्या दिग्दर्शकाने आमिरला आधी तरुणाचा रोल करून नंतर लठ्ठ बनण्याचा पर्याय दिला होता. त्यावर आमिर म्हणाला की, 'जर असं केले तर चित्रपटाचे शूटिंग संपताना मी जाड असेन आणि त्यानंतर मला वजन कमी करण्याचे काही निश्चित आणि खरे कारणच उरणार नाही.' त्यानंतर त्याने वजन कमी करून अगदी कमाल केली. आमिर खानसारखा अभिनेता अगदी सरळ सांगतो की जर माझ्याकडे काही कारण नसते, तर मी लठ्ठच राहून गेलो असतो.

मित्रांनो, आपल्याकडेसुद्धा चांगला अभ्यास करण्यासाठी, चांगले करिअर घडविण्यासाठी, यशस्वी होण्यासाठी काहीतरी निश्चित कारण असलेच पाहिजे, त्याशिवाय आपण यशस्वी होऊ कसे? एखादी गोष्ट न करण्यासाठी कोणतेही कारण पुरते. मात्र यामागची वस्तुस्थिति ही असते की आपल्याला ते काम करण्यासाठी काही निश्चित कारणच नसते. ते कारण निर्माण कसे करता येईल हे आपण आज थोडक्यात जाणून घेऊ.

मित्रांनो, नीट लक्षात घ्या, गरज ही कधी खोटी नसते. आपण निर्माण केलेल्या गरजा आणि मूलभूत गरजा यात मात्र निश्चित फरक असतो. तरीसुद्धा आपल्याला यशस्वी होण्याचे कारण निर्माण करण्यासाठी हीच गरज सर्वाधिक उपयोगी पडते. ज्या वेळी आपल्याला अपेक्षित असलेले यश, करिअर, संपन्नता खरी गरजेची वाटेल, त्याच वेळी आपले अंतर्मन या गोष्टी प्राप्त करण्यासाठी प्रत्यक्ष कामाला लागेल, तोपर्यंत नाही. दुसऱ्यांनी लादलेले किंवा तुमच्यासाठी बघितलेले स्वप्न तोपर्यंत पूर्ण होऊ शकत नाही, जोपर्यंत ती तुमची खरी गरज बनत नाही. म्हणतात ना, 'इच्छा तिथे मार्ग'. अर्थात ही इच्छा स्वतःची आणि प्रामाणिक असावी लागते आणि हे तेव्हा होईल जेव्हा ती इच्छा तुमची खरी गरज बनेल. मग आपले अंतर्मन त्या इच्छेला पूर्ण करण्यासाठी आवश्यक असलेले सर्व वर्तन करवून घेते. थोडक्यात ही इच्छा तेव्हाच प्रामाणिक होईल जेव्हा त्यामागे स्वतःचे काही ठोस कारण असेल. आमिर खानने वाढविलेले वजन जर कमी केलेच नाही, तर त्याला कोणी काही बोलायला जाणार नाही. मात्र एक सुपरस्टार म्हणून आजच्या काळात आवश्यक असणारी शरीरयष्टी जर तो पुन्हा प्राप्त करू शकला नाही, तर एक अभिनेता आणि सुपरस्टार म्हणून तो अपयशी ठरेल. त्याची कारकिर्द धोक्यात येईल, याचं भान आमिरला नक्कीच आहे. त्याने वजन कमी करताना घेतलेली मेहनत बघता ते सहज लक्षात यावे. अन्यथा असे कितीतरी अभिनेते आणि लोक आहेत ज्यांनी आपले वाढलेले वजन आटोक्यात आणण्यासाठी अनेकदा प्रयत्न केले आणि सोडले. कारण त्यांचे वजन कमी करण्याचे कारण नक्कीच एवढे

ताकदीचे नव्हते आणि दुसरे म्हणजे वजन कमी होत नाही हे मान्य करण्याची असंख्य कारणे त्यांच्याकडे होती. आपल्या प्रत्येक वर्तनामागे काहीतरी निश्चित कारण असते हे आपण सुरुवातीलाच बघितले आहे.

विद्यार्थ्यांनी त्यांना परीक्षेत यशस्वी होण्याची कारणे स्वतः ठरवली पाहिजेत. अर्थात अशी कारणे ठरविण्यासाठी पालकांची किंवा तज्ज्ञ मार्गदर्शकाची मदत घ्यायला हवी. खरे तर नववीपासून ते बारावीपर्यंतच्या विद्यार्थ्यांनी तर मार्गदर्शन हमखास घ्यावे. कारण करिअरच्या टप्प्यावरील ही वर्षे फार निर्णायक आणि महत्त्वाची असतात. या वर्षांमध्ये विद्यार्थ्यांना आपण अभ्यास करण्याची खरी कारणे समजली पाहिजेत, ठरविता आली पाहिजेत. तरच त्यांच्याकडून स्वतःहून अभ्यासासाठी आवश्यक अशी वर्तने घडतील. सर्व विद्यार्थांनी कायम लक्षात ठेवले पाहिजे की वाचन, लेखन, चिंतन, मनन आणि सराव ही वर्तने अभ्यासाचे अत्यंत महत्त्वाचे भाग आहेत. अभ्यासाला कधीच पर्याय नसतो. तुमची रुची एखाद्या कला किंवा क्रीडा प्रकारातील जरी असली, तरी त्यातील नैपुण्य प्राप्त करण्यासाठी अभ्यास करावा लागेलच. अनेकदा मुले, कधी हा खेळ तर कधी तो खेळ, कधी हे वाद्य तर कधी ते वाद्य, कधी करिअरचे हे स्वप्न तर कधी भलतेच यासारखी धरसोड करत असतात. अगदी मोठी मुलेसुद्धा असे करतात. कुठल्याही गोष्टीचा नीट अभ्यासाची करण्याची सवय नसल्याचे आणि चंचलतेचे हे लक्षण आहे. अशी चंचलता का निर्माण व्हावी? याचे कारण हेच की, अनेकदा त्यांच्या प्रत्येक कृतीमागचे कारण हे अगदी उथळ किंवा कोणाचे तरी सवंग अनुकरण असते. मनापासून अभ्यास करणारा विद्यार्थी आणि पालकांनी हजार वेळा सांगूनही अभ्यासाला न बसणारा विद्यार्थी यांच्यात हाच फरक आहे. ज्याला आपण अभ्यास करायला हवा हे खऱ्या अर्थाने गरजेचे वाटते तो अभ्यास करतोच. असे किती तरी

मित्रांनो, आपल्या प्रत्येक वर्तनामागे एक निश्चित आणि खरे कारण असते. याची जाणीव जितक्या लवकर आपण करून घेऊ तितके आपले जीवन आपल्या नियंत्रणात येण्याची गती वाढेल. आपला बहुमूल्य वेळ वाचेल. यशस्वी होण्यासाठी अचूक कष्ट घेतले जातील. जीवनाचे सर्व भाग, जसे शिक्षण, करिअर, आरोग्य, नातेसंबंध हे यशस्वी होण्याची आस धरणाऱ्या प्रत्येकाने तर समजूनच घेतले पाहिजे.

विद्यार्थी आहेत, जे घरची परिस्थती नसताना, वातावरण नसताना, सुविधा नसताना दहावी, बारावी, स्पर्धा यांसारख्या विविध परीक्षांमध्ये देदीप्यमान यश मिळवतात आणि दुसरीकडे सर्व सुविधांची रेलचेल असूनही काही विद्यार्थी अजिबात काही करत नाही. फरक आता आपल्याला लक्षात यायला हवा. तो आहे कारणांचा... गरजेचा... प्रामाणिक इच्छेचा... आजच्या आयटी युगातलेच उदाहरण द्यायचे झाले, तर एकाच कॉलेजमध्ये आयटी इंजिनीअरिंग केलेले दोन विद्यार्थी... एकाला खरोखर आयटी इंजिनीअरिंगच करायचे होते. त्यासाठीचे त्याचे कारण अगदी सुस्पष्ट आणि स्वतःचे होते. दुसऱ्या विद्यार्थ्याची आयटीला येण्याची कारणे उथळ होती. मित्रांनी प्रवेश घेतला म्हणून मी घेतोय किंवा तिकडे नंबर नाही लागला म्हणून इकडे... आता बघा. पहिल्या विद्यार्थ्याने मोठ्या कंपनीमध्ये महत्त्वाच्या पदाची, मोठ्या पगाराची नोकरी अशी मिळविली जणू ती त्याच्यासाठीच होती आणि त्याच्यासोबत शिकणाऱ्या दुसऱ्या विद्यार्थ्याला त्याच आयटी कंपनीत स्टोअर कीपरच्या दर्जाचे काम करावे लागले. यशस्वी होण्याची स्वप्ने सर्वच जण बघतात. पण स्वप्न पूर्ण करण्यासाठी प्रामाणिक इच्छा आणि स्वतःचे एक सबळ कारण असावे लागते हेच ह्यासारख्या उदाहरणावरून सिद्ध होते.

म्हणून मित्रांनो, आज सर्वप्रथम तुम्हाला यशस्वी व्हायचे आहे हे ठरवा. मग लगेचच तुमच्या यशप्राप्तीचे स्वतःचे आणि खरे कारण शोधून काढा. जर ते तुमच्याकडे नसेल, तर ते बनवा. जर स्वतःला बनवता येत नसेल, तर आईवडील किंवा तज्ज्ञ मार्गदर्शकाची मदत घ्या. ज्या क्षणी तुमच्याजवळ तुम्ही यशस्वी होण्याचे तुमचे स्वतःचे खरे कारण उपलब्ध असेल, त्या क्षणी तुमच्या मनातली चंचलता नाहीशी होईल. स्वतःच्या एकाग्रतेची ताकद तुम्ही वापरू लागाल, अचूक वर्तन घडेल आणि तुम्ही तुमच्या यशाप्रत पोहोचाल. शिवाय या प्रवासातील मिळणारा आनंद आणि समाधान तुम्हाला तुमच्या यशाचा खरा अर्थ समजून देईल. त्यानंतर तुमच्या प्रत्येक कामाला एक अर्थपूर्ण दर्जा असेल. तुम्ही खऱ्या अर्थाने स्वतःचे महत्त्व जाणू लागाल. मग आयुष्यभरासाठीच्या यशस्वी जगण्यासाठी तुमचे हेच महत्त्वाचे असणे कारण ठरेल. आणि मित्रांनो, आपण प्रत्येक जण खरोखरच इतके महत्त्वाचे असतो.

▸ ▸ ▸

भाग ३

व्यावसायिक स्तरावर

व्यवसाय की नोकरी

“ फक्त नोकरीच चांगली किंवा व्यवसायच चांगला असे कधीही नसते. ती काळाची गरज असते. तुमची करिअरची निवड तुमचा सध्याचा काळ काय मागणी करतोय यावर अवलंबून असावी. यासाठी तुम्हाला तुमची वर्तमानातील वास्तविक परिस्थिती नीट माहिती असावी. काम करता करता एकदा तुम्ही अनुभवी झालात, की मग तुम्ही स्वतःच स्वतःला व्यवस्थित समजू शकाल. तुमच्यातील गुण, क्षमता आणि मर्यादा समजल्यावर तुम्हीच नीट ठरवू शकाल की नक्की काय करायला हवे! आणि मग तुम्ही जे काही निवडाल, त्यात खातरीने यशस्वी व्हाल! ”

शिक्षण पूर्ण झाल्यानंतर जवळपास प्रत्येकाला पडलेला प्रश्न म्हणजे करिअरसाठी नोकरी योग्य की व्यवसाय? अर्थात यावर प्रत्येकाची स्वतंत्र आणि भिन्न मते असू शकतात. मात्र 'नोकरी करावी की व्यवसाय' या प्रश्नाचे सर्वाधिक योग्य आणि खरे उत्तर आपल्याला तेव्हाच मिळेल, जेव्हा आपण स्वतःला नीट समजून घेऊ शकू. स्वतःइतके दुसरे कोणीच आपल्याला ओळखत नसते. त्यामुळे नोकरीसाठी आणि व्यवसायासाठी आवश्यक असणारे विविध गुण, तसेच करिअरच्या या दोन्ही प्रकारांतील सर्वमान्य फायदे-तोटे आज आपण जाणून घेणार आहोत. त्यामुळे तुम्हाला स्वतःलाच आपल्यातील क्षमता आणि कल यांची जाणीव होईल आणि करिअरच्या निवडीमध्ये तुम्ही अधिक ठाम व्हाल.

मित्रांनो, जरा पारंपरिक पद्धतीने विचार केला, तर सर्वसाधारणपणे शिक्षण पूर्ण झाल्यानंतर बहुतांश मंडळी ही नोकरीलाच प्राधान्य देतात. त्यासाठीची

त्यांची कारणेदेखील रास्तच असतात. सर्वांत महत्त्वाचे म्हणजे अनुभव घेण्यासाठी आणि सोबत पगार मिळविण्यासाठी नोकरी हा नेहमीच एक कमी टेन्शनचा पर्याय मानला जातो. एका ठरावीक वेळातच तुम्हाला कामाचे टेन्शन असते. सकाळी दहा वाजल्यापासून सायंकाळी सहा वाजेपर्यंतची ड्यूटी संपली की तुम्ही मोकळे होता. घरातल्या मंडळींना वेळ देऊ शकता. शिवाय, आठवड्याला सुटी असल्याने बाहेर फिरायला जाणे वगैरे नियोजन करू शकता. दर महिन्याला एक फिक्स रक्कम पगार म्हणून हातात मिळते. बॉसने सांगितलेले काम दिलेल्या वेळेत पूर्ण करणे, जसा अनुभव वाढेल तसे प्रमोशन, पगारवाढ घेत घेत एका निश्चित वयोमानाला सेवानिवृत्त होऊन मग पेन्शन घेत आयुष्याचा उत्तरार्ध जगणे...

नोकरीमध्ये यासारखी मर्यादित चाकोरी असल्याने एक प्रकारची सुरक्षितता, स्थिरता आणि निवांतपणा असलेल्या आयुष्याला पसंती देणारे लोक नोकरीचीच निवड करतात. अर्थात, सुरुवातीला सांगितल्याप्रमाणे नोकरीसंदर्भातील ही परंपरागत विचारधारा आहे. आजकाल नोकरी करतानादेखील खूप आव्हानात्मक परिस्थितीला सामोरे जावे लागते. परंतु व्यवसायाच्या तुलनेत ही आव्हाने निश्चितच कमी असतात.

प्रथमदर्शनी सुखावणाऱ्या या गोष्टींना अतिरिक्त महत्त्व देऊन जर नोकरी पत्करली, तर हळूहळू नोकरीच्या मर्यादा आपल्याला जाचू लागतात. एका विशिष्ट मर्यादेतच आर्थिक प्रगती होत राहते. शिवाय नोकरी करताना आपण कुणाच्या तरी हाताखाली काम करत आहोत ही भावना त्रास देते. कधी गरज असूनही सुट्टी मिळत नाही. कधी अचानक हातातली नोकरी जाऊन दुसरी नोकरी शोधण्याची वेळ येते. ज्या सुरक्षिततेच्या कल्पनेतून नोकरी करणे निवडले त्याच भावनेला तडा जातो.

व्यवसायामध्ये करिअर करू इच्छिणाऱ्या मंडळीमध्येदेखील एक पारंपरिक विचारधारा दिसून येते. जसे, व्यवसायात आपण स्वतःचे बॉस स्वतःच

> जेव्हा एखादी व्यक्ती आपल्या करिअरचा मार्ग निवडते, तेव्हा तिने एक खूप महत्त्वाची काळजी घ्यायला हवी. ती म्हणजे आपल्या निवडीच्या बाबतीत योग्य आणि अत्यंत सकारात्मक कारणमीमांसा!

असतो. कामाची अथवा सुट्टीची वेळ ही आपल्या हातात असते. बिझनेसमध्ये आपण नोकरदारांप्रमाणे दुसऱ्यांसाठी नाही, तर स्वत:च्या प्रगतीसाठी काम करत असतो. तुमचे नियम तुम्ही बनवता. स्वत:तर श्रीमंत होताच सोबत हाताखालील कर्मचाऱ्यांनादेखील रोजगार उपलब्ध करून देता. नोकरीत तुम्ही एक ठरावीकच काम करू शकता पण व्यवसायात तुम्ही एकाच वेळी अनेक कामे करू शकता. व्यवसायामध्ये रिटायरमेंटनंतरदेखील कामे करू शकतो. व्यवसायामध्ये तुम्ही तुमच्या आवडीचे काम निवडता, नोकरीत ती शक्यता कमी असते.

थोडक्यात ज्याला स्वत:च्या मर्जीने आणि जास्त श्रीमंत आयुष्य जगायचे आहे, त्याने व्यवसाय करावा अशी एक ढोबळ पारंपरिक विचारधारा आपल्याला दिसून येते.

मात्र जसे नोकरी करताना तिथल्या मर्यादा जाच करतात, अगदी त्याच पद्धतीने व्यवसाय करतानासुद्धा काही गोष्टी त्रास देतात. व्यवसायामध्ये प्रत्येक बाबतीत सतत जागरूक राहावे लागते. निवांतपणा अपवादानेच अनुभवायला मिळतो. पैसा अधिक मिळत असला, तरी तो सतत मिळेल याची निश्चिती नसते. मार्केटमधील अनेक बाबींचा व्यवसायावर थेट परिणाम होत असतो. याबाबत सतत दक्ष राहण्याने ताणतणाव वाढतो. 'जया अंगी मोठेपण, तया यातना कठीण' या उक्तीप्रमाणे व्यवसायामध्ये हाताखाली काम करणाऱ्या कर्मचाऱ्यांची जबाबदारीदेखील डोक्यावर असते. व्यवसायात कायम जोखीम असते.

जेव्हा एखादी व्यक्ती आपल्या करिअरचा मार्ग निवडते, तेव्हा तिने एक खूप महत्त्वाची काळजी घ्यायला हवी. ती म्हणजे आपल्या निवडीच्या बाबतीत योग्य आणि अत्यंत सकारात्मक कारणमीमांसा! म्हणजे तुम्ही नोकरीची निवड करणार असाल, तर नोकरीत आवश्यक असणाऱ्या सर्व गोष्टी, सवयी तुम्हाला मान्य करून तात्काळ आत्मसात कराव्या लागतील. व्यवसाय करणे किती त्रासदायक, बेभरवशाचे आहे, त्यातील असंख्य तोटे डोक्यात ठेवून नोकरीचा पर्याय निवडला, तर तुम्ही नोकरीतदेखील मोठी प्रगती करू नाही शकणार. तीच गोष्ट व्यवसायाची. व्यवसाय हा पर्याय निवडताना तुम्ही नोकरी करणे कसेकसे चुकीचे असते यासारखी कारणे डोक्यात ठेवली, तर तुम्ही व्यवसायामध्येदेखील मोठी प्रगती साधू शकणार नाही.

तुम्ही नक्कीच ऐकले असेल, 'नोकरी म्हणजे आठ तासांचा व्यवसाय आणि व्यवसाय म्हणजे २४ तासांची नोकरी!'

लक्षात येत आहे का? बिझनेस आणि नोकरी या दोन्ही ठिकाणी काम करावेच लागणार आहे. फक्त कामाचे स्वरूप आणि प्रमाण आणि त्यानुसार त्यातून मिळणाऱ्या उत्पन्नात फरक असणार आहे. मात्र दोन्ही ठिकाणी काम करताना आत्मविश्वास, समर्पण, चिकाटी, संयम, प्रामाणिकपणा, कष्ट करण्याची तयारी आणि कौशल्य यांसारख्या गोष्टी आवश्यकच असणार आहेत.

फक्त नोकरीच चांगली किंवा व्यवसायच चांगला असे कधीही नसते. ती काळाची गरज असते. तुमची करिअरची निवड तुमचा सध्याचा काळ काय मागणी करत आहे यावर अवलंबून असावी. यासाठी तुम्हाला तुमची वर्तमानातील वास्तविक परिस्थिती नीट माहिती असावी. काम करता करता एकदा का तुम्ही अनुभवी झालात की मग तुम्ही स्वतःच स्वतःला व्यवस्थित समजू शकाल. तुमच्यातील गुण, क्षमता आणि मर्यादा समजून आल्यानंतर तुम्हीच नीट ठरवू शकाल की नक्की काय करायला हवे! आणि मग तुम्ही जे काही निवडाल त्यात खातरीने यशस्वी व्हाल!

▸ ▸ ▸

उद्योजक होताना

नवीन व्यवसाय करताना व्यक्तीला स्वतःचे कुटुंबीय, तसेच व्यावसायिक स्पर्धक आणि सामाजिक नकारात्मकतेबरोबर लढावे लागते. व्यावसायिक होण्याची तुमची प्रखर इच्छाशक्तीच अशा वेळी जोखली जात असते. या वेळी तुमचे सुदृढ मन, कामाबद्दलची तुमची आवड, व्यावसायिक व्यवहारीपणा, तुमच्या व्यवसायाच्या उदात्त आणि सर्वसमावेशक ध्येयधोरणांची सतत स्वतःशी केलेली उजळणी तुम्हाला व्यवसायात ठामपणे टिकून राहण्यास मोलाची मदत करते.

आज भारतातील मोठ्या प्रमाणावरील तरुण वर्ग उद्योजक होण्याचे स्वप्न बघू लागलाय. जगाच्या व्यसपीठावर सर्वार्थाने महासत्ता होण्याच्या दिशेने हे खरोखर खूप महत्त्वाचे पाऊल म्हणता येईल. खरे तर प्रत्येकात उद्योजक होण्याची क्षमता निश्चितपणे असते. त्या क्षमतांना नियोजनबद्धपणे विकसित केले, तर यश नक्कीच मिळते. साधारणपणे उद्योग हा समाजातील प्रत्येक घटकाला उपयुक्त ठरू शकणारा, सेवा देणारा, अनेकांना रोजगार उपलब्ध करून देणारा, सरकारला महसूल उपलब्ध करून देणारा, स्वतःसह सर्वांचाच आर्थिक विकास करून देणारा, जीवनाचा स्तर उंचावणारा असावा. केवळ श्रीमंत होणे, आर्थिक स्वातंत्र्य मिळविणे, सुखासीन होणे हा कोणत्याही उद्योगाचा उद्देश कधीच असू शकत नाही. असे उद्योग यशस्वी आणि दीर्घायु होऊ शकत नाहीत. यशस्वी उद्योजक होण्यासाठीचा निर्णय घेताना दोन महत्त्वाचे घटक यश निश्चित करतात, ते म्हणजे प्रखर इच्छा आणि वास्तविक ज्ञान. यांचा समतोल बिघडला

तर यशस्वी उद्योजक होण्यात अडचणी उत्पन्न होतात.

मुळातच व्यवसाय क्षेत्रात येणारी मंडळी दोन प्रकारची असतात. पहिली ज्यांना व्यावसायिक कौटुंबिक पार्श्वभूमी असते. त्यांचे इतरांच्या तुलनेत व्यवसायात पदार्पण जरी सहज होत असले, तरी पुढील अनेक बाबींवर सजग राहणे खूप गरजेचे असते.

नवीन व्यवसाय करताना त्या व्यक्तीला स्वतःचे कुटुंबीय, तसेच व्यावसायिक स्पर्धक आणि सामाजिक नकारात्मकतेबरोबर लढावे लागते. व्यावसायिक होण्याची तुमची प्रखर इच्छाशक्तीच अशा वेळी जोखली जात असते. या वेळी तुमचे सुदृढ मन, कामाबद्दलची तुमची आवड, व्यावसायिक व्यवहारीपणा, तुमच्या व्यवसायाच्या उदात्त आणि सर्वसमावेशक ध्येयधोरणांची सतत स्वतःशी केलेली उजळणी तुम्हाला व्यवसायात ठामपणे टिकून राहण्यास मोलाची मदत करते.

नोकरी हा आठ तासांचा व्यवसाय आहे, तर व्यवसाय ही चोवीस तासांची नोकरी! मग यासाठी तुमची शारीरिक क्षमता पूर्णवेळ टिकून राहण्यासाठी विशेष लक्ष द्यावे लागेल. उत्तम, संतुलित आहार, नियमित व्यायाम, पुरेसा विश्राम आणि निर्व्यसनी जीवनशैली अंगिकारणे आवश्यक ठरते.

या सोबत कामातील दीर्घकालीन सहभागाची क्षमता, नियोजनाची कठोर अंमलबजावणी, अचूक निर्णय घेण्याची क्षमता, कर्मचाऱ्यांकडून काम करून घेण्याची क्षमता यांसारख्या अनेक गुणांना सतत विकसित करत राहावे लागते.

याशिवाय अनेक सखोल बाबी यशस्वी उद्योजक होण्याकरिता खूपच गरजेच्या असतात. जसे की, आर्थिक गुंतवणूक क्षमता, सामाजिक स्तर, घडामोडी, निवडलेल्या उद्योगास त्याचा होऊ शकणारा फायदा, भांडवल

आज भारतातील मोठ्या प्रमाणावरील तरुण वर्ग उद्योजक होण्याचे स्वप्न बघू लागला आहे. जगाच्या व्यासपीठावर सर्वार्थाने महासत्ता होण्याच्या दिशेने हे खरोखर खूप महत्त्वाचे पाऊल म्हणता येईल. खरे तर प्रत्येकात उद्योजक होण्याची क्षमता निश्चितपणे असते. त्या क्षमतांचा नियोजनबद्धपणे विकास केला तर यश नक्कीच मिळते.

निर्मिती आणि नफा निर्मितीच्या क्षमतेचा कालावधी. अर्थात, या सर्व बाबी तुम्ही व्यवसायात पडल्यानंतर तपशीलात शिकणारच आहात.

मात्र पुढील मूलभूत गोष्टी तुमची व्यावसायिक होण्याच्या दिशेने मार्गस्थ होण्यासाठी मदत करतील. तुमचा स्वभाव उद्योजकीय स्वरूपाचा करा, तुमचे व्यावसायिक यश म्हणजे काय याची कल्पना सुस्पष्ट असू द्या आणि सर्वात महत्त्वाचे; तुमच्या इच्छेस कृतीची जोड द्या.

▶ ▶ ▶

इंटरव्ह्यू देताना...

“

इंटरव्ह्यूचे यश तीन गोष्टींवर अवलंबून असते. इंटरव्ह्यूसाठी केलेली पूर्वतयारी, प्रत्यक्ष इंटरव्ह्यू आणि त्यानंतरचे तुम्ही केलेले आभार प्रदर्शन!

”

जॉब मिळविण्याच्या प्रक्रियेत मुलाखत (इंटरव्ह्यू) म्हणजे एक अशी प्रक्रिया आहे, ज्या ठिकाणी तुम्ही कमी वेळात स्वत:चे संपूर्ण व्यक्तिमत्त्व व्यक्त करणार असता. तुमचे दिसणे, बोलणे, हालचाली, क्रिया-प्रतिक्रिया, विचार, तत्त्वज्ञान, अभ्यास, ज्ञान, माहिती, तुमची कामाची गरज-गुणवत्ता-योग्यता, तुमचे मूल्य इत्यादी. कमी वेळात स्वत:ला एक योग्य उमेदवार सिद्ध करून जॉबरूपी यशाची माळ गळ्यात घालण्यासाठी मुलाखत ही जशी एक अनिवार्य परीक्षा आहे, तशीच एक सुवर्ण संधीसुद्धा! या परीक्षेत खातरीने यशस्वी होण्यासाठी प्रत्येकाला, मग तो कितीही हुशार आणि स्मार्ट असला तरीही, एक निश्चित तयारी करावी लागते, अभ्यास करावा लागतो, सराव करावा लागतो. कारण पहिले छाप निर्माण करायला दुसरी संधी मिळणार नसते. आज आपण एका यशस्वी इंटरव्ह्यूसाठी नेमके काय करावे लागते हेच जाणून घेणार आहोत.

एका इंटरव्ह्यूचे यश तीन गोष्टींवर अवलंबून असते. इंटरव्ह्यूसाठी केलेली पूर्वतयारी, प्रत्यक्ष इंटरव्ह्यू आणि त्यानंतरचे तुम्ही केलेले आभार प्रदर्शन!

मुलाखतीसाठीची पूर्वतयारी म्हणजे तुम्हाला ज्या नोकरीच्या मुलाखतीसाठी बोलावण्यात आले आहे त्या कामाचे नेमके स्वरूप काय आहे, ते तुम्हाला तसे अपेक्षित आहे की नाही हे जाणून घेणे गरजेचे आहे. ज्या कंपनीसाठी तुमचा इंटरव्ह्यू आहे त्या कंपनीबद्दल जास्तीत जास्त माहिती प्राप्त करणे आवश्यक आहे. त्या कंपनीची ध्येयधोरणे, उत्पादने, सेवा, कंपनीचे तिच्या क्षेत्रातले औद्योगिक, आर्थिक स्थान, कंपनीची आजवरची प्रगती तसेच उज्ज्वल भविष्याची शक्यता इत्यादी

गोष्टींची माहिती घ्यायला हवी. अशी माहिती कंपनीची वेबसाइट, वार्षिक अहवाल यांसारख्या स्त्रोतांकडून मिळवता येते. शिवाय कंपनीतील मनुष्यबळ, तिथले वातावरण, कामाच्या सर्वसाधारण पद्धती माहिती करून घ्याव्यात. कारण ज्या ठिकाणी आणि ज्या पोस्टसाठी आपल्याला इंटरव्ह्यूकरिता बोलावले गेले आहे, तेथील ध्येयधोरणे, विचारधारा आपल्याला सहज स्वीकारता येईल का, आपल्याला स्वतःला तिथे खरोखर समर्पण देता येईल का, त्याचा यथायोग्य मोबदला मिळेल का याची स्वतःच्या मनाशी शहानिशा होणेदेखील खूप गरजेचे असते. कामाचे यश यावरच अवलंबून असते. नोकरी देणे आणि मिळवणे ही कंपनी आणि उमेदवाराची परस्परपूरक गरज असते. हे सर्व निकष समजून घेऊन आणि त्या पद्धतीने स्वतःला सादर करणारा उमेदवारच इंटरव्ह्यूमध्ये यशस्वी होण्यासाठी पात्र असतो.

प्रत्यक्ष इंटरव्ह्यूला जाण्याआधी इंटरव्ह्यूचे स्थळ, तेथे पोहोचण्यासाठी लागू शकणारा वेळ, त्यासाठीची साधने याबद्दल अचूक माहिती आपल्याला असलीच पाहिजे. कारण वेळेपूर्वी त्या स्थळी पोहोचणे विविध अंगांनी गरजेचे असते. एकतर तुम्ही वेळेत पोहोचल्याने ताण हलका होतो. त्या जॉबसाठी अजून किती उमेदवार आलेत याचीही माहिती मिळते. जर एकमेकांसोबत गप्पा होऊ शकल्या, तर स्पर्धक उमेदवारांची तयारी कळू शकते. मुलाखतकर्ते हे नेहमीच वेळेआधी आलेले असतात. त्यांचा पेहराव, देहबोली यांसारख्या गोष्टींवरून त्याचा थोडाफार अंदाज येतो. लक्षात घ्या, इंटरव्ह्यूसारख्या निर्णायक प्रसंगी छोटीछोटी माहितीदेखील मोठी मदतरूप ठरू शकते.

शिवाय कंपनीबद्दल तुम्ही आधी माहिती घेतली असल्याने तेथील वातावरणाशी साधर्म्य साधणारा तुमचा स्वच्छ, नीटनेटका पेहराव मुलाखतकर्त्याला तुमचा मनोमन स्वीकार करायला अप्रत्यक्ष मदतच करतो.

> जॉब मिळविण्याच्या प्रक्रियेत इंटरव्ह्यू ही एक अशी प्रक्रिया आहे ज्या ठिकाणी तुम्ही कमी वेळात स्वतःचे संपूर्ण व्यक्तिमत्त्व व्यक्त करणार असता. तुमचे दिसणे, बोलणे, हालचाली, क्रिया-प्रतिक्रिया, विचार, तत्त्वज्ञान, अभ्यास, ज्ञान, माहिती, तुमची कामाची गरज-गुणवत्ता-योग्यता, तुमचे मूल्य इत्यादी. कमी वेळात स्वतःला एक योग्य उमेदवार सिद्ध करून जॉबरूपी यशाची माळ गळ्यात घालण्यासाठी मुलाखत ही जशी एक अनिवार्य परीक्षा आहे, तशीच एक सुवर्णसंधीसुद्धा!

मुलाखतीच्या ठिकाणी वेटिंग रूममध्ये कधीकधी मुद्दाम तिष्ठत ठेवतात.अशा वेळी तुमचा संयम, तुमची प्रतिक्रिया तुमच्या नकळत तपासली जात असते. त्या ठिकाणी कंपनीचे काही कर्मचारी मुद्दाम तुमच्यासोबत मैत्रीपूर्ण व्यवहार प्रस्थापित करून तुमच्याबद्दल नको ती माहिती, उदा., काही व्यसने, सवयी जाणून घेण्याचा प्रयत्न करण्याची शक्यता असते. अशा वेळी चौकस राहणे हेच उत्तम. तुम्हाला मानवणारा तुमचा नाश्ता वगैरे आधीच करून गेलेले बरे. कुणासोबत इतरत्र कुठेही जाण्याची काही गरज नाही. आपले संपूर्ण अवधान हे फक्त इंटरव्ह्यूकडेच असावे.

पहिल्या भेटीचे जे काही शिष्टाचार असतात ते सर्व नम्रपणे परंतु आत्मविश्वासपूर्वक पाळावेत. जसे की, इंटरव्ह्यूच्या हॉलमध्ये प्रवेश करण्यापूर्वी परवानगी मागणे, स्थळकाळानुसार नमस्कार, हस्तांदोलन, इत्यादी. बसायला सांगितल्यावर स्थिर आणि ताठ बसावे. नजर सहज आणि समोरच्या व्यक्तीच्या डोळ्यांकडे असावी. अर्थात, विनाकारण रोखूनही बघू नये. वास्तविक डोळ्यांद्वारादेखील एक संवाद होत असतो. तुमचे विचार डोळ्यांद्वारे भाव व्यक्त करतात. तुम्ही इंटरव्ह्यूकरिता केलेली प्रामाणिक तयारी, तुमचा स्वभाव, तुमचा आत्मविश्वास आणि समोरच्याला जाणून घेण्याचे तुमचे औत्सुक्य हे तुमच्या डोळ्यांतून व्यक्त होतच असते. त्यामुळे निश्चितपणे तुम्ही मुलाखतकर्त्याच्या डोळ्यांकडे बघून बोलताना त्याचा तुम्हाला फायदा होणार असतो. अनुभवी, अभ्यासू, हुशार मुलाखतकर्ते ही गोष्ट जाणून असतात, म्हणून तर ते तुमच्या डोळ्यांकडे बघतात. उत्तर देताना संवादाच्या स्वरूपात उत्तरे द्यावीत. पाठ केल्याप्रमाणे दिलेली उत्तरे खूप रूक्ष वाटतात. तुमच्या उत्तरांमध्ये तुमची समरसता व्यक्त होऊ द्या. तसेच ही उत्तरे अघळपघळ आणि खूप लांबलचक नकोत. मुद्देसूद आणि आटोपशीर उत्तरे चांगली वाटतात. संभाषणाला नको ते फाटे फुटत नाही. कधीकधी मुद्दाम तुमची प्रतिक्रिया तपासण्यासाठी काही नकारात्मक बोलले जाऊ शकते. हे तुम्हाला ओळखता यायला हवे. तुमचा सकारात्मक प्रतिसाद, प्रगल्भता यातून दर्शवण्यात तुम्ही प्रयत्नशील राहिले पाहिजे. कुठल्याही परिस्थितीत तुम्ही प्रश्नांमुळे नामोहरम किंवा निराश झालेले आहात असे दर्शवू नये. यालाच तर परीक्षा म्हणतात. उलट अशा परिस्थितीत तुमची स्थिर वृत्ती दिसणे हे तुमचे बलस्थान समजले जाते. विनाकारण बोटांचे चाळे करणे, सारखा चेहऱ्यावर, केसांवर हात फिरवणे, शून्यात किंवा इकडेतिकडे वेंधळ्यासारखे बघणे, पेन हाताळणे, आवंढा गिळणे यांसारख्या हालचाली तुमच्या व्यक्तिमत्त्वाला दुर्बल ठरवत असतात.

इंटरव्ह्यूदरम्यान अनेकदा अवांतर प्रश्न, जसे राजकारण, क्रीडा, सिनेमा,

औद्योगिक क्षेत्र तसेच तुमच्या विविध छंदांबाबत प्रश्न विचारले जातात. या ठिकाणी काळजीपूर्वक उत्तरे देणे खूप आवश्यक असते. काही प्रश्न चकवे असतात. उगाच उत्साहाच्या भरात किंवा प्रत्येक प्रश्नाचे उत्तर द्यायलाच पाहिजे या अट्टाहासापायी चुकीची उत्तरे ठोकून देऊ नयेत. उत्तर येत नसेल, तर नम्रपणे मान्य केल्याने काहीच बिघडत नसते.

तुमच्या प्रत्येक उत्तरातून, प्रतिसादातून त्या जॉबसाठी तुम्हीच कसे सर्वार्थाने योग्य उमेदवार आहात हे दाखवून द्या.

यानंतर एक महत्त्वाचा प्रश्न विचारला जातो, तो म्हणजे तुमची पगाराची अपेक्षा! या क्षणी उतावीळपणा दाखवायचा नसतो. यासाठीच्या होमवर्कमध्ये तुम्ही त्या पोस्टसाठी त्या कंपनीत आणि वेगवेगळ्या कंपन्यांमध्ये किती पगार, काय सुविधा दिल्या जाऊ शकतात याची तुम्ही काढलेली माहिती तुम्हाला मदत करते. सरासरी त्याच पद्धतीची किंवा थोडी जास्त अपेक्षा आत्मविश्वासाने व्यक्त करा.

या इंटरव्ह्यूदरम्यान तुमचा अनुभव अधिक समृद्ध झालेला असतो. म्हणून इंटरव्ह्यू संपताना आभार प्रदर्शन व निरोप घेण्यापूर्वी तुम्ही मुलाखतकर्त्यांना त्यांच्याकडून काय नवीन शिकलात किंवा कुठले सकारात्मक गुण टिपले हे प्रसन्न चेहऱ्याने सांगायला विसरू नका.

जॉब तुम्हाला मिळतोय किंवा नाही हे तुम्हाला लगेच सांगितले जाईल किंवा नंतर कळवू असेही सांगितले जाईल.

तुम्ही मात्र शेवटचे पण एक जरूरी काम करायचे आहे. संबंधित व्यक्तींना त्यांनी तुम्हाला इंटरव्ह्यूसाठी आमंत्रित केल्याबद्दल आभाराचे पत्र किंवा ईमेल नक्की पाठवा. अगदी त्याच दिवशी किंवा दुसऱ्या दिवशी पाठवा. अनेकदा निवड निश्चित झालेले उमेदवार या पद्धतीने आभार मानायचा साधा शिष्टाचारही दाखवत नाहीत. अशा वेळी तुमची ही कृती तुमच्याबद्दल सकारात्मक विचार करायला लावणारी असते. शेवटच्या क्षणीही तुम्ही तो जॉब मिळवू शकता.

लक्षात ठेवा, इंटरव्ह्यूदरम्यान तुम्हाला जितका स्ट्रेस आलेला असतो, तितकाच किंवा किंबहुना त्यापेक्षा जास्त स्ट्रेस मुलाखतकर्त्याला असतो. कारण त्याला अनेक उमेदवारांमधून तुल्यबळ व्यक्ती निवडायची असते. अशा वेळी तुमचा पूर्ण तयारीनिशी दिलेला इंटरव्ह्यू त्यांच्यासाठी निर्णय प्रक्रियेला सुलभ करून गेला तर खातरीने समजा, तुम्ही जॉब मिळवलाय!

▸ ▸ ▸

सुरुवात करा योग्य

“नोकरीच्या सुरुवातीच्या काळात अशा प्रकारच्या रेडिमेड माहितीपासून आणि तशी मते स्वीकारण्यापासून पूर्णपणे अलिप्त राहा, आपले काम अधिकाधिक दर्जेदार आणि कंपनीच्या पर्यायाने ग्राहकांच्या हिताचे कसे होत राहील याकडेच पूर्ण लक्ष आणि समर्पण असू द्या.”

जेव्हा आपण एखादा जॉब मिळविण्यात यशस्वी होतो तेव्हा आपल्याला आनंद वाटणे अगदी रास्त आहे. हाच आनंद कायमस्वरूपी टिकून राहून जॉब करताना प्रगतीची उंच शिखरे पादाक्रांत करण्यासाठी कामाची सुरुवात चांगली होणे खूप आवश्यक असते. म्हणतात ना 'वेल बिगिनिंग इज हाफ डन'. अगदी त्याच पद्धतीने नव्याने जॉबची सुरुवात करताना काही साध्या, पण महत्त्वाच्या गोष्टींचे पालन केले, तर आपली कारकिर्द चांगली बहरू शकते.

जॉब सुरू करणाऱ्या बऱ्याच नवीन मंडळींना बावरल्यासारखे होते. काहींना थोडी भीती वाटते, थोडा गोंधळ उडतो, तर कधीकधी अनेकांना फाजील आत्मविश्वासही असतो. नोकरी करताना नवीन व्यक्तीने नेमके काय करावे आणि काय टाळावे याबाबतीत आज आपण काही टिप्स जाणून घेणार आहोत.

पहिली गोष्ट म्हणजे आपण ज्या ठिकाणी काम करण्यासाठी जाणार आहात तिथली माहिती प्राप्त करुन ठेवणे, कंपनीची ध्येयधोरणे, तिथले नियम, उत्पादने, सेवा, कंपनीचे वतावरण, तिथे काम करणाऱ्या व्यक्ती याबद्दलची माहिती करून घेतल्यानंतर तुम्हाला कामाची सुरुवात करणे तुलनात्मकदृष्ट्या सोपे होणार असते. शिवाय ट्रेनिंग पिरियडमध्येही आपण अनेक गोष्टी प्रत्यक्ष फील्डवर म्हणजे तेथील वातावरणात जाणून घेणार असतो. त्यामुळे घाबरण्यासारखे, गोंधळण्यासारखे काही नसतेच. उलट तुमच्या शिक्षणाला तुमच्या जॉबच्या गरजेनुसार एका साच्यात

बसविण्याची प्रक्रियाच ट्रेनिंगदरम्यान होत असते. तुमच्या शक्तीचा, गुणवत्तेचा अचूक वापर कसा करता येईल याची माहिती करून घेण्याचा हा काळ अगदी डोळे, कान आणि मन नीट खुले ठेवून वापरला गेला पाहिजे.

जॉबच्या सुरुवातीच्या काळात आपण नुसते शिकतच नसतो तर, आपली इमेज पण तयार करत असतो. आपला पेहराव, देहबोली यांवर लक्ष देणे गरजेचे असते. आपला आत्मविश्वास, आपली गुणवत्ता, क्षमता आणि समर्पित वृत्ती यांचा सकारात्मक प्रभाव पडण्यासाठी आपले बाह्यरूप महत्त्वाचे प्रतिनिधित्व करते. आपण पुरुष असा किंवा स्त्री. आपला पेहराव आणि देहबोली साधी, सरळ आणि आपल्या कामाला पूरक असावी. कोणत्याही जाती-धर्माचे, समाजाचे प्रदर्शन करणारी नसावी. आपल्यासाठी कर्म हाच धर्म आणि गुणवत्ता हीच जात असावी. मोठे करिअर करण्यासाठी हेच उपयोगाला येते.

नवीन नोकरी लागल्यानंतर नोकरीच्या ठिकाणी आपण थोडे वेळेपूर्वीच पोहोचले पाहिजे. काही जुने कर्मचारी अगदी ऐन वेळेवर ऑफिसध्ये पोहोचतात. नवीन कर्मचाऱ्यांनी मात्र ही गोष्ट कटाक्षाने टाळली पाहिजे. आपण वेळेपूर्वी कामावर पोहोचता या गोष्टीची नोंद घेतली जात असते. कित्येकदा तुम्हाला असाही अनुभव येईल. की आपण वेळेपूर्वी कामाच्या ठिकाणी पोहोचला आहात आणि तुमचे सर्वात मोठे बॉसदेखील तिथे पोहचले आहेत. अर्थात ते मोठे होण्यामागे वेळेपूर्वी कामाच्या ठिकाणी पोहोचण्याची सवय हे एक मोठे कारण असते. आपण जोपासत असलेली ही सवय करिअरमध्ये आपल्याला मोठ्या पदावर पोहोचण्यासाठी मोठी मदत ठरणार असते. लंचब्रेक, चहाची सुट्टी यांसारख्या वेळेतदेखील आपण हुशारीने वागले पाहिजे. हातातले काम पूर्ण करूनच जेवण, चहा यासाठी जावे. नोकरीच्या सुरुवातीच्या काळात हे करणे खूप फायद्याचे ठरते.

सुरुवातीच्या काळात आपल्या कामाचे स्वरूप जाणून घेताना, आपले अज्ञान लपविण्याची अजिबात गरज नसते. एक छोटसे अज्ञान मोठे नुकसान करू शकते. आपल्या हाताखालील अनुभवी व्यक्ती, जुने कर्मचारी आणि वरिष्ठांकडून योग्य आणि अचूक माहिती मिळविण्यावर आपला भर असावा. फक्त कोणता प्रश्न कोणाला विचारावा याचे भान मात्र नक्की पाळावे. निरर्थक तसेच अतिरिक्त व्यक्तिगत प्रश्न कुणाला विचारूही नयेत आणि स्वत:बद्दल अतिरिक्त किंवा कामाच्या ठिकाणी अजिबात गरजेची नसलेली माहितीदेखील देत बसू नये. जास्त बोलण्यापेक्षा नीट, काळजीपूर्वक ऐकण्याकडे कल असू द्यावा. ऐकण्याने तुमची आकलनक्षमता आणि निरीक्षणक्षमता वाढते. अनेक गोष्टी, जसे इतरांचे स्वभाव,

गुण, दोष, कौशल्ये, त्याच्या यशापयशाची गुपिते, आपल्याला न विचारताच कळायला लागतात. अर्थात हे ऐकताना आणि निरीक्षण करताना तुमच्या वागण्या-बोलण्यातील विनम्रपणा सतत टिकवून ठेवायला हवा.

या काळात दररोज आपण नवीन काय शिकलो आणि आपल्या जॉबसाठी त्याचा कसा काय उपयोग होणार आहे याची आणि कंपनीच्या नियमांची, कामाच्या पद्धतीची मनोमन, तसेच लेखी स्वरूपात उजळणी करावी. यामुळे आपली ग्रहणक्षमता वाढेल आणि आपण अधिक सहजपणे काम करू शकू. ज्या वेळी आपण कामाच्या ठिकाणी नवीन असतो, त्या वेळी आपला प्रत्येकाशी परिचय नसतो. इतरांनी आपल्याला आणि आपण इतरांना जाणून घेऊन स्वीकारायला वेळ लागणार असतो. अशा वेळी त्यांच्या रुटीन कामात अडथळा न बनता किंवा त्यांना डिस्टर्ब न करता आपल्या कामाच्या प्रक्रियेचा भाग म्हणून इतरांचे पद, त्याच्या जबाबदाऱ्या, त्यांचा अनुभव आणि स्वभाव जाणून घेत राहावे. सर्वांची नावे आणि त्यांच्या पदाचे कार्यविहीन महत्त्व माहीत करून घ्यावे, नीट लक्षात ठेवावे. त्यांच्याशी सन्मानानेच बोलावे.

प्रत्येक कामाच्या ठिकाणी चांगल्या आणि खोडसाळ पद्धतीचे लोक असतातच. बॉसबद्दल, सहकाऱ्यांबद्दल किंवा थेट कंपनीबद्दल वाईट बोलणारी मंडळी आपल्यालाही भेटतील. एवढे जीव काढून काम करण्याची काही गरज नाही. किंवा 'अमुक एकाच्या इतके जवळ जाऊ नका, तमक्यापासून सावध राहा' असेही सुचवले जाईल. नोकरीच्या सुरुवातीच्या काळात अशा प्रकारच्या रेडिमेड माहितीपासून आणि तशी मते स्वीकारण्यापासून पूर्णपणे अलिप्त राहा, आपले काम अधिकाधिक दर्जेदार आणि कंपनीच्या पर्यायाने ग्राहकांच्या हिताचे कसे होत राहील

जेव्हा आपण एखादा जॉब मिळविण्यात यशस्वी होतो तेव्हा आपल्याला आनंद वाटणे अगदी रास्त आहे. हाच आनंद कायमस्वरूपी टिकून राहून जॉब करताना प्रगतीची उंच शिखरे पादाक्रांत करण्यासाठी कामाची सुरुवात चांगली होणे खूप आवश्यक असते. म्हणतात ना 'वेल बिगिनिंग इज हाफ डन'. अगदी त्याच पद्धतीने नव्याने जॉबची सुरुवात करताना काही साध्या, पण महत्त्वाच्या गोष्टींचे पालन केले, तर आपली कारकिर्द चांगली बहरू शकते.

याकडेच पूर्ण लक्ष आणि समर्पण असू द्या. अशा सगळ्या सवंग गोष्टी तुमची चाचपणी करण्यासाठीच येत असतात. कंपनीला प्रामाणिक लोकांची गरज असते. कुणालाही तीव्र प्रतिक्रिया न देता हळूच अशा वातावरणापासून स्वतःला बाजूला करून कार्यमग्न व्हा. कदाचित या खट्याळ मंडळींना वैतागल्यामुळेच त्यांना बाजूला करून चांगल्या मंडळीना कामावर घेण्याचा भाग म्हणूनही आपल्याला जॉब दिलेला असू शकेल. अर्थात असे थेट आपल्याला कुणीही सांगणार नाही. कारण आपण अजून नवीन असतो. स्वतःला सिद्ध करण्याच्या प्रक्रियेत असतो.

करिअरमध्ये मोठे होण्याचे स्वप्न बघणे अगदी योग्य असते. किंबहुना स्वप्न मोठेच असावे. पण जॉबच्या सुरुवातीच्या काळात आपल्या मोठमोठ्या महत्त्वाकांक्षा नको त्या ठिकाणी बोलून दाखवत बसू नये. यामुळे काही वैफल्यग्रस्त मंडळी बिथरण्याची किंवा आपल्या कामात अडथळे निर्माण करण्याची शक्यता असते. आपली महत्त्वाकांक्षा एका दिवसात पूर्ण होणार नसते. ती अनेक छोट्या छोट्या यशांची दीर्घ मालिका असते. परंतु आपल्या अतिउत्साहामुळे उपद्रवमूल्य वाढून इतरांमध्ये असुरक्षिततेची भावना निर्माण होऊन त्याची परिणती आपला जॉब जाण्यामध्येही होऊ शकते. त्यामुळे सुरुवातीच्या काळात प्रत्येक बाबतीत संयम ही मोठी गोष्ट असणार आहे.

थोडक्यात नवीन मंडळींनी नोकरीच्या सुरुवातीच्या काळात स्वयंशिस्त, प्रामाणिकपणा, विनम्रता, सातत्य, चिकाटी, शिकण्याची वृत्ती, समर्पण, नीरक्षीरविवेक, सहकार्यवृत्ती, नेमकेपणा आणि चतुराई अंगिकारली, तर त्यांचे स्थान भक्कम होणार असते. हे गुण आपली ओळख बनत असतात. शिवाय या गुणांना जर कायमस्वरूपी स्वीकारले, आपल्या व्यक्तिमत्त्वाचा भाग बनवून टाकले, तर एक बहारदार करिअर निश्चित झालेच म्हणून समजा.

▸ ▸ ▸

बोलते व्हा

“ प्रभावीपणे बोलता येणे ही काळाची गरज आहे. माहिती तंत्रज्ञानाच्या युगात जसजसे जग जवळ येत चालले आहे, तसतशी परस्परसंवादापासून ते समुदायाला संबोधण्यापर्यंतची कधी नव्हे इतकी गरज उत्पन्न झाली आहे. शैक्षणिक जीवनातील मौखिक परीक्षा, प्रेझेंटेशन्स, नोकरीसाठीच्या मुलाखती, मार्केटिंग क्षेत्र, राजकारण तसेच दैनंदिन जीवनातील प्रत्येक क्षेत्रासाठी तुमचे संभाषण कौशल्य विकसित असणे आवश्यक आहे. ”

असे म्हणतात की, ‘बोलणाऱ्याचे दगडही विकले जातात आणि न बोलणाऱ्याचे सोनेही पडून राहतं.’ एकमेकांशी संवाद साधता येणे, विचार, भावना, मतांचे आदान-प्रदान करता येणे ही फार महत्त्वपूर्ण आणि गरजेची गोष्ट आहे. ते एक कौशल्यच आहे आणि ते जीवनाच्या कोणत्याही टप्प्यावर विकसित करता येऊ शकते. अर्थात कोणतीही व्यक्ती जन्मतःच उत्तम वक्ता म्हणून किंवा प्रभावी संवादाचे कौशल्य घेऊन जन्माला येत नसते. जगातील सर्वच महान वक्त्यांनी हे कौशल्य प्रयत्नपूर्वक विकसित केले. सर्वसामान्य व्यक्तीला संभाषणाबद्दल वाटणाऱ्या सर्व अडचणी त्यांनाही होत्या. फक्त त्यांनी त्या अडचणींवर मात करण्यासाठी स्वतःला अभिव्यक्त करण्याची कला शिकून स्वयंविकास साधण्याचा निर्णय घेतला.

खरे तर, प्रभावीपणे बोलता येणे ही काळाची गरज आहे. माहिती तंत्रज्ञानाच्या युगात जसजसे जग जवळ येत चालले आहे, तसतशी परस्परसंवादापासून ते समुदायाला संबोधण्यापर्यंतची कधी नव्हे इतकी गरज उत्पन्न झाली आहे. शैक्षणिक

जीवनातील मौखिक परीक्षा, प्रेझेंटेशन्स, नोकरीसाठीच्या मुलाखती, मार्केटिंग क्षेत्र, राजकारण तसेच दैनंदिन जीवनातील प्रत्येक क्षेत्रासाठी तुमचे संभाषण कौशल्य विकसित असणे आवश्यक आहे. आज आपण प्रभावी संवादाचे कौशल्य कसे विकसित करता येईल, त्या मार्गात आड येणाऱ्या अडचणींवर मात कशी मिळवता येईल यांचा ऊहापोह करणार आहोत.

दरवर्षी शाळा सुरू झाल्यानंतर शिक्षकांना सर्वांनी परिचय करून द्यायचा कार्यक्रम असे. पहिल्या बेंचपासून सुरुवात होई. जसजसा नंबर जवळ यायचा, तसतशी छातीत धडधड वाढायची. मनात शब्दांची जुळवाजुळव सुरू राहायची. कानशिले गरम व्हायची. त्यात एखादा विद्यार्थी नाव सांगताना अडखळला की आपलेही असेच होणार नाही ना या भीतीने थरकाप उडायचा. कोणी इतके पटकन नाव सांगून टाकायचे की त्यातून भलताच उच्चार निर्माण व्हायचा. अख्ख्या वर्गात हसे व्हायचे, मग तर अजूनच टेन्शन! एका विद्यार्थ्याने तर स्वत:ची ओळख सांगताना नाव स्वत:चे आणि आडनाव आधीच्या मुलाचे सांगितले होते. स्वत:चा नंबर आल्यावर आपला परिचय देताना आपलाच आवाज वेगळा वाटायचा, काय बोलतोय काही कळायचे नाही. परिचय सांगून खाली बसल्यावर बराच वेळ धडधड चालत राहायची. मित्रांनो, हा माझा स्वत:चा अनुभव होता. मात्र मला जाणवायचे, माझ्यासारखा अनुभव येणारे अनेक विद्यार्थी होते माझ्या वर्गात!

शाळेत भाषण करण्याची वेळ आली तरी असेच काही व्हायचे. सर्वांच्या नजरा आपल्यावर रोखल्या गेलेल्या आहेत, सर्व जण आपल्याकडे बघत आहेत ही जाणीवच तणाव निर्माण करायची. आपण विसरून तर जाणार नाही ना, ही भीती वाटायची. आपण बोलत असलेले समोरच्यांना आवडत आहे का, समजत आहे का किंवा आपण चुकीचे तर नाही बोलत आहोत ना यांसारखे विचार डोक्यात धुमाकूळ

> आपल्याला बोलते व्हायचे आहे हे एकदा पक्क ठरवणे फार महत्त्वाचे आहे. ज्यांच्याशी किंवा ज्यांच्यासमोर बोलणार आहोत तीदेखील आपल्यासारखीच हाडामांसाची माणसे आहेत, बोलणे म्हणजे आपल्याला जे माहीत आहे ते दुसऱ्याला सांगणे, शक्यतो मुद्देसूद सांगणे यासारखे विवेकी विचार आत्मसात करावे लागतील. संवादाचा दोन्ही स्तरांवर सराव करावा लागेल.

घालायचे. हातपाय लटपटायचे, घशाला कोरड पडायची, कधीकधी एकदम ब्लँक होऊन जायचे. कसेतरी भाषण संपायचे आणि आपले भाषण झाल्यानंतर जेव्हा जागेवर येऊन बसलो की 'आपण अजून चांगले बोलू शकलो असतो' असाही विचार यायला लागायचा. मित्रांनो, हाही अनुभव माझाच! माझ्यासारखी परिस्थिती मात्र अनेकांची असायची!

शाळा-कॉलेजच्या क्लासरूमपासून ते नोकरीसाठीच्या इंटरव्ह्यूपर्यंत बोलण्याच्या बाबतीत असेच प्रकार अनेक जण अनुभवतात. मात्र ज्या ठिकाणी तुमच्या बोलण्यावर तुमच्या जीवनाला महत्त्वपूर्ण वळण मिळणार असते, त्या ठिकाणी या अडचणींवर मात मिळवण्याची नितांत आवश्यकता असते. रात्रंदिवस अभ्यास करून तुम्ही स्पर्धा परीक्षेत उत्तीर्ण होता आणि फक्त मौखिक चाचणीत बोलता न आल्यामुळे अपयशी होता, तेव्हा किती यातना होतात! उच्चशिक्षित, सर्वगुणसंपन्न मुलगी वधुपरीक्षेच्या वेळी बोलताना गडबडते, त्यामुळे मिळणारा नकार तिला काय यातना देत असेल! नोकरीच्या ठिकाणी एखादी कौशल्यवान, कष्टाळू व्यक्ती आपली गुणवत्ता बोलण्याच्या माध्यमातून वरिष्ठांपर्यंत व्यक्त करू शकत नसेल, तर मर्यादित वेतन आणि पदापुरताच राहून जातो. त्याच्या कुटुंबाचा स्तर त्यामुळे सर्वच बाबतीत एका मर्यादेत अडकतो, त्या वेळी त्याला होणाऱ्या यातना किती जाळत असतील! एखाद्या महत्त्वपूर्ण वादविवादात तुमची चूक नसतानाही तुम्हाला बाजू मांडता आली नाही, बोलता आले नाही तर त्याचा सल आयुष्यभर आतमध्ये बोचत राहतो.

बघा मित्रांनो, बोलता येण्याची किती नितांत गरज आहे. जसे सुरुवातीलाच सांगितले की जगभरातल्या सर्वच प्रभावीपणे बोलणाऱ्या व्यक्तींमध्ये सुरुवातीला या अडचणी होत्या. त्यांनी प्रयत्नपूर्वक त्यावर मात मिळविली.

सर्वसाधारणपणे आत्मविश्वासाचा अभाव, स्वत:ला कमी लेखणे, ज्या विषयावर बोलायचे आहे त्याचा अपूर्ण अभ्यास नसणे आणि सर्वांत महत्त्वाचे म्हणजे स्वत:सोबत चालणारा अत्यंत नकारात्मक, पराभूत स्वसंवाद आणि त्यामुळे निर्माण होणारी काल्पनिक भीती ही बोलता न येण्याची काही प्रमुख कारणे असतात.

आपल्याला बोलते व्हायचे आहे हे एकदा पक्क ठरवणे फार महत्त्वाचे आहे. ज्यांच्याशी किंवा ज्यांच्यासमोर बोलणार आहोत तीदेखील आपल्यासारखीच हाडामांसाची माणसे आहेत, बोलणे म्हणजे आपल्याला जे माहीत आहे ते दुसऱ्याला सांगणे, शक्यतो मुद्देसूद सांगणे यासारखे विवेकी विचार आत्मसात

करावे लागतील. संवादाचा दोन्ही स्तरांवर सराव करावा लागेल. मानसिक स्तरावर यशस्वी संवादाचा सराव, इतरांशी कसे बोलायला पाहिजे याची कल्पनाचित्र निर्माण करून त्याची उजळणी करावी लागेल आणि प्रत्यक्षात अनेक व्यक्तींसोबत बोलत राहाणे, विविध क्षेत्रातील व्यक्तींसोबत बोलण्याने, त्यांचे ऐकल्याने तुमची भीड चेपेल. वाचन, लिखाण वाढवावे लागेल. पुरेशा तयारीच्या अभावाने संवाद कोसळतात. फ्रान्सिस बेकन नावाच्या तत्त्वज्ञाने सांगितलेले निरीक्षण किती मार्मिक आहे.

वाचनाने बहुश्रुतता येते, लेखनाने नेटकेपणा येतो आणि वक्तृत्वाने हजरजबाबीपणा येतो! जेव्हा आपण ज्ञान पचवायला शिकतो, ओठांवर खेळवायला शिकतो, तेव्हाच वाणीला परिणामकारकता लाभते. मुळात आपल्याला जे बोलायचे आहे ते स्वत:ला नीट समजलेले असेल, पटलेले असेल, तर काय बोलायचे आहे हे शोधत बसावे लागत नाही. त्यासाठी चौफेर वाचन, मुद्देसूद लिखाण खूप उपयोगी पडेल. मित्रांनो, उपाय खूप सोपे आहेत. फक्त बोलते होण्याचा निर्णय मात्र स्वत:ला घ्यावा लागणार आहे. स्वयंविकास त्यालाच तर म्हणतात. मग निर्णय घ्या आणि करा सुरुवात! तुम्हाला काही दिवसांतच कळून चुकेल की संवाद साधणे किती आनंददायी आहे आणि तुम्ही किती सहज लोकप्रिय झालेले आहात.

▸ ▸ ▸

ट्रेनिंगकडे पाहा सकारात्मकपणे

सतत नवनवीन गोष्टी शिकणे ही जीवनभर चालणारी प्रक्रिया आहे. जीवनाचे विविध पैलू आपण नेहमीच शिकत असतो, जीवनाचा प्रवास ते आपल्याला शिकवतो. करिअरदेखील जीवनाचा एक महत्त्वपूर्ण आणि अविभाज्य भागच आहे. जीवनाचा सिद्धान्तच आहे, जो सक्षम तोच टिकेल. आणि म्हणून सक्षम होण्यासाठी आपण या विविध प्रकारच्या ट्रेनिंग्जचा नक्कीच उपयोग केला पाहिजे. मग करिअर संघर्ष न बनता एक सहजसुलभ विकासाचा आनंदमयी प्रवास बनून जाईल.

मित्रांनो, नोकरी व्यवसायाच्या ठिकाणी कधीतरी तुमचे नाव एखाद्या ट्रेनिंगसाठी निवडले गेले आहे असे सांगितले जाते. तेव्हा अनेकदा असेही दिसून येते की अशा प्रकारची ट्रेनिंग्ज म्हणजे कर्मचारी मंडळींना जाच वाटतो. आपल्यात काहीतरी कमतरता आहे म्हणून मला ट्रेनिंगला पाठवले जाते आहे अशी एक न्यूनत्वाची, अपमानकारक भावना आपण जोपासतो. शिवाय काही ट्रेनिंग्जही सुट्टीच्या दिवशी किंवा बाहेरगावी आयोजित केलेली असतात, त्यामुळे सुट्टी वाया जाऊन काहीतरी रटाळ कार्यक्रम आहे अशा भावनेने ट्रेनिंगकडे बघितले जाते. परंतु त्यापाठीमागची कंपनीची भूमिका समजून घेतल्यास तसेच व्यक्तिगत सुधारणेसाठी ट्रेनिंगची उपयुक्तता जाणून घेतल्यास आपण या ट्रेनिंगमधून अधिकाधिक आणि सर्वोत्तम आत्मसात करू शकाल. आज आपण नेमके हेच जाणून घेणार आहोत.

करिअर करताना नोकरी असो किंवा व्यवसाय, आधुनिक तंत्रज्ञान झपाट्याने विकसित होत असताना, स्पर्धा तीव्र होत असताना टिकून राहण्यासाठी

तसेच अधिकाधिक कार्यक्षम होऊन मोठी प्रगती साधण्यासाठी आपल्याला गरज असते वेगवेगळ्या ट्रेनिंगची! अर्थात जवळपास सर्वच कंपन्या, संस्था ट्रेनिंग या विषयाचे महत्त्व जाणून असतात. त्यासाठी प्रत्येक विभाग, प्रामुख्याने एच.आर. विभाग काम करत असतो. आजकाल तर कंपन्यांच्या कार्यपद्धतीच्या नियमावलीनुसार वेगवेगळ्या प्रकारचे ट्रेनिंग दिले जाणे हे बंधनकारक झाले आहे. त्यासाठी स्वतंत्र आर्थिक तरतूददेखील केली जाते. ट्रेनिंग हे कोणत्याही संस्था, कंपनीच्या प्रगतीसाठी आणि यशस्वी होण्यासाठीच नव्हे, तर काम करणाऱ्या प्रत्येक व्यक्तीच्या सुरक्षेसाठीसुद्धा अनिवार्य आहे. ट्रेनिंग हे कर्मचारी वर्गासाठी जसे महत्त्वपूर्ण आणि फायद्याचे आहे, तितकेच ते कंपनीच्याही फायद्याचे असते. साधारणपणे ट्रेनिंग कशासाठी आवश्यक असते ते आपण बघू.

जॉबवर नव्याने आलेल्या व्यक्तीला कंपनी ट्रेनिंग देते. आजच्या काळात प्रत्येक कंपनी ते देते. यामुळे त्या व्यक्तीला कंपनीची ध्येयधोरणे, नियम, कामाच्या पद्धती, गरजा माहीत होतात. स्वतःच शिकण्यात लागणारा वेळ वाचून व्यक्तीला अशा ट्रेनिंगमुळे थेट दिलेल्या जबाबदारीला योग्य न्याय देता येतो. शिवाय अनेकदा कामाचे स्वरूप हे योग्य कौशल्य प्राप्त केल्याशिवाय थेट फिल्डवर जाणे जोखमीचे असते. त्यामुळे व्यक्तीचे, कंपनीचे, ग्राहकांचे विविध पातळ्यांवर नुकसान होऊ नये म्हणून योग्य ट्रेनिंग घेणे खूप आवश्यक असते. अर्थात काही कंपन्या ट्रेनिंग पूर्ण झाल्यानंतर कर्मचारीवर्गाची चाचणी पण घेतात. गुणवत्तेची शहानिशा करण्याची ही पद्धतसुद्धा सर्वांच्या हिताचीच असते. शिवाय या ट्रेनिंगसाठीचा खर्च हा कंपनीच करत असते. तुमच्या हाती एक नवीन कौशल्य आलेले असते, जे तुम्हाला संपूर्ण करिअरमध्ये उपयोगी पडणार असते.

दीर्घकाळ एकच काम करत राहिल्याने कार्यक्षमता कुंठित होते. एकसुरी काम बौद्धिक विकासास अडथळा ठरते. विविध कंपन्या वेळोवेळी जॉब रोटेशन करत असतात. अशा वेळी एक काम सातत्याने करणाऱ्या मंडळींना आलेला सुखासीनपणा सोडणे अवघड होते. शिवाय अशा पद्धतीने काम केल्याने ते काम एकाच विशिष्ट व्यक्तीवर अवलंबून राहते. याचा कंपनीला तर तोटा होतोच पण त्या व्यक्तीलासुद्धा त्रास होतोच. किरकोळ आजारपणात म्हणा किंवा गरजेच्या व्यक्तीगत कामाकरतादेखील सुट्टी मिळणे अवघड होऊन बसतं. अशा वेळी संघर्षांचे प्रसंग निर्माण होतात. न सांगता दांड्यांचे प्रमाण वाढायला लागते. पगाराची कपात होते. शिवाय एकाच पद्धतीचे काम केल्याने इतर कामे जमत नाहीत. दुसरीकडे नोकरी किंवा त्याच प्रकारचे काम मिळेल याची शाश्वती

नसल्याने या मंडळींची सर्वच बाबतीत मोठी कुचंबणा होते. म्हणून कार्यरत असलेल्या कर्मचारी वर्गासाठीचे ट्रेनिंग त्यांना विविध कामांमध्ये तरबेज करते. यामुळे कामात अखंडता राहते, कर्मचारी वर्गाला अतिरिक्त ओढाताण करण्याची गरज पडत नाही. विनाकारण सुपरव्हिजनची गरजही पडत नाही. अपघातांचे, ब्रेकडाऊनचे प्रमाण घटते. आपल्याला प्रत्येक काम जमते आहे ही गोष्ट समाधान देतेच शिवाय काम करताना एक प्रकारची सुरक्षितताही जाणवते. कंपनीने आपल्यासाठी केलेल्या या प्रयत्नांमुळे निष्ठा वाढीस लागते. आधुनिक काळ हा गतिमान आणि गुणवत्तेच्या निकषावर तीव्र स्पर्धेचा आहे. दररोज सर्वच क्षेत्रांतील नवनवीन उत्पादने किंवा सेवा बाजारात येतच असतात. या पार्श्वभूमीवर कामाची गती आणि उत्पादनक्षमता वाढण्यासाठी सतत नवनवीन तंत्रेदेखील विकसित होत असतात. अशा वेळी कर्मचाऱ्यांच्या काल सुसंगत ज्ञानात भर पडून आवश्यक ती कौशल्ये शिकविण्यासाठी ट्रेनिंग खूप मोठी मदत करत असतात, हे आपण समजून घेतले पाहिजे. अविचाराने ट्रेनिंगप्रती प्रतिकूल भावना थोड्याच काळात आपल्याला स्पर्धेतून बाहेर पडण्यास आणि करिअरचे मोठे नुकसान करण्यास कारणीभूत ठरू शकतात. याचे भान ठेवून स्वतःच ट्रेनिंगसाठी पुढाकार घ्यायला हवा.

करिअर करताना जसे कंपनीचे हित बघावे तसे स्वतःच्या प्रगतीचा आलेख उंचावत राहणेदेखील आपला न्याय्य हक्क असतो. करिअरमध्ये प्रमोशन मिळवून उच्चपदावर काम करण्यासाठी, तेथील जबाबदारीला समर्थपणे पेलण्यासाठी विविध गुणांचा, कौशल्यांचा विकास करणे गरजेचे असते. अशा वेळी कंपनी आपल्यासाठी काही करेल याची वाट बघत बसणे गाफिलपणाचे ठरू शकते. विविध पदांचे गुणवत्तेचे, कौशल्यांचे निकष समजून घेऊन त्यासाठी आवश्यक ट्रेनिंग देणाऱ्या अनेक संस्था असतात. विविध शहरांत अशी ट्रेनिंग

> ट्रेनिंग हे कोणत्याही संस्था, कंपनीच्या प्रगतीसाठी आणि यशस्वी होण्यासाठीच नव्हे, तर काम करणाऱ्या प्रत्येक व्यक्तीच्या सुरक्षेसाठीसुद्धा अनिवार्य आहे. ट्रेनिंग हे कर्मचारी वर्गासाठी जसे महत्त्वपूर्ण आणि फायद्याचे आहे, तितकेच ते कंपनीच्याही फायद्याचे असते.

होत असतात. त्याची माहिती घेणे आजकाल अवघड नाही. वेळात वेळ काढून अशी ट्रेनिंग्ज पूर्ण करावीत. त्यातून मिळणाऱ्या ज्ञानाने आपला आत्मविश्वास वाढून आपण कंपनीकडे पदोन्नती आणि भरघोस पगारवाढीची मागणी करू शकू.

मित्रांनो, सतत नवनवीन गोष्टी शिकणे ही जीवनभर चालणारी प्रक्रिया आहे. जीवनाचे विविध पैलू आपण नेहमीच शिकत असतो, जीवनाचा प्रवास ते आपल्याला शिकवतो. करिअरदेखील जीवनाचा एक महत्त्वपूर्ण आणि अविभाज्य भागच आहे. जीवनाचा सिद्धान्तच आहे, जो सक्षम तोच टिकेल, म्हणून सक्षम होण्यासाठी आपण या विविध प्रकारच्या ट्रेनिंग्जचा नक्कीच उपयोग केला पाहिजे. मग करिअर संघर्ष न बनता एक सहजसुलभ विकासाचा आनंदमयी प्रवास बनून जाईल.

▸ ▸ ▸

नियोजन वेळेचे

जितके वेळेचे व्यवस्थापन उत्तम, सुसूत्र राहील, तेवढा तुमच्या आत दडलेला कार्यक्षमतेचा प्रवाह मोकळा होईल. सफलता आपल्या आवाक्यात असल्याची अनुभवसिद्ध जाणीव होईल. अजून मोठे यश मिळविण्यासाठी धैर्य, साहस लागते. शिवाय तुमच्या असेही लक्षात यायला लागते की तुम्ही केवळ कामेच यशस्वीरीत्या पूर्ण करत आहात असे नाही तर अभिरुचीच्या गोष्टी, छंद आनंदाने जगण्यासाठी भरपूर वेळ उपलब्ध आहे!

वेळ! आपल्या जीवनातील ही अशी एकमेव गोष्ट आहे जी कधीच परत मिळविता येत नाही. प्रत्येकाला जीवनातील विविध जबाबदाऱ्या यशस्वीरीत्या पार पाडायच्या असतात. शैक्षणिक, कौटुंबिक, सामाजिक, वैयक्तिक पातळीवरील जबाबदाऱ्यांचे योग्य संतुलन व ताळमेळ राखून सफलतेचा अनुभव घेण्यासाठी वेळेचे व्यवस्थापन करणे अतिशय आवश्यक असते.

अनेक व्यक्ती त्यांच्याकडे खूप कमी वेळ आहे अशी तक्रार करतात, काहींना त्यांच्यावर कामाचा खूप बोजा आहे असे वाटते, कामांची पूर्तता वेळेत करता येत नाही. मग दैनंदिन आणि सोपी कामे करतानासुद्धा तणाव जाणवत राहतो. एक काम करताना राहिलेल्या इतर कामांची आठवण येत राहून हातातले कामही बारगळते. जर असे होत असेल तर त्याचे मुख्य कारण म्हणजे आपले वेळेचे व्यवस्थापन योग्य प्रकारे होत नाहीये.

वास्तविक आपल्या प्रत्येकाला समान वेळ मिळाला आहे. सामान्य व्यक्ती असो किंवा उच्चपदस्थ, सर्वांनाच दिवसाचे चोवीस तास मिळतात. असे

कितीतरी लोक आहेत ज्यांच्यावर खूप जबाबदाऱ्या असतात, कामे असतात. ती व्यवस्थितरीत्या पार पाडतात. ते कधीही 'वेळच नाही' अशी फालतू तक्रार करत नाहीत.

दगड, विटा, वाळू, माती यांना एकसंघ करण्याचं काम सिमेंट करतं आणि मग त्यातून तयार होते एका भक्कम, सुंदर घराची निर्मिती! आपल्यातील अनेक गुणगोष्टींना एकत्र बांधून ठेवून जीवन सफल बनविण्यासाठी वेळेचे व्यवस्थापन सिमेंटप्रमाणेच कार्य करते. वेळेचे व्यवस्थापन हे स्वयंविकासाचे मुख्य सूत्र आहे.

अनेकदा आपण काही कामांचे नियोजन आखतोही. पण ते पूर्ण नाही होत. मग 'मला वेळच नाही मिळाला' अशी अनेक कारणे दिली जातात. असे का होते? हे जाणून घेण्यासाठी वेळेच्या व्यवस्थापनाची विविध सूत्रे समजावून घ्यावी लागतील.

'असेल आवड तर मिळेल सवड' हे वाक्य आपण नक्कीच ऐकले असेल. हेच आहे पहिले सूत्र. खूप मोठे यश मिळविणारी माणसे या सूत्राचा ठरवून वापर करत असतात. एक सोपे उदाहरण बघू. समजा एखाद्या अभ्यासाची आवड नसलेल्या विद्यार्थ्याने अभ्यासासाठी वेळापत्रक केले, तर अनेकदा ते फक्त कागदावरच राहून जाते. प्रत्यक्षात ती अभ्यास करण्याची वेळच येत नाही. आता समजा, त्याच विद्यार्थ्याच्या आवडत्या हिरोचा चित्रपट लागलाय किंवा त्याला आपल्या लाडक्या मित्रांसोबत बाहेर कुठे फिरायला जायचे आहे. मग बघा, वेळेचे इतके अप्रतिम नियोजन साधले जाते की तो अगदी वेळेवर सिनेमागृहात पोहोचलेला असतो किंवा मित्रांसोबत फिरायला गेलेला असतो.

थोडक्यात, तुमच्यावरील जबाबदाऱ्यांना, कामांना जर तुम्ही आनंदाशी, आवडीशी जोडले, तर वेळेचे नियोजन आपोआप आणि सहज साधले जाते.

दुसरे महत्त्वाचे सूत्र आहे, तुमच्या कामांचे तुम्हाला मनापासून महत्त्व पटलेले असावे. ते एखाद्या उदात्त ध्येयाप्रमाणे वाटायला हवे. जर विद्यार्थ्याला त्याच्या अभ्यासाचे महत्त्व मनापासून पटलेलेच नसेल, तर तो त्यासाठी वेळ देईलच कसा? 'बघू नंतर, करू नंतर' असे करता करताच बहुमूल्य वेळ निघून जातो. आपल्या जबाबदाऱ्या, आपली कामे हे जर मोठ्या ध्येयाप्रमाणे घेतले, त्याची उपयुक्तता, गरज आणि फायदे स्वतःला नीट समजावून सांगितले, तर ती कामे पूर्ण करण्याची आंतरिक प्रेरणा जागृत होते. ती आंतरिक प्रेरणा मग अनावश्यक, निरर्थक गोष्टी तुमच्या कामाच्या आड येऊच देत नाही. कामे वेळेत आणि यशस्वीरीत्या पूर्ण तर होतातच, पण अतिरिक्त वेळही उपलब्ध राहतो.

वेळ! आपल्या जीवनातील ही अशी एकमेव गोष्ट आहे, जी कधीच परत मिळविता येत नाही. प्रत्येकाला जीवनातील विविध जबाबदाऱ्या यशस्वीरीत्या पार पाडायच्या असतात. शैक्षणिक, कौटुंबिक, सामाजिक, वैयक्तिक पातळीवरील जबाबदाऱ्यांचे योग्य संतुलन व ताळमेळ राखून सफलतेचा अनुभव घेण्यासाठी वेळेचे व्यवस्थापन करणे अतिशय आवश्यक असते.

तिसरे महत्त्वाचे सूत्र आहे, तुमच्या कामांचा प्राधान्यक्रम ठरविणे. असे करताना प्रथम सर्वच कामांची यादी बनवून त्यातून तात्काळ करावयाच्या कामांचा स्वतंत्र गट तयार करणे. यामुळे आवश्यक आणि गरजेच्या कामांना आपण सुस्पष्टतेने बघू शकतो. जसा गुंता सुटावा तसे एकेक काम पूर्ण होताना बघतानाचे समाधान काही औरच असते.

शेवटचे सूत्र म्हणजे वेळेचे महत्त्व स्वतःला सतत सांगत राहायचे. त्यासाठी वेळेच्या अपव्ययाने आणि त्यातून निर्माण झालेल्या अभावाने किती नुकसान होऊ शकते हे इतरांच्या अनुभवावरून जाणून घ्या. वेळेच्या महत्त्वाचे विश्लेषण करत चला. जसे ज्याचे सगळे भविष्य फक्त शिक्षणावरच आहे, मात्र तो बारावीला नापास झालाय, त्या विद्यार्थ्याला एका वर्षाचे महत्त्व विचारा. रोजंदारीवर काम करणाऱ्या व्यक्तीला एका दिवसाचे महत्त्व विचारा. बॉम्बस्फोटाच्या किंवा अपघाताच्या ठिकाणापासून एक मिनिटापूर्वी बाजूला गेल्याने जीव वाचलेल्या व्यक्तीला त्या एक मिनिटाचे महत्त्व विचारा. अनेक वर्षे मनापासून सराव आणि व्यायाम करून ऑलिंपिक स्पर्धेत केवळ एका सेकंदाने सुवर्णपदक गमाविलेल्या खेळाडूला त्या एका सेकंदाचे महत्त्व विचारा. या गोष्टींचा केवळ मानसिक अनुभव जरी तुम्ही घेतला, तरी वेळेचे महत्त्व तुम्हाला कोणीही सांगण्याची गरज भासणार नाही.

मित्रांनो, वर दिलेल्या सूत्रांचा वापर केलात तर वेळेचा सदुपयोग होऊ लागेल. काम करताना दबाव आणि तणाव नाहीसा होऊन आनंद आणि प्रसन्नतेचा अनुभव येईल. जितके वेळेचे व्यवस्थापन उत्तम, सुसूत्र राहील, तेवढा तुमच्या आत दडलेला कार्यक्षमतेचा प्रवाह मोकळा होईल. सफलता आपल्या आवाक्यात असल्याची अनुभवसिद्ध जाणीव होईल. अजून मोठे यश

मिळविण्यासाठी धैर्य, साहस लागते. शिवाय तुमच्या असेही लक्षात यायला लागते की तुम्ही केवळ कामेच यशस्वीरीत्या पूर्ण करत आहात असे नाही तर अभिरुचीच्या गोष्टी, छंद आनंदाने जगण्यासाठी भरपूर वेळ उपलब्ध आहे!

चला तर मग, स्वत:बद्दल सदैव सजग राहत वेळेचे व्यवस्थापन करून स्वयंविकास साधण्यासाठी आजपासूनच वेळ काढा.

▶ ▶ ▶

मल्टिटास्किंग... काळाची गरज

“मल्टिटास्किंग या कौशल्याकडे सकारात्मक दृष्टिकोनातून बघणारी व्यक्ती स्वतःमधील अनेक क्षमताना जाणून घेऊन, यशस्वीरीत्या वापरून स्वतःचा शारीरिक, मानसिक, बौद्धिक, आर्थिक विकास साधतेच, शिवाय आपण जिथे काम करतो तिथल्याही भरभराटीस मोठा हातभार लावू शकते, स्वतःची स्वतंत्र ओळख निर्माण करू शकते.”

मित्रांनो, आजच्या या आधुनिक आणि स्पर्धेच्या युगात टिकून राहायचे असेल आपल्यातील कौशल्याच्या मर्यादा रुंदावणे खूप गरजेचे आहे. मोठी प्रगती करायची असेल, शिवाय वेळेची, खर्चाची, मनुष्यबळाची बचत करावयाची असेल, तर मल्टिटास्किंग शिका. कमी खर्चात, कमी वेळेत, कमी मनुष्यबळात जास्तीत जास्त कामे करण्याचा जमाना आलाय. होय मित्रांनो, आज मल्टिटास्किंगचा जमाना आहे. मल्टिटास्किंग ही केवळ कॉर्पोरेट जगताचीच गरज आहे असे नाही, तर विद्यार्थी, शिक्षक, व्यावसायिक, गृहिणी, कर्मचारी, अधिकारी, नेते, अभिनेते, शास्त्रज्ञ या सर्वांनाच मल्टिटास्किंग करावे लागत आहे.

काय असते हे मल्टिटास्किंग? एकाच वेळी दोन किंवा त्याहून अधिक कामे यशस्वीरीत्या पूर्ण करण्याची शारीरिक, मानसिक आणि बौद्धिक क्षमता म्हणजेच मल्टिटास्किंग होय. अगदी घरातीलच उदाहरण द्यायचे झाले, तर मल्टिटास्किंग या कौशल्याच्या सर्वाधिक वापर गृहिणी करताना दिसते. घरातले आवरणे, मुलांचे संगोपन, आहार, संस्कार, अभ्यास, स्वयंपाकाचे नियोजन अन् यासोबत तर आजच्या आधुनिक युगात नोकरी, व्यवसायसुद्धा!

आता हे कौशल्य केवळ घरापुरतेच मर्यादित न राहता सर्वच क्षेत्रात अनिवार्य

होऊन बसले आहे. कमी वेळेत, कमी खर्चात उत्पादनक्षमता, कार्यक्षमता वाढीसाठी सामान्य कर्मचारी वर्गापासून ते उच्च पदस्थ अधिकाऱ्यापर्यंत सर्वांना हे कौशल्य अंगिकारून विकसित करावे लागते. किंबहुना आजकाल नोकरी मिळवितानाचा तो एक मूलभूत निकष झाला आहे. आज खाजगी तसेच सरकारी क्षेत्रांत या कौशल्याचा सर्वांनी प्रभावीपणे वापर करावा याकडे विशेष लक्ष दिले जाते. मल्टिटास्किंगच्या माध्यमातून अपेक्षित यश मिळविण्यासाठी पुढील काही बाबींकडे लक्ष द्यावे लागेल. खरे तर, मल्टिटास्किंग हे कौशल्य वापरणे म्हणजे दुधारी शस्त्र चालविण्यासारखे आहे. हे कौशल्य राबविताना वैचारिक सुसूत्रता आणि कामाच्या स्वरूपाची स्पष्टता जर नसेल, तर कामावरती याचे नकारात्मक परिणाम होऊ शकतात. याचा सर्वात मोठा नकारात्मक प्रभाव म्हणजे एकाच वेळी अनेक गोष्टी वेळेत पूर्ण करणे अपेक्षित असल्याने आणि त्यात आवश्यक ती उसंत न मिळाल्याने ते काम करण्याऱ्या व्यक्तीला मानसिक ताणतणावांचा सामना करावा लागतो. यामुळे वैयक्तिक पातळीवर नुकसान तर होतेच, पण कामाच्या गुणवत्तेवर, दर्जावर आणि उत्पादनावर त्याचा गंभीर, नकारात्मक परिणाम होतो. व्यक्तींची कामचलाऊ पद्धतीने कामे करण्याची प्रवृत्ती बळावते. एकाग्रता, स्मरणशक्तीवर त्याचा विपरीत परिणाम तर होतोच, पण एखाद्या विशिष्ट तरबेज होण्याची शक्यता अवघड होऊन बसते. नवीन गोष्टी शिकणं अशक्य वाटू लागतं. जबाबदारी झटकण्याकडे कल वाढतो आणि अशी नकारात्मक भावना असणाऱ्यांची संख्या वाढली तर विरोध, संप, किंवा कंपनी, संस्था बंद पडण्याचीदेखील वेळ येते.

मात्र मल्टिटास्किंग या कौशल्याकडे सकारात्मक दृष्टिकोनातून बघणारी व्यक्ती स्वतःमधील अनेक क्षमतांना जाणून, त्यांचा यशस्वीरीत्या वापर करून स्वतःचा शारीरिक, मानसिक, बौद्धिक, आर्थिक विकास तर साधतेच, शिवाय आपण जिथे काम करतो तिथल्याही भरभराटीस मोठा हातभार लावते. स्वतःची स्वतंत्र ओळख निर्माण करू शकते. सर्वात महत्त्वाचे म्हणजे मल्टिटास्किंगमुळे माणसे व्यग्र राहतात. रिकाम्या मनातील निरर्थक विचारांना वाव न मिळाल्याने हे कौशल्य वापरणारी माणसे प्रसन्नता, आत्मविश्वास आणि कार्यक्षमतेचा भरपूर अनुभव घेतात. आपण सर्व जाणतोच की कोणताही कार्यनाश आणि व्यक्तिगत अधोगती वेळेचा सदुपयोग न केल्यानेच होते. मल्टिटास्किंगमध्ये वेळेचे नियोजन खूप गरजेचे असल्याने माणसे आपसूकच वेळेचा सदुपयोग करू लागतात. त्यामुळे करावयाची कामे, साध्य करावयाची ध्येये यांचा प्राधान्यक्रम समजतो आणि यश खऱ्या अर्थाने दृष्टिक्षेपात येते.

मल्टिटास्किंग या कौशल्याकडे सकारात्मक दृष्टिकोनातून बघणारी व्यक्ती स्वतःमधील अनेक क्षमतांना जाणून, त्यांचा यशस्वीरीत्या वापर करून स्वतःचा शारीरिक, मानसिक, बौद्धिक, आर्थिक विकास तर साधतेच, शिवाय आपण जिथे काम करतो तिथल्याही भरभराटीस मोठा हातभार लावते. स्वतःची स्वतंत्र ओळख निर्माण करू शकते.

शिवाय कामातील बदल आणि विविधता रोजच्या कामातील एकसूरीपण घालविते. सर्वात महत्त्वाचे म्हणजे कामे अडून राहत नाहीच. एखादे काम केवळ एखाद्या व्यक्तीची मक्तेदारी राहत नाही. उलट सर्व कामे सर्वांना जमू लागली, तर एकाच व्यक्तीवर बोजा पडत नाही.

थोडक्यात काय, आपले घर चालविताना आपण जसे हे क़ौशल्य आपले म्हणून वापरतो आणि प्रगती करतो, अगदी तसेच आपले ऑफिस, संस्था, कंपनीदेखील एक परिवारच आहे. तेथील कामेसुद्धा आपलीच, आपल्याच प्रगतीसाठी आहेत या भावनेने मल्टिटास्किंग अंगिकारले, तर आपला देश किती पुढे जाईल. आपण खऱ्या अर्थाने महासत्ता बनू शकू.

नावात आहे प्रगती

'नावात काय आहे?' असे शेक्सपियर म्हणाला होता. नावातच सर्व काही असते. साधारणपणे आपले स्वतःचे पहिले नाव, जे आपल्याला खूप जवळचे वाटते, ती आपली सर्वात जवळची ओळख असते. प्रत्येकाला स्वतःच्या पहिल्या नावाने संबोधलेले नक्कीच आवडते. यामागे मानसिक, भावनिक कारणे आहेत.

मित्रांनो, मल्टिनॅशनल कंपन्यांमध्ये आता एक नवीन पद्धत आली आहे. सर्वांनी एकमेकांसोबत बोलताना त्यांच्या पहिल्या नावाने संबोधायचे. एकमेकांचे सहकारी, सीनिअर्स, ज्युनिअर्स परस्परांशी बोलताना त्यांच्या पहिल्या नावानेच बोलतील. असे का?

तुम्हाला आठवते का? आपण ज्या वेळी विद्यार्थीदशेत असतो, तेव्हा सर्व क्लासमेट्स एकमेकांसोबत संवाद साधताना पहिल्या एकेरी नावानेच तर हाक मारायचो. त्यामुळे एकमेकांप्रतीचा दुरावा एकदमच कमी व्हायचा, परस्परांतील वागण्या-बोलण्यात सहजता वाढून आपण चांगले मित्रदेखील बनायचो. आपल्याला शाळा-कॉलेजात जाण्याची ओढ टिकून राहण्यात आपल्या विद्यार्थीमित्रांचा मोठा रोल असायचा. अर्थात असे आपण प्रत्येक क्लासमेट्ससोबत पहिल्या नावाने बोलायचो नाही. काही जण आपल्याला आणि आपण त्यांना आडनावाने हाक मारायचो. आठवून बघा हे. किती कोरडेपणा वाटायचा त्यात आणि असे एकमेकांना आडनावाने हाक मारणारी मंडळी खूप काही चांगले मित्र नसायचे; किंबहुना मित्रच नसायचे. त्यांच्याबद्दल फारशी आत्मीयता पण नाही वाटायची. शैक्षणिक जीवनात काही ॲक्टिव्हिटीजसुद्धा असायच्या. त्या वेळी शिक्षकांकडून

गट पाडले जायचे. अशा वेळी मित्रामित्रांचा गट होऊ शकला, तर ती ॲक्टिव्हिटी म्हणजे आनंदसोहळा बनून जायची. कल्पकतेचा आविष्कार घडायचा. अगदी हसतखेळत काम पूर्ण होऊन जायचे आणि तेसुद्धा एकदम दर्जेदार! त्या वेळी तुम्हाला आडनावाने हाक मारणारा, मनाने अलिप्त असलेला सहकारी मिळाला तर ती ॲक्टिव्हिटी म्हणजे शिक्षा वाटे. संवादात मोकळेपणा येऊच शकायचा नाही. एक प्रकारची अप्रियतेची भावना असायची. अशा वेळी आपण अनेकदा शिक्षकांकडे, 'सर, माझा पार्टनर बदलून द्या ना...' अशी आर्जवे करायला जायचो. काम सुमार दर्जाचे असायचे हे सांगायलाच नको.

मित्रांनो, आज औद्योगिक क्षेत्रात उत्पादन क्षमता वाढविण्यासाठी, कामाचा दर्जा अधिकाधिक सुधारण्यासाठी, वेगवान स्पर्धेत अस्तित्व टिकवून ठेवण्यासाठी कामगार, कर्मचारी, अधिकारी यांच्या मानसिक ताणतणावात प्रचंड वाढ होताना दिसून आलेली आहे. त्यामुळे स्ट्रेस रिलेटेड अनेक मानसिक, मनोशारीरिक समस्यांनी सर्वच वयोगटातील आणि सर्वच हुद्द्यांवरील मंडळी ग्रस्त झाली आहेत. आपण अनेकदा आजूबाजूला विविध कंपन्या, ऑफिसेसमध्ये काम करणाऱ्या मंडळींच्या तक्रारी ऐकत असतो. त्यांना ऑफिसचा कंटाळा, वैताग आलेला असतो. त्यांच्या मनात बॉसबद्दल राग असतो. कंपनी बदलावीशी वाटत असते. कारण तिथे खूप जास्त रूक्ष वातावरण असते. सहकारी मंडळीदेखील खूप काही मनापासून सहकार्य करत नसतात. किंबहुना त्यांच्या सहकाऱ्यांचीदेखील अशीच परिस्थिती असते.

मित्रांनो, या परिस्थितीवर एक प्रभावी मनोवैज्ञानिक उपाय म्हणून एकमेकांना पहिल्या नावाने संबोधायचे ही कल्पना पुढे आली आहे. आपण वयाने, अधिकाराने कितीही मोठे झालो, तरी जेव्हा आपली समवयस्क किंवा आपल्यापेक्षा वयाने, अधिकाराने मोठी व्यक्ती आपल्याला पहिल्या एकेरी नावाने संबोधते, तेव्हा दररोज, उठताबसता 'सर', 'साहेब' ऐकून वैतागलेले आपण, वाळवंटात एकदम ओॲसिस मिळावे तसे सुखावतो. आपल्याला एकदम तरुण झाल्यासारखे वाटते. मनावरचा ताण हलका होतो. माणूस तणावात जितके काम करेल, त्यापेक्षा कित्येक पटींनी आवडीने, सक्षमतेने, तणावमुक्त, सहज आणि आपलेपणाच्या वातावरणात करतो हे आता सिद्ध झाले आहे.

'नावात काय आहे?' असे शेक्सपियर म्हणाला होता. नावामध्येच सर्व काही असते. साधारणपणे आपले स्वत:चे पहिले नाव, जे आपल्याला खूप जवळचे वाटते, ती आपली सर्वात जवळची ओळख असते. प्रत्येकाला स्वत:च्या पहिल्या

नावाने संबोधलेले नक्कीच आवडते. यामागे मानसिक, भावनिक कारणे आहेत. त्या पार्श्वभूमीवर आडनाव जरा दूरच वाटते. तर मग 'सर', 'साहेब', 'Miss', 'Mrs' तर अगदीच परके!

ऑफिसमध्ये काम करताना जेव्हा तुम्हाला तुमच्या पहिल्या नावाने संबोधले जाते, तेव्हा तुम्ही ती व्यक्ती, ते काम यांच्याशी अगदी आतून रिलेट होता. आत्मीयता, आपलेपणा वाढतो. एकदम शाळकरी मित्रांसारखा!

एक विचार मात्र नक्कीच पुढे येतो की, समवयस्क आणि सहकारी एकमेकांना पहिल्या नावाने संबोधायला लागले, तर ते एक वेळ ठीक वाटते; पण सीनियर्सचे काय? त्यांच्या आदराचे काय? पण मित्रांनो, सीनिअर पण माणूसच असतो, त्यालाही मोठेपणाची झूल अंगावर वागवत काम करताना ताणतणाव येतच असतात. किंबहुना ते जरा जास्तच तणावात असतात आणि त्यांना पहिल्या नावाने संबोधूनही आदर दाखवता येतो. अर्थात त्यासाठी आपली भाषासमृद्धी उत्तम असावी. एक वेळ इंग्रजी भाषेला तरी मर्यादा आहेत. तिथे 'तू'साठीही 'you' आणि 'तुम्ही'साठी 'you'. मराठी, हिंदी यांसारख्या आपल्या भाषा तर अगदी लहान मुलांसाठीसुद्धा संबोधनांतून आदराची भावना व्यक्त करायला सक्षम आहे. सीनिअर्सना पहिल्या नावाने संबोधताना त्यांच्या नावाला आपण 'जी', जसं 'शैलेंद्रजी', जोडून संबोधू शकतो; किंवा 'अहो शैलेंद्र' असेही म्हणू शकतो. संवादात 'तुम्ही'ऐवजी 'आप' किंवा 'आपण' असे बोलण्याने आदर तर व्यक्त होतोच, पण आपलेपणाची भावनाही प्रतीत होते. या सूचना होत्या ज्युनिअर मंडळींसाठी.

सीनिअर्सनीदेखील काळाच्या ओघात मनाचा मोठेपणा दाखवत नवनवीन बदल जे सर्वांच्या हिताचे आहेत ते स्वीकारायला हवेत. आदर आणि अहंकार यांची गल्लत करता कामा नये. तथाकथित आदर नावाच्या अहंकाराला पोसता पोसता आजवर अनेक उद्योग-व्यवसायांचा, संस्थांचा नाश झालाय ही गोष्ट नाकारता येत नाही. त्यामुळे संवादात त्यांनी पुढाकार घ्यायला हवा. त्यामुळे तुमच्याबद्दलचा आदर निश्चितपणाने वाढेल. अनेकदा असेही दिसून आले आहे की या पहिल्या नावाच्या संबोधनाचा धसका घेऊन बॉसने केबिनबाहेर येणेच टाळायला सुरुवात केली. अशा वेळी ज्युनिअर्सने थोडी मदत करावी. बॉसची कम्फर्ट लेवल वाढेपर्यंत त्यांना वारंवार पहिल्या नावाने संबोधायचे नाही. दिवसभरात एकदोन वेळाच फक्त. प्रत्येकाला परिवर्तन स्वीकारायला कमीजास्त वेळ लागतोच. शेवटी तो आपल्यासारखाच माणूस असतो. शिवाय हे परिवर्तन आपलेपणा वाढविण्यासाठी असल्याने समजूतदारपणा सर्वच पातळ्यांवर अपेक्षित असते.

आपण वयाने, अधिकाराने कितीही मोठे झालो, तरी जेव्हा आपली समवयस्क किंवा आपल्यापेक्षा वयाने, अधिकाराने मोठी व्यक्ती आपल्याला पहिल्या एकेरी नावाने संबोधते, तेव्हा दररोज, उठताबसता 'सर', 'साहेब' ऐकून वैतागलेले आपण, वाळवंटात एकदम ओॲसिस मिळावे तसे सुखावतो. आपल्याला एकदम तरुण झाल्यासारखे वाटते. मनावरचा ताण हलका होतो.

अर्थात पहिल्या नावाने संबोधन ही पद्धती काही कंपन्यांनी ज्या कारणांसाठी स्वीकारली आहे ती निश्चितपणाने स्वागतार्ह आहेत. परंतु समाजात अशी अनेक क्षेत्रे आहेत त्या ठिकाणी शिष्टाचाराचा प्रोटोकॉल सांभाळणे हीच त्यांची ओळख आणि त्यांचे बलस्थान आहे. सरकारी कार्यालये, शिक्षणसंस्था, संरक्षण संस्था, शासन इत्यादी काही उदाहरणे सांगता येतील.

शेवटी आध्यात्मिकदृष्ट्या विचार करता जीवनाच्या रंगमंचावर आपण अनेक भूमिका निभावत असतो. कधी विद्यार्थी, कधी शिक्षक, कधी पाल्य, कधी पालक, कधी कर्मचारी, कधी अधिकारी. पण जीवन परिवर्तनशील आहे. आपण स्वतःला एका विशिष्ट भूमिकेतच अडकवून ठेवणे हेच तर सर्व दुःखांचे मूळ आहे. मानमरातब, पद, प्रतिष्ठा यांच्या बेगडी पिंजऱ्यातून बाहेर पडून आपपरभाव सोडून सर्व जण राहू लागलो, तर 'वसुधैव कुटुंबकम्' ही उक्ती सत्यात यायला वेळ लागणार नाही. आणि आपल्या सभोवतालच्या सर्वांना पहिल्या नावाने संबोधण्याच्या पद्धतीला अंगिकारून ती सुरुवात तर नक्कीच झाली आहे.

▸ ▸ ▸

गॉसिपिंग टाळा

समाजातील प्रत्येक क्षेत्रात गॉसिपिंग चालूच असते. त्याचे व्यक्तिगत आणि ऑफिस, संस्था, कंपनीच्या पातळीवर अनेक गंभीर, नुकसानकारक परिणाम होतात. सवंग चर्चांमुळे वादविवाद वाढतात, नीतीमूल्ये ढासळतात. परस्परसंबंध ताणले जातात. एकत्रित काम करण्याच्या ठिकाणी या गॉसिपिंगमुळे अविश्वासाचे वातावरण निर्माण होऊ लागते. एकोपा नष्ट होतो. बेबनाव वाढतात, कर्मचारी एकमेकांसोबत काम करायला नकार देतात.

मित्रांनो, दैनंदिन जीवनातील व्यग्रतेमध्ये निखळ गप्पांना अतिशय महत्त्वाचे स्थान आहे. घर, ऑफिस, कंपनीमध्ये आपण अनेकदा विविध विषयांवर गप्पा मारतो. त्यामध्ये एकमेकांची चेष्टा-मस्करी होते, सुख-दुःखे सांगितली जातात. माहितीचे आदानप्रदान होते. निखळ गप्पांमध्ये वातावरण हलकेफुलके करण्याकडे कल असतो, ज्यामुळे ताणतणाव निवळतात. आपण पुन्हा उत्साहाने कामाला लागतो.

मात्र कधीकधी या गप्पांचे स्वरूप बदलते. काही लोक इतर व्यक्तींबद्दल त्यांच्या अनुपस्थितीत चर्चा करतात. त्यात विशेषतः असे विषय ज्यांत तथ्य कमी, मात्र नकारात्मकता, चमचमीतपणा, उथळपणा आणि सवंगता जास्त असते. याला म्हणतात लोकापवाद किंवा गॉसिपिंग!

उदाहरणार्थ, आपल्या कंपनीतील एखाद्या व्यक्तीचे काम जर वरिष्ठांना आवडत असेल, त्याबद्दल तिला चांगली वागणुक, कौतुक, प्रमोशन, पगारवाढ यांसारख्या सुविधा मिळत असतील, तर त्या व्यक्तीबद्दल, तिच्या चारित्र्याबद्दल,

तिच्या एकंदर अस्तित्वाबद्दलच काहीतरी सवंग, हीन बोलले जाऊ लागते.

गप्पा आणि गॉसिपिंग यांमधला फरक ओळखणे तसे खूप सोपे आहे. एखाद्या व्यक्तीबद्दल जे काही बोलले जातेय त्याचे थोडे अवलोकन करून बघायचे. ते बोलण्याचा नकारात्मक परिणाम होऊ शकतो का? त्यामुळे त्या व्यक्तीचे मन दुखावले जाऊ शकते का? असे बोलणाऱ्या व्यक्तीला त्यातून विकृत समाधान मिळत आहे का? आणि सर्वांत महत्त्वाचे, आपण जे काही त्या व्यक्तीबद्दल बोलतोय ते सरळसरळ त्या व्यक्तीला बोलू शकतो का? या साध्या प्रश्नांची खरी उत्तरे आपल्याला आपण गॉसिपिंग करतो आहोत की नाही हे सांगतील.

समाजातील प्रत्येक क्षेत्रात गॉसिपिंग चालूच असते. त्याचे व्यक्तिगत आणि ऑफिस, संस्था, कंपनीच्या पातळीवर अनेक गंभीर, नुकसानकारक परिणाम होतात. सवंग चर्चांमुळे वादविवाद वाढतात, नीतीमूल्ये ढासळतात. परस्परसंबंध ताणले जातात. एकत्रित काम करण्याच्या ठिकाणी या गॉसिपिंगमुळे अविश्वासाचे वातावरण निर्माण होऊ लागते. एकोपा नष्ट होतो. बेबनाव वाढतात, कर्मचारी एकमेकांसोबत काम करायला नकार देतात. अशा ठिकाणी वरिष्ठांचाही मोठा कार्यकाळ गॉसिपिंगमधून उद्भवलेले वादविवाद मिटविण्यातच जातो. उत्पादन घटते, अशा दूषित वातावरणामुळे प्रामाणिकपणे काम करू इच्छिणाऱ्या व्यक्ती निघून जातात. सर्वांनी एकदिलाने, एकमताने जे काम करायचे असते, त्या कामाचा गॉसिपिंग बळी घेते.

दैनंदिन जीवनातील व्यग्रतेमध्ये निखळ गप्पांना अतिशय महत्त्वाचे स्थान आहे. आपण अनेकदा विविध विषयांवर गप्पा मारतो. त्यांमध्ये चेष्टा-मस्करी होते, सुख-दुःखे सांगितली जातात. माहितीचे आदानप्रदान होते. निखळ गप्पांमध्ये वातावरण हलकेफुलके होऊन ताणतणाव निवळतात. आपण पुन्हा उत्साहाने कामाला लागतो. मात्र कधीकधी या गप्पांचे स्वरूप बदलते. काही लोक इतर व्यक्तींबद्दल त्यांच्या अनुपस्थितीत चर्चा करतात. त्यात विशेषतः असे विषय ज्यांत तथ्य कमी, मात्र नकारात्मकता, चमचमीतपणा, उथळपणा आणि सवंगता जास्त असते. याला म्हणतात लोकापवाद किंवा गॉसिपिंग!

व्यक्तिगत पातळीवर तर या गॉसिपिंगचे खूपच वाईट परिणाम होतात. जेव्हा एखादी व्यक्ती नेहमी इतरांबद्दल असे काही वाईटसाईट बोलत असते, तेव्हा ऐकणारी मंडळी मनातल्या मनात नक्कीच हा विचार करतात की ही व्यक्ती माझ्याबद्दलसुद्धा असे काही दुसऱ्याकडे बोलू शकते. आणि लवकरच तो अनुभव प्रत्येकाला येतोच. गॉसिपिंगमधून सुरुवातीला जे चमचमीत बोलले जाते ते मजेशीरही वाटते, पण त्या सर्व संभाषणाच्या शेवटी प्रत्येकाच्या मनात एक प्रकारचा ताण निर्माण झालेला असतो. स्वतःबद्दल आणि इतरांबद्दल अविश्वासाची, असुरक्षिततेची भावना निर्माण झालेली असते. प्रामाणिकपणाने काम करणाऱ्यांची तर अशा वातावरणात मोठी कुचंबणा होत असते. गॉसिपिंग करणारी व्यक्ती किंवा समूह नेहमी वातावरणामध्ये असंतोष भरण्याचे काम करत असतो. ज्या व्यक्तीबद्दल बोलले जात आहे, ती व्यक्ती जर जास्त संवेदनशील असेल तर तिचे मन दुखावले जाऊ शकते. तिचे मानसिक खच्चीकरण होऊ शकते, कामातला रस जाऊ शकतो, आत्मविश्वास ढासळू शकतो. अशा वेळी कोणी नाईलाजाने काम सोडून देतो, कोणी डिप्रेशनमध्ये जातो, कोणी व्यसनाधीन होतो, तर कधी स्वतःला संपविण्याचादेखील दुर्दैवी प्रयत्न होतो. या सवंग चर्चांमुळे कित्येकांची करिअर बरबाद झाली आहेत. संसार उद्ध्वस्त झाले आहेत.

मित्रांनो, गॉसिपिंग हे असे विष आहे जे व्यक्तीला तर जाळतेच, पण कंपनी, संस्था, ऑफिस यांनादेखील भस्मसात करून टाकते.

गॉसिपिंगच्या या दुष्टचक्रातून स्वतःला, आपल्या कामाला दूर ठेवायचे असेल आणि सर्वार्थाने प्रगती करावयाची असेल तर काही टिप्सचा आपण जरूर वापर करा आणि इतरांनाही सांगा.

१) सतत व्यग्र राहा. शेवटी आपले कामच बोलणार आहे. गॉसिपिंग करणाऱ्या मंडळींना लक्ष वेधून घेण्याची सवय असते. ते त्यांच्या चर्चांसाठीची तुमची उपलब्धी शोधत असतात. पण जर तुम्ही खरोखर कार्यमग्न राहिलात, तर त्यांना त्यांच्या सुरस कथांसाठी श्रोतेच मिळणार नाहीत. एक प्रकारे त्या हीन कथेला प्रसाराचे बळ न देण्याचे चांगले काम तुमची कार्यमग्नता देईल.

२) तुमच्या आजूबाजूला जर अशा चर्चा घडत असतील, तर त्याकडे साफ दुर्लक्ष करा. तुमच्या देहबोलीतून, चेहऱ्यावरच्या हावभावांतून तुम्ही ते

ऐकता आहात किंवा तुमच्यावर त्याचा काहीही परिणाम होतोय असे बिलकूल दर्शवू नका. किंबहुना त्यामध्ये स्वतःच रस घेऊ नका.

३) जे ऐकले आहे त्याला तत्क्षणी मूठमाती द्या. ती माहिती पुढे नेऊ नका.

४) कधीकधी अशा चर्चांबद्दल काहीतरी मत प्रदर्शित करणे टाळता येत नाही. अशा वेळी ठरवून सकारात्मक बोलावे. एखाद्याबद्दलची नकारात्मक गोष्ट चर्चिणे किंवा पसरविणे सर्वांनाच त्रासदायक ठरू शकते याचे भान अतिशय संयमी आणि सकारात्मक पद्धतीने देता येते.

५) गॉसिपिंग करणारी व्यक्ती कधी ना कधी उघडी पडणारच असते. खरे तर प्रत्येक जण आपल्या पोटापाण्यासाठीच कामाला आलेला असतो. त्यामुळे कामाशिवाय पर्याय नाही हे समजणाऱ्या व्यक्ती अशा गॉसिप करणाऱ्यांना दूर ठेवतात किंवा हळूवारपणे टाळतात. कामापुरते काम ठेवून अशा उथळ चर्चावीरांना टाळणारे तुम्ही पहिले बना.

६) स्वतःच्या व्यक्तिगत जीवनाबद्दल सर्वांशीच सर्व काही बोलू नका. नेहमी लक्षात ठेवावे, ज्या व्यक्ती इतरांबद्दल काहीही बोलतात त्या तुमच्याबद्दलही बोलू शकतील. अशा रिकामटेकड्यांना उगाच खाद्य पुरवू नका.

७) टीमवर्क करताना कामाच्या ठिकाणचे वातावरण मैत्रीपूर्ण असणेदेखील गरजेचे असते. अशा वेळी 'समान गुणेषु सख्यम्' या तत्त्वानुसार तुम्हाला मित्र मिळतील. गॉसिपर्सबरोबर तुम्ही राहू लागलात, तर 'ढवळ्याशेजारी बांधला पवळ्या' अशी गत व्हायला वेळ लागणार नाही. म्हणून तुम्ही स्वतः जाणीवपूर्वक चांगल्या विचारांचे राहा. कामाबद्दल, प्रगतीबद्दल, प्रामाणिक राहा, गंभीर राहा. तुम्हाला तुमच्यासारखे मित्र आपोआप मिळतील.

८) कधी गरज पडली तर वरिष्ठांसोबत चर्चा करायला अजिबात घाबरू नका. उथळ चर्चांमुळे सर्वांना कामांत अडचणी येतात. त्यामुळे कामाचे होणारे नुकसान अभ्यासपूर्ण पद्धतीने मांडले, तर कोणताही वरिष्ठ अशा नकारात्मक बाबींचा बीमोड करण्यासाठी योग्य ती पाऊले उचलेलच.

९) कामात पारदर्शकता असू द्या. तुमच्या कामाबद्दल सर्वांशी चर्चा करा. त्यांना तुम्ही जे करताय ते माहीत असू द्या. बऱ्याचदा लपवेगिरी गॉसिपिंगला नको ते खाद्य पुरविते. तुमची पारदर्शकता तुमच्याबद्दल नैतिक धाक निर्माण करेल. त्यामुळे गॉसिपर्सना बोलायला काही मिळणार नाही.

१०) असत्याला जास्त आयुष्य नसते, हे कायम लक्षात ठेवा. गॉसिपिंगचा आधारच मुळात असत्याचा असल्याने ते संपणारच असते. गॉसिपिंग स्वत:बद्दल असो किंवा इतरांबद्दल, नेहमी संयम बाळगा. अशा प्रकारचे गॉसिपिंग तुमच्यातील सत्याची परीक्षा घेण्यासाठीच आलेले असते. प्रामाणिक कामावरची निष्ठा आणि त्यावर ठाम राहण्याने तुम्ही गॉसिपिंगमधून तावून सुलाखून अधिक तेजस्वी होऊनच बाहेर पडणार असता.

▸ ▸ ▸

ऑफिस पॉलिटिक्सला मारा गोळी

कुठलेही क्षेत्र असो, त्या ठिकाणी संतुष्ट आणि असंतुष्ट लोक असणारच. त्यांच्या त्या भावनेची कारणे व्यक्तिगत किंवा सामुदायिक स्वरूपाची असू शकतात. बऱ्याचदा असेही लक्षात येते की अशा प्रकारच्या पॉलिटिक्सची मुळे ही व्यक्तिगत स्वरूपाचीच असतात. व्यक्तिगत असंतुष्टी सामुदायिक केली म्हणजे त्याला जरा आधार मिळतो म्हणून त्या गोष्टींना राजकीय रंग दिला जातो. आपण आपले काम करताना अशा कुठल्याही प्रकारच्या असंतुष्टीचे थेट कारण बनणार नाही याची दखल घ्यायला हवी.

एक किंवा अनेक व्यक्तींवर नियंत्रण राखण्यासाठी आणि स्वत:चे महत्त्व टिकविण्यासाठी पॉलिटिक्स करणे ही मानवाची वृत्ती ही अनादी काळापासून राहिलेली आहे. राग, द्वेष, मत्सर, भीती, अपराधीपणा यांसारख्या असुरक्षितता निर्माण करणाऱ्या भावनांमुळे घाणेरड्या पॉलिटिक्सचा जन्म होतो. या वृत्तीतूनच समाजाचे कुठलेही क्षेत्र सुटलेले नाही. दुर्दैवाने या पॉलिटिक्समध्ये साध्या, सरळमार्गी, प्रामाणिक व्यक्तीला खूप त्रास होतो. आणि अशा प्रकारचे पॉलिटिक्स हे नेहमीच तत्त्वहीन आणि अतिशय हलक्या दर्जाचे असते. माझ्याकडे मार्गदर्शन घ्यायला येणाऱ्या कित्येक व्यक्तींना असल्या प्रकारच्या राजकारणाची नकारात्मक झळ बसली होती. काही प्रातिनिधिक उदाहरणेच मी आपल्याला सांगतो, म्हणजे आपल्याला हे पॉलिटिक्स किती विकृतीने भरलेले असते हे कळेल.

प्रतीक हा वर्गातील हुशार विद्यार्थी. अभ्यासाव्यतिरिक्त विविध कलागुणांमध्ये नेहमीच त्याचा ठसा. त्यामुळे अर्थात सर्व शिक्षकांचा आवडता.

वर्गातल्या काही खोडकर मुलांना शिक्षकांनी रागवताना ‘प्रतीकचा आदर्श घ्या’ अशी वाक्ये बोलल्याने मुलांनी त्याचा राग राग करायला सुरुवात केली. मुद्दाम चिडविणे, अबोला धरणे यासारखे प्रकार नित्याचेच झाले. एकदा तर प्रतीकने पूर्ण केलेल्या होमवर्कच्या वहीची पाने काही मुलांनी गुपचूप फाडूनच टाकली. सततच्या या प्रकारांमुळे त्याचा परफॉर्मन्स अगदीच खाली गेला.

एका नामांकित शाळेत अत्यंत चांगले शिकविणाऱ्या, विद्यार्थिप्रिय, नेहमी उत्तम निकाल आणल्यामुळे कौतुक, सन्मान मिळविणाऱ्या शिक्षिकेविरुद्ध इतरांनी राजकारण करताना त्यांचे शाळेच्या मुख्याध्यापकांसोबतच नाव जोडून हीनतेची पातळी गाठली. या सर्व प्रकारांमुळे त्या बाईंना नैराश्य येऊन मानसोपचारतज्ज्ञाचे उपचार घ्यावे लागले.

एका केमिकल कंपनीत काम करणाऱ्या एक्झिक्युटिव्हला उत्तमरीत्या, सातत्याने चांगले उत्पादन देण्याची पावती म्हणून प्रमोशन आणि चांगली पगारवाढ मिळाली आणि मग त्याच्याविरूद्ध घाणेरडे राजकारण सुरू झाले. हळूहळू असंतुष्ट सहकाऱ्यांचा त्रास वाढू लागला. हाताखाली काम करणाऱ्या कामगारांना याच्याविरुद्ध फितविणे, बॉसकडे विनाकारण तक्रारी करणे सुरू झाले. सीनिअर मंडळी कामाच्या पद्धतीत खोट काढू लागली. हाताखाली काम करणाऱ्या कर्मचाऱ्यांसमोर मुद्दाम घालूनपाडून बोलणे यांसारख्या गोष्टी घडू लागल्या.

त्या एक्झिक्युटिव्हच्या मुख्य बॉसचा मात्र त्याच्यावर विश्वास होता. ते नेहमी नवनवीन कल्पनांचा कामांमध्ये वापर करण्याची संधी देत असत, मात्र त्यामुळे मॅनेजर आणि इतर सहकारी मंडळींना स्वत:च्या कामात अतिरिक्त सुधारणा करणे अवघड व्हायचे. त्यामुळे याच्याविरुद्धच्या राजकारणचा परिपाक म्हणून एक दिवस महत्त्वाच्या प्रॉडक्टचे उत्पादन या एक्झिक्युटिव्हच्या शिफ्टमध्ये सुरू असताना काही मंडळींनी एका महत्त्वाच्या आणि महाग रसायनाची पिशवी गहाळ केली आणि कंपनीच्या भंगाराच्या कचराकुंडीत टाकून दिली. सुदैवाने शोधाशोध केल्यानंतर ती सापडली; पण यामुळे हा एक्झिक्युटिव्ह मात्र मानसिकदृष्ट्या कोलमडला. आजवरच्या चांगल्या कामाचा परिणाम म्हणून बढती जरी मिळाली, तरी आतून बिचारा संशयाने ग्रासला. कामातला आनंद गेला.

मार्केटिंग क्षेत्रात विक्रीचे उच्चांक गाठणारे एक्झिक्युटिव्ह, प्रामाणिकपणे काम करणारे, भ्रष्टाचाराला नाकारणारे पोलिस अधिकारी, लोकविकासासाठी तळमळीने झटणारे कार्यकर्ते यांसारख्या मंडळींनादेखील कित्येकदा अशा सवंग

पॉलिटिक्सला झेलावे लागते. आज आपण अशा प्रकारच्या राजकारणाला कसे हाताळायचे हेच बघणार आहोत.

मित्रांनो, कुठलेही क्षेत्र असो, त्या ठिकाणी संतुष्ट आणि असंतुष्ट लोक असणारच. त्यांच्या त्या भावनेची कारणे व्यक्तिगत किंवा सामुदायिक स्वरूपाची असू शकतात. बऱ्याचदा असेही लक्षात येते की अशा प्रकारच्या पॉलिटिक्सची मुळे ही व्यक्तिगत स्वरूपाचीच असतात. व्यक्तिगत असंतुष्टी सामुदायिक केली म्हणजे त्याला जरा आधार मिळतो म्हणून त्या गोष्टींना राजकीय रंग दिला जातो. आपण आपले काम करताना अशा कुठल्याही प्रकारच्या असंतुष्टीचे थेट कारण बनणार नाही याची दखल घ्यायला हवी. जसे काही वेळा कंपनीबद्दल, बॉसबद्दल किंवा सहकाऱ्यांबद्दल वाईटसाईट बोलले जाते. आपण यात पडता कामा नये, काही बोलू नये. कारण तुमच्या मताचा तुमच्याच विरोधात वापर होऊन राजकारण केले जाण्याची शक्यता असते. तसेच कुणी तुम्हाला व्यक्तिगत किंवा इतरांसंदर्भात गोपनीय माहिती दिली, तर तुम्ही ती गोपनीयच ठेवायला हवी. यासाठी आपला कामाप्रती प्रोफेशनल ॲप्रोच असणे खूप आवश्यक असते. टीममध्ये काम करताना एकमेकांना मदत करणे किंवा मदत घेणे ही कामाची गरज असते. व्यक्तिगत भावना बाजूला ठेवून तुम्ही कामाला केंद्रस्थानी ठेवून सर्वांना मदत करणे आणि मदत घेणे केलेच पाहिजे. यामुळे तुम्ही तुमची एक चांगली प्रतिमा निर्माण करत असतात. पॉलिटिक्स होताना गॉसिपिंग होत असते. गटतट पडतात. आपण हुशारीने आपली भूमिका जोपासली पाहिजे. यासाठीच्या टिप्स आपण गॉसिपिंग विषयीच्या लेखात जाणून घेतल्या आहेत.

> एक किंवा अनेक व्यक्तींवर नियंत्रण राखण्याची आणि स्वतःचे महत्त्व टिकविण्यासाठी पॉलिटिक्स करणे ही मानवाची वृत्ती अनादी काळापासून राहिलेली आहे. राग, द्वेष, मत्सर, भीती, अपराधीपणा यांसारख्या असुरक्षितता निर्माण करणाऱ्या भावनांमुळे घाणेरड्या पॉलिटिक्सचा जन्म होतो. या वृत्तीतूनच समाजाचे कुठलेही क्षेत्र सुटलेले नाही. दुर्दैवाने या पॉलिटिक्समध्ये साध्या, सरळमार्गी, प्रामाणिक व्यक्तीला खूप त्रास होतो. आणि अशा प्रकारचे पॉलिटिक्स हे नेहमीच तत्त्वहीन आणि अतिशय हलक्या दर्जाचे असते.

जर तुमच्या विषयी असे पॉलिटिक्स चालू असेल, तरी बिलकूल घाबरू नका. प्रत्येकाला प्रतिक्रिया देत बसू नका. नकारात्मक पॉलिटिक्स करणारेच मुळात घाबरट असतात. कायम लक्षात ठेवा, दर्जाहीन राजकारणाला जास्त आयुष्य नसते. शेवटी काम, रिझल्ट किंवा उत्पादनच बोलणार असते. कोणतीही कंपनी किंवा संस्था काम सोडून सवंग, नुकसानकारक पॉलिटिक्सला कधीच थारा देणार नसते. कंपनीचे उच्चपदस्थ मंडळींनादेखील त्यांच्या करिअरमध्ये कधीतरी अशा पॉलिटिक्सचा सामना करावा लागलेला असतो. त्यामुळे त्यांना या राजकारणाची पुरेपूर कल्पना असते. वेळप्रसंगी त्यांच्याशी चर्चा करण्याची हिंमत केली पाहिजे. सवंग पॉलिटिक्समुळे सर्वांनाच तणावाचा सामना करावा लागतो. अगदी पॉलिटिक्स करणाऱ्यांनासुद्धा. आपल्याला खूप वेळा मनस्तापही होतो, अतिरिक्त काम करावे लागते. पण केवळ गुणवत्तेमुळे, यशामुळे जर तुम्हाला राजकारणाचा सामना करावा लागत असेल, तर लक्षात ठेवले पाहिजे, 'जया अंगी मोठेपण, तया यातना कठीण!' उलट अशा परिस्थितीत टिकून राहण्यासाठी जबरदस्त आत्मविश्वास, निर्भयता आणि निष्ठेने केलेले प्रामाणिक काम तुम्हाला हत्तीचे बळ देत असते. आपण ऐकलेच असेल, 'हाथी चले बाजार, कुत्ते भौंके हजार'. अगदी याच उक्तीप्रमाणे आपले काम सोडून पॉलिटिक्स करत बसणारे जो काही कार्यनाश करतात, तो उघडा पडणारच असतो. याची कितीतरी उदाहरणे आपण चोहीकडे बघतच असतो.

मित्रांनो, काम करणाऱ्याला कधी मरण नसते. मुळात सुखासीनपणा अंगात भिनल्यामुळे कामाची टाळाटाळ करू बघणाऱ्या मंडळींना दर्जाहीन राजकारण करण्याची गरज पडते. आपण आपले काम करा, करत राहा... त्यातूनच सन्मान मिळतो, संपन्नता मिळते आणि रात्रीची शांत, गाढ, नैसर्गिक झोप देणारे समाधान मिळते! ज्यांना जीवनात हेच हवे आहे, ते आपोआपच फालतूपणाचे राजकारण सोडतील किंवा त्यांना काळ तर नक्कीच शिकवेल ते.

आपण मात्र स्वसन्मानाने त्यांच्या एक पाऊल नेहमीच पुढे राहाल.

▸ ▸ ▸

एकाच ठिकाणी काम करताना

> खरे तर संपूर्ण जगभरात जोडीने व्यवसाय सुरू केलेले अनेक पति-पत्नी यशस्वी उद्योजक झाल्याची असंख्य उदाहरणे आहेत. शिवाय, सोबत काम केल्याने त्यांच्या नात्यांमधे उत्कट प्रेमाची, आदराची, एकमेकांना समजून घेण्याची भावना जास्त दिसून आली. नोकरी करताना मात्र पति-पत्नीला जास्त आव्हानात्मक परिस्थितीतून जावे लागते. व्यक्तिगत आणि व्यावसायिक स्तरावर आपले नाते जपण्यासाठी, टिकविण्यासाठी, शिवाय काम चांगले करण्यासाठी तारेवरची कसरत करावी लागते. पूर्णवेळ दोघांनाही मनाचा मोठेपणा आणि जबाबदारी दाखवावी लागते.

आधुनिक काळात करिअर ही इतकी महत्त्वाची बाब बनली आहे, की तिचा जीवनाच्या प्रत्येक भागावर प्रचंड प्रभाव पडला आहे. व्यक्तिगत अभिरुचीपेक्षा करिअर ही जास्त गरजेची गोष्ट होऊन बसली आहे. एवढेच नव्हे, तर आयुष्याचा जोडीदार निवडताना एकमेकांचे करिअर आधी बघितले जात आहे.

एकाच क्षेत्रात करिअर करू शकणाऱ्या जोडीदाराला प्राधान्य देण्याचे मोठे प्रमाण जगभरात दिसून येते. यामुळे समान क्षेत्रातील शिक्षण, त्याच क्षेत्रातील नोकरी करणाऱ्या मुलामुलींची लग्ने लावून देण्याचा कल जास्त दिसतो. एवढेच काय, तर आजकाल प्रेमात पडतानाही एकमेकांच्या करिअर क्षेत्राकडे बघून मगच पुढे सरकणारी मंडळीदेखील खूप आहेत. मग या पार्श्वभूमीवर पति-पत्नी दोघांना कधीकधी एकाच कंपनीत, ऑफिसात, एकमेकांसोबत सहकारी म्हणून किंवा बॉस-ज्युनिअर म्हणून काम करण्याची परिस्थिती येते. काही कंपन्यांचे

कधीकधी धोरणच असे असते की पति-पत्नीला एकाच ठिकाणी काम करता येणार नाही. तर काही ठिकाणी तसे करता येते. आज आपण दोघा जोडीदाराने एकाच ठिकाणी काम केल्याने काम केल्याने नेमके काय फायदे-तोटे होऊ शकतात आणि आपण नेमके कसे काम केले पाहिजे हेच जाणून घेणार आहोत.

खरे तर संपूर्ण जगभरात जोडीने व्यवसाय सुरू केलेले अनेक पति-पत्नी यशस्वी उद्योजक झाल्याची असंख्य उदाहरणे आहेत. शिवाय सोबत काम केल्याने त्यांच्या परस्परनात्यांमधे उत्कट प्रेमाची, आदराची, एकमेकांना समजून घेण्याची भावना जास्त दिसून आली. नोकरी करताना मात्र पति-पत्नीला जास्त आव्हानात्मक परिस्थितीतून जावे लागत असते. व्यक्तिगत आणि व्यावसायिक स्तरावर आपले नाते जपण्यासाठी, टिकविण्यासाठी शिवाय काम चांगले करण्यासाठी तारेवरची कसरत करावी लागते. पूर्णवेळ दोघांनाही मनाचा मोठेपणा आणि जबाबदारी दाखवावी लागते.

एकाच ठिकाणी काम करण्याने दोघांनाही एकमेकांच्या कामाचे स्वरूप, महत्त्व, गांभीर्य, त्यासाठी द्यावे लागणारे योगदान, वेळ, कष्ट यांसारख्या गोष्टींची चांगली कल्पना असल्याने परस्परांबद्दल एक सामंजस्याची भावना जास्त असते. त्याचे पडसाद कौटुंबिक वातावरणातदेखील चांगले पडतात. एकमेकांना वेळ देण्याचा दर्जा चांगला असतो. घरकामात एकमेकांना सांभाळून घेणे, मदत करणे, एकमेकांची यथायोग्य काळजी घेणे, योग्य प्रकारे आर्थिक नियोजन करणे यांसारख्या गोष्टी करताना वाद कमी आणि एकवाक्यता अधिक जाणवते.

कामाच्या ठिकाणीसुद्धा हेच गुण दिसून येतात. कौटुंबिक स्तरावर जसा आपलेपणा स्वाभाविकपणे दिसतो, तसेच वातावरण कामाच्या ठिकाणी ठेवून आपलेपणाच्या भावनेतून कामाची गती, दर्जा सुधारताना दिसतो. कोणत्याही कंपनीला त्यांच्या कर्मचाऱ्यांच्या या समर्पित भावनेची, परस्परांतील सुसंवादाची अपेक्षा असतेच. पती आणि पत्नी यांनी कामाच्या ठिकाणी सहकारी म्हणून काम करणे कंपनीच्या अपेक्षांना प्रत्यक्षात आणण्यासाठी पूरक ठरू शकते.

दोघांनाही जर ऑफिस आणि घर यांतील सीमारेषा नीट समजत असेल, तर चांगलेच असते. घरी असताना कामाचा विषय काढायचा नाही आणि कामाच्या ठिकाणी घरातील गोष्टी करायच्या नाहीत. त्यामुळे प्रोफेशनालिझम तर टिकतोच पण एकमेकांच्या व्यक्तिमत्त्वाचे अनेक कौतुकास्पद पैलू जाणून घ्यायला मदत होते. पति-पत्नी या नात्याच्या पलीकडची एक कामातील सहकारी म्हणून, मित्र म्हणून, कधी करिअरला पोषक स्पर्धक म्हणून ओळख होते व खिलाडूवृत्ती

वाढते. मोठी स्वप्ने बघण्याची आणि ती पूर्ण करण्याची इच्छाशक्ती विकसित होते.

एरवी कामाच्या ठिकाणी सर्वच प्रकारचे प्रसंग अनुभवायला मिळतात. कधीकधी त्याला किंवा तिला कामातील एखाद्या चुकीबद्दल बोलणी ऐकावी लागतात, कधी मेमो मिळतो. अशा वेळी व्यावसायिकता जपत एखाद्या सहकाऱ्याला या प्रसंगात जेवढी सहानुभूती किंवा आधार देतो, तेवढाच आधार द्यावा. तिथे विनाकारण पति-पत्नीच्या नात्याला मध्ये आणले, तर स्वतःला त्रास होतोच; पण इतर सहकारी किंवा बॉस मंडळींनादेखील अवघडल्यासारखे होते. तिला बोललो तर त्याला काय वाटेल आणि त्याला बोललो तर तिला काय वाटेल ही धास्ती आपल्यामुळे निर्माण होणार नाही याचे भान ठेवणारी जोडपी एकत्र काम करून निश्चित यशस्वी होतात.

कधीकधी पति-पत्नीला ऑफिस मध्ये बॉस-ज्युनिअर अशा भूमिकेत काम करावे लागते. ही परीक्षाच असते. कारण या ठिकाणी तुमच्या वागण्या-बोलण्याचा फक्त एकमेकांवरच परिणाम होत असतो असे नाही, तर इतर कर्मचाऱ्यांच्या कामावरदेखील थेट परिणाम होत असतो. तुमचे पति-पत्नी हे नाते इतरांकडून अशा वेळी नेहमी जाड भिंगातून बघितले जात असते. निर्णय घेताना, श्रमविभागणी करताना, प्रसंगी रागावताना, समज देताना तुम्ही जर एकमेकांशी व्यावसायिकता जपली, तर ऑफिसमध्ये तुमच्याबद्दलचा आदरयुक्त धाक निर्माण होतोच, शिवाय कामाचा दर्जाही अबाधित राहतो. एकमेकांचे जोडीदार म्हणून तुमचे नातेसुद्धा निकोप राहते.

एकाच ठिकाणी काम करण्याने एकमेकांच्या कामाचे स्वरूप, महत्त्व, गांभीर्य, त्यासाठी द्यावे लागणारे योगदान, वेळ, कष्ट यांसारख्या गोष्टींची चांगली कल्पना असल्याने परस्परांबद्दल एक सामंजस्याची भावना जास्त असते. त्याचे पडसाद कौटुंबिक वातावरणातदेखील चांगले पडतात. एकमेकांना वेळ देण्याचा दर्जा चांगला असतो. घरकामात एकमेकांना सांभाळून घेणे, मदत करणे, एकमेकांची यथायोग्य काळजी घेणे, योग्य प्रकारे आर्थिक नियोजन करणे यांसारख्या गोष्टी करताना वाद कमी आणि एकवाक्यता अधिक जाणवते.

मात्र असे प्रत्येकदा होतेच अस नाही. मानवी स्वभावातील अनेक दोष एकत्र काम करण्याच्या या संधीची माती करतात. यामध्ये सर्वप्रथम येतो तो वृथा अभिमान, ज्याला आपण 'ईगो' असे म्हणू शकतो. स्त्री ही आजकाल प्रत्येक काम पुरुषाच्या बरोबरीने करू लागली आहे. कित्येकदा तिच्यातील अंगभूत चिकाटीने ती करिअरमध्ये आपल्या जोडीदाराला मागे टाकते. कामाच्या ठिकाणी या गुणवत्तेनुसार पदोन्नती, पगारवाढ, कौतुक या गोष्टी जर तिच्या वाट्याला अधिक येऊ लागल्या, तर 'अभिमान' चित्रपटात दाखविल्याप्रमाणे पुरुषी अहंकार आड येतो. चांगल्या नात्यांमधे मिठाचा खडा पडतो. तो अहंकार वेगवेगळ्या निमित्ताने डोके वर काढतो. दोघांमध्ये खटके उडू लागतात. कधी तिला उशिरापर्यंत ऑफिसमध्ये थांबावे लागल्याचे निमित्त पुरते. बॉससोबतच्या बंद दरवाज्याआड झालेल्या मीटिंग चारित्र्याचा संशय निर्माण करायला लागतात. ऑफिसमधील विघ्नसंतोषी मंडळी या आगीत तेल ओतण्यास हातभार लावतात. फार थोडी मंडळी दोघांमध्ये समेट घडविण्याचा प्रयत्न करतात. पण जास्त करून नवरा-बायकोच्या वादात कोणी पडत नाही. कुरबुरी वाढत राहून त्याचा कामावर परिणाम होतो. त्यामुळे बॉसची बोलणी खावी लागतात. एक प्रकारचे वादांचे चक्रव्यूह तयार होते. यात पुरुष बनतो चिडखोर, संशयी, व्यसनी; तर स्त्रीला घरीदारी मनस्तापाला सामोरे जावे लागते. असे प्रकार दोघांच्याही बाबतीत होऊ शकतात. दोघांनी मिळून बघितलेली करिअर आणि प्रापंचिक प्रगतीची स्वप्ने या अहंकारामुळे धुळीस मिळतात.

बऱ्याच खाजगी कंपन्यांना अशाच प्रकारच्या नकारात्मक गोष्टी नको असतात. म्हणून तिथे जोडीदारांनी एकत्र काम करण्याबाबत नेहमीच मान्यता असे नाही. मात्र आज अशी अनेक क्षेत्रे आहेत ज्या ठिकाणी नवरा बायकोसोबत काम करताना आणि सर्वार्थाने यशस्वी आयुष्य जगताना दिसतात. शिक्षक, डॉक्टर्स, वकील, आर्किटेक्ट, शासकीय नोकरी यांसारख्या अनेक क्षेत्रांत जोडीने काम करून यशस्वी कारकिर्द घडविणारी असंख्य उदाहरणे सांगता येतील.

थोडक्यात परस्परविश्वास, सामंजस्य, समानतेची भावना, मोठे ध्येय आणि परखड व्यावसायिकता यांसारखे गुण अंगी असतील तर एकाच क्षेत्रात, एकाच ठिकाणी जोडीदारासोबत काम करून व्यक्तिगत आणि एकमेकांचे करिअर यशस्वी करणे खरोखर शक्य आणि सोपे आहे.

▸ ▸ ▸

नोकरी बदलताना...

> ‘करिअर ग्रोथ’ आणि आर्थिक विकास. या दोन्ही गोष्टीसुद्धा परस्परपूरक आहेत. यासाठी तरी जॉब बदलण्याचा निर्णय घेणे हा तुमचा नुसता अधिकारच नाही तर प्रमुख कर्तव्यदेखील आहे. नोकरीत काम करताना तेथील कम्फर्टला अतिरिक्त महत्त्व देऊन जर तुम्ही योग्य वेळी जॉब बदलला नाही, तर त्याचे दूरगामी आणि विपरीत परिणामच आपल्याला अनुभवास येतात.

जॉब करणे म्हणजे तुमचे संपूर्ण जीवन नव्हे, तर ते फक्त जीवनाचा एक भाग आहे. असे कितीही म्हटले तरी आपण नोकरी करताना ते काम, तेथील सहकारी मित्र, त्या कामामुळे रुळलेली एक कम्फर्टेबल जीवनशैली आणि आपल्या भविष्याची सुंदर स्वप्ने हे आपल्या जीवनात समरसवून घेतो. याच पद्धतीने आपले सगळे जीवन ‘सुखेनैव’ जावे ही धारणा आपल्या मनात मूळ धरू लागते. अशा वेळी जॉब हा जीवनाचा नुसताच एक भाग नाही, तर खूप महत्त्वाचा आणि जीवनाच्या सर्वच स्तरांवर थेट प्रभाव टाकणारा भाग बनतो. मात्र करिअरमध्ये जॉब बदलणे हेसुद्धा महत्त्वाचे, गरजेचे मानले जाते. आज आपण करत असलेला जॉब सोडून किंवा बदलून दुसरीकडे नेमके केव्हा आणि का जावे याबद्दल चर्चा करणार आहोत.

जॉब बदलणे हे दोन प्रमुख गोष्टींसाठी जास्त महत्त्वाचे आहे.

‘करिअर ग्रोथ’ आणि आर्थिक विकास. या दोन्ही गोष्टीसुद्धा परस्परपूरक आहेत. यासाठी तरी जॉब बदलण्याचा निर्णय घेणे हा तुमचा नुसता अधिकारच नाही तर प्रमुख कर्तव्यदेखील आहे. नोकरीत काम करताना तेथील कम्फर्टला अतिरिक्त

महत्त्व देऊन जर तुम्ही योग्य वेळी जॉब बदलला नाही, तर त्याचे दूरगामी आणि विपरीत परिणामच आपल्याला अनुभवास येतात. एकतर 'अतिपरिचयात् अवज्ञा' या तत्त्वानुसार नोकरीच्या ठिकाणी आपले महत्त्व निश्चितपणाने कमी होते आणि आपल्या आर्थिक विकासालादेखील खूप जास्त मर्यादा पडतात. एकतर आपले काम विशिष्ट साच्यातले बनून राहिल्याने नवीन कौशल्य प्राप्त करण्याच्या आपल्या क्षमतेला गंज चढू लागतो. दुसरे म्हणजे दीर्घकाळ तेच तेच काम केल्याने दुसरीकडे नवीन जबाबदारीचे काम करण्यातील आपला आत्मविश्वास दिवसेंदिवस कमी होत जातो.

आपण करिअरला सुरुवात केल्यानंतर सर्वसाधारणपणे तीन ते चार वर्षांनी जॉब बदलावा असा एक सूर कंपन्यांच्या क्षेत्रात आढळतो. अर्थात तो काही अगदी अचूकच नियम आहे असे नाही. परंतु त्यापाठीमागचे वास्तविक कारण नीट समजून घेतल्यास तसे करणे बरोबरच आहे. करिअरला सुरुवात केल्यानंतर सर्वप्रथम ट्रेनिंग आणि नोकरीत कायम होण्याच्या आधी साधारणतः सहा महिन्यांचा प्रोबेशन पीरियड असतो. या काळात आपण त्या जॉबसाठी आवश्यक कौशल्ये आत्मसात करून तो जॉब सक्षमतेने करू लागल्यास आपल्याला पर्मनंट (कायम) केले जाते. करिअरच्या सुरुवातीला आपले हे यश खरोखर मोठे असते. त्यानंतर त्या कामातील खाचखळगे समजून घेऊन, वेगवेगळ्या आव्हानात्मक परिस्थितींतून स्वतःला एक अनुभवी व्यक्ती बनविण्यासाठी पुढील अडीच-तीन वर्षे जातात. या टप्प्यावर आपण एका चांगल्या कौशल्यासह अजून मोठी जबाबदारी पेलण्यासाठी तयार होत असता. म्हणून आता जरा मोठी जबाबदारी आणि त्याला तुल्यबळ आर्थिक वृद्धी या दोन्ही गोष्टींसाठी जॉब बदलण्याचा ठाम निर्णय घ्यायला हवा. आजकाल कित्येक कंपन्यांमध्ये जॉब देतानाच तीन वर्षांचा लेखी करार करून घेतला जातो. करिअरच्या बाबतीत सजग असणाऱ्या मंडळींना ही गोष्ट आणि त्यामागचे कारण वेगळे सांगायला नको. शिवाय आपल्या अनुभव आणि कौशल्याच्या जोरावर विविध कंपन्यांच्या ऑफरदेखील येत असतात. आपल्या करिअरला अपेक्षित प्रगती साधण्यासाठी मिळालेली ऑफर योग्य असल्यास तात्काळ निर्णय घ्यावा.

जॉब बदलण्याचा निर्णय घेण्यामागचे अजून एक महत्त्वाचे कारण म्हणजे जॉब सॅटिसफॅक्शन. कोणतेही काम करताना आपण जर एक आंतरिक समाधान अनुभवत नसू, तर ते काम करण्यात काही अर्थ नाही. तसे करणे स्वतःवर आणि काम देणाऱ्या कंपनीवरही अन्याय केल्यासारखे आहे. एकतर आपले मन तेथे लागत नसल्याने आपण आपले संपूर्ण योगदान तेथे देऊ शकत नाही आणि त्यामुळे

कंपनीचेही नुकसान होत राहते. अनेकदा जॉब मिळविताना आपण कामाची गरज असल्याने आलेली जबाबदारी स्वीकारतो. आवश्यक ते कौशल्यही आत्मसात करतो. परंतु काही काळानंतर असे लक्षात येते की आपल्याला कामाचे समाधान मिळत नाही. याची व्यक्तीसापेक्ष कारणे असू शकतात. कधीकधी आपल्यातील क्षमतांचा, गुणांचा वापर करण्याची संधीच मिळत नाही. तर कधी जे काम करण्याची आपली मूळ चण नाही, ते करत राहावे लागते. अशा वेळी स्वत:शी प्रतारणा करू नये. आपल्या बॉससोबत याबाबत अगदी स्पष्ट चर्चा करावी. अनेकदा आपल्या चालू जॉबमध्येच परिवर्तन करून मिळू शकते. पण तशी शक्यता नसल्यास वरिष्ठांना स्पष्ट कल्पना देऊन जॉब बदलण्याचा निर्णय घ्यावा. असेही असमाधानाची भावना समजून येईपर्यंत काहीतरी अनुभव आपल्या गाठी जमा झालेलाच असतो. त्याआधारे आपण आपल्याला सॅटिसफॅक्शन देणाऱ्या जॉबकडे वळू शकतो. अन्यथा वेळीच जॉब बदलला नाही, तर त्याचा आपल्या स्वास्थ्यावर आणि पारिवारिक जीवनावर विपरीत परिणाम होऊ शकतो.

काही महत्त्वाकांक्षी आणि सत्तापिपासू वरिष्ठ अधिकारी कंपन्यांमध्ये स्वत:ची लॉबी बनवतात. हाताखाली कार्यक्षम परंतु सांगकाम्या लोकांची फौज तयार करतात. आपण जर या फौजेत सामील झालात, तर प्रगती खुंटलीच म्हणून समजा. स्वतंत्र विचार करण्याची क्षमता आपण गमावून बसतो. आपल्यासाठी सर्व निर्णय - कामाचेच नाही, तर व्यक्तिगत जीवनाचेसुद्धा - आपला बॉसच घेऊ लागतो. मात्र कधीतरी तो बॉसदेखील नोकरीवरून पायउतार होणार असतो किंवा त्याला पण जॉब बदलण्यास, राजीनामा देण्यासाठी सांगितले जाते. अशा वेळी त्याच्या अनुपस्थितीत त्याच्या लॉबीतून निराधार झालेल्या मंडळींचे भयंकर हाल होतात हे कंपनी विश्वातले विदारक सत्य आहे. जर नोकरी करताना असे वातावरण आजूबाजूला असेल आणि आपल्याला प्रामाणिकपणे काम करण्यात अडचणी येत असतील तर जॉब बदलण्याचा निर्णय जरूर घ्यावा.

कामाच्या ठिकाणी असलेले नकारात्मक वातावरणदेखील जॉब बदलण्यासाठीचे एक महत्त्वाचे कारण असते. आपले वरिष्ठ, सहकारी किंवा हाताखालील कर्मचाऱ्यांमध्ये जर विसंवाद असेल, चांगले काम करण्यासाठी पोषक वातावरण नसेल, तर सहसा त्या ठिकाणी प्रामाणिकपणाने काम करणारी मंडळी राहत नाहीत. बऱ्याचदा कंपनीमध्ये वातावरणात सकारात्मकता आणण्याचे कसोशीने प्रयत्न होत असतात. पण काही विघ्नसंतोषी वर्गांना असंतोषाचे राजकारण करण्याची सवयच असते. किंबहुना हाच त्यांच्या अस्तित्वाचा एकमेव आधार

असतो. त्यामुळे वारंवार वाद होणे, काम बंद पडणे, संप, आंदोलने यांसारख्या गोष्टी घडत राहतात. जरी विशिष्ट वर्गाला न्याय मिळवून देण्याचा हा एक मार्ग असला, तरी वारंवार अशा घडणाऱ्या घटना कंपनीची परिस्थिती ठीक नाही हे समजण्यास पुरेशा असतात. कधी कधी या वादांना गंभीर व चुकीचे वळण लागते. मारहाण, मोडतोड, एकमेकांना नको त्या गोष्टींमध्ये गोवणे यांसारख्या घातक गोष्टी घडू लागतात. अशा वातावरणात दीर्घकाळ राहिल्याने आपलीदेखील असुरक्षिततेची, संघर्षाची आणि असंतुष्ट मानसिकता निर्माण होऊन काम करण्याची प्रवृत्ती मागे पडू शकते. व्यक्तिगत प्रगतिशील कारकिर्दीचा विचार करणाऱ्यांनी या सर्व गोष्टींपासून दूर तर राहावेच, पण वेळीच जॉब बदलण्याचा निर्णय घेणेच योग्य ठरते.

आपल्या जीवनातील व्यक्तिगत कारणे, जसे लग्न, महत्त्वाच्या कौटुंबिक जबाबदाऱ्या, पारंपरिक व्यवसायांची गरज किंवा काही आजारपणे यांमुळेही कधी जॉब बदलावा लागतो. अशी कारण अपरिहार्य असतात. वस्तुस्थितीचा स्वीकार करून आणि कंपनीला त्याची स्पष्ट आणि वेळीच जाणीव देऊन जॉब बदलावा.

अनेकदा तत्कालीन सरकारची उद्योगांबद्दलची विविध ध्येयधोरणे आणि योजना कधीकधी कंपनीला दुसऱ्या प्रांतात स्थलांतरित होण्यास भाग पाडतात. यामध्ये कधी आर्थिक व औद्योगिक विकासासाठी हे स्थलांतर असते, तर कधी यामागे राजकारण असते. अशा वेळी आपल्याला आपली कौटुंबिक परिस्थिती व करिअरमधील भवितव्य या गोष्टींचा सारासार विचार करून जॉब बदलण्याचा निर्णय घ्यावा लागतो.

'जॉब करणे म्हणजे तुमचे संपूर्ण जीवन नव्हे. तो फक्त जीवनाचा एक भाग आहे' असे कितीही म्हटले, तरी आपण नोकरी करताना ते काम, तेथील सहकारी मित्र, त्या कामामुळे रुळलेली एक कम्फर्टेबल जीवनशैली आणि आपल्या भविष्याची सुंदर स्वप्ने हे आपल्या जीवनात समरसवून घेतो. याच पद्धतीने आपले सगळे जीवन 'सुखेनैव' जावे ही धारणा आपल्या मनात मूळ धरू लागते. अशा वेळी जॉब हा जीवनाचा नुसताच एक भाग राहत नाही, तर खूप महत्त्वाचा आणि जीवनाच्या सर्वच स्तरांवर थेट प्रभाव टाकणारा भाग बनतो. मात्र करिअरमध्ये जॉब बदलणे हेसुद्धा महत्त्वाचे, गरजेचे मानले जाते.

आपण ज्या ठिकाणी जॉब करत असतो त्या कंपनीची मार्केटमधील परिस्थितीदेखील आपल्याला जॉब बदलण्याचा निर्णय घ्यायला भाग पाडते. कंपनीचे काही चुकीचे निर्णय, वाढलेली कर्जे, काळानुसार न केलेले सुधार कंपनी बंद पडण्यास कारणीभूत ठरत असतात. अशा वेळी आपण वेळीच जॉब बदलला पाहिजे. अनेक मंडळी कंपनी बंद पडताना आपल्याला काहीतरी आर्थिक लाभ मिळेल म्हणून तिथेच राहतात. पण म्हणतात ना लाभापायी माणूस लोभी बनतो आणि मग नंतर हाती काही विशेष न पडता दुसरीकडे जॉब शोधून नको ती तडजोड स्वीकारावी लागते.

वरील सर्व गोष्टींबद्दल जर आपण सजग राहिलात आणि काळाची गरज ओळखून योग्य पद्धतीने जॉब बदललात, तर एक कौशल्याधिष्ठित समृद्ध अनुभवी व्यक्ती म्हणून करिअरमध्ये प्रगतीची उंच शिखरे पादाक्रांत तर करालच पण आपआपल्या क्षेत्रात एक महत्त्वाचे योगदान देऊन खऱ्या अर्थाने स्वतःच्या अस्तित्वाला सिद्ध कराल.

ब्रेक के बाद...

“मोठ्या ब्रेकनंतर पुन्हा जॉब करण्यास सुरुवात करणे वाटते तितके सोपे नसते आणि वाटते तितके अवघडही नसते. काही गोष्टींमधील समायोजनाच्या अभावाने वैफल्यग्रस्त होऊन घरी बसणाऱ्यांची संख्या खूप मोठी आहे.”

करिअरमध्ये काही वेळा अशी परिस्थिती निर्माण होते की, आपल्याला ब्रेक घ्यावा लागतो. करिअरचा आलेख उंचावत असताना अशा प्रकारचा ब्रेक बहुतेकदा अपरिहार्य असतो. या ब्रेकची कारणे वेगवेगळी असू शकतात. पण ब्रेकचा कालावधीही तुम्ही कौशल्याने वापरू शकता.

करिअरमध्ये ब्रेक घेण्याची वेळ बहुतांश वेळा महिलांवर येते. लग्न, प्रसूती, मुलांचे संगोपन किंवा जॉबसाठी कुटुंबाची प्रतिकूलता यांसारख्या अनेक गोष्टी त्याला कारणीभूत असतात. महिलांसोबत पुरुषांसाठी आजारपण, अपघात, कंपनी बंद पडणे, दूरच्या ठिकाणी शिफ्ट होणे यासारखी अनेक परिस्थितीजन्य कारणे असतात. परंतु करिअरमध्ये एक वर्षापेक्षा अधिक काळ ब्रेक घ्यावा लागण्याचे प्रमाण महिलांमध्ये अधिक असते.

मोठ्या ब्रेकनंतर पुन्हा जॉब करण्यास सुरुवात करणे वाटते तितके सोपे नसते आणि वाटते तितके अवघडही नसते. काही गोष्टींमधील समायोजनाच्या अभावाने वैफल्यग्रस्त होऊन घरी बसणाऱ्यांची संख्या खूप मोठी आहे. ब्रेकनंतर जॉबसाठी पुन्हा तुम्ही केलेल्या अर्जाला प्रतिसाद मिळेलच असे होत नाही. तसेच मिळणारी नोकरी तुमच्या पूर्वानुभवाला साजेशी असतेच असे नाही. तुम्हाला घ्यावा लागलेला ब्रेक हा कामाचे स्वरूप, त्याचा मिळणारा मोबदला यांसारख्या महत्त्वाच्या आणि गरजेच्या बाबींशी नको तितकी तडजोड करायला लावणारा असतो. ब्रेकनंतर

हवा असलेला जॉब जर तुमच्या अर्थार्जनाची गरज असेल, तर मन मारून या प्रकारच्या तडजोडी स्वीकाराव्या लागतात. अशा वेळी मग कामाचा दर्जाही सुमार होतो, प्रगती होणे अवघड होऊन बसत. त्यामुळे आज आपण अशा काही टिप्स जाणून घेणार आहोत, ज्यामध्ये ब्रेकनंतर पुन्हा ताकदीने, आत्मविश्वासाने आणि सक्षमतेने आपण काम सुरू करू शकाल.

आत्मविश्वास

हे सत्य आहे की, करिअरमधील मोठा ब्रेक आपली कामातली लिंक तोडतो. आपली स्वतःची बलस्थाने आपण काही प्रमाणात विसरलेलो तरी असतो किंवा त्याकडे इतर कामांमुळे दुर्लक्ष झालेले असते. म्हणून सर्वप्रथम स्वतःच्या क्षमता, कौशल्ये याबाबत सजगता निर्माण करावी. तुमच्या पूर्वीच्या ठिकाणी काम करणाऱ्या सहकारी मित्र-मैत्रिणींसोबत बोलावे, त्या ठिकाणी तुम्ही केलेल्या कामाचा त्यांच्याकडून फीडबॅक घ्यावा. यामुळे तुमचा आत्मविश्वास जागा होईल. तुमची पुन्हा काम करण्याची सकारात्मक मानसिकता तयार होईल.

राहा अपडेट

आपण यापूर्वी केलेल्या जॉबबद्दल, त्या क्षेत्रातील सध्याच्या घडामोडींची अधिकाधिक आणि ताजी माहिती मिळवत राहावी. त्यामुळे त्या ठिकाणचे सध्याचे बदल, कामाचे स्वरूप आणि गरजा समजतात. आपण नेमके कुठे आहोत हे लक्षात येते. पुढील तयारी करण्यासाठी ही माहिती आवश्यक असते.

कौशल्य

आपली पूर्वीची आणि आजची बदललेली परिस्थिती लक्षात येताच नवीन पद्धतीने काम करण्यासाठी काही कौशल्ये आत्मसात करावी लागतात. त्यासाठी विविध कोर्सेस करावेत. यामुळे अनेक प्रकारे फायदा होतो. एकतर तुमची अर्हता वाढते. तसेच तुम्ही विविध स्वरूपाच्या कामासाठी पण योग्य आहात हे तुम्हाला

> करिअरमध्ये काही वेळा अशी परिस्थिती निर्माण होते की, आपल्याला ब्रेक घ्यावा लागतो. करिअरचा आलेख उंचावत असताना अशा प्रकारचा ब्रेक बहुतेकदा अपरिहार्य असतो. या ब्रेकची कारणे वेगवेगळी असू शकतात. पण ब्रेकचा कालावधीही तुम्ही कौशल्याने वापरू शकता.

कळते. त्या क्षेत्रातील विविध लोकांशी संपर्क होतो आणि त्याला अनुरूप काम देणाऱ्या अनेक संस्था, कंपन्यांची तुम्हाला माहिती मिळते.

नवीन रेझ्युमे

ब्रेकनंतर नवीन जॉब शोधताना तुम्ही स्वतःचा नवीन आणि व्यवस्थित रेझ्युमे बनविणे आवश्यक आहे. यामध्ये तुमचे शिक्षण, तुमचा पूर्वानुभव अचूक नोंदवा. तुम्ही घेतलेल्या ब्रेकचे संक्षिप्त आणि सुस्पष्ट कारण लिहा. हे खूप महत्त्वाचे आहे. जे आहे ते सकारात्मक पद्धतीने मांडा. ब्रेकच्या काळात स्वतःला अपडेट ठेवण्यासाठी केलेल्या गोष्टीची आणि अपग्रेड करण्यासाठी केलेल्या कोर्सेसची माहिती आवर्जून समाविष्ट करा.

एवढी पूर्वतयारी झाल्यानंतर आपण नवीन जॉबसाठी ताकदीने तयार असता, तुमचा कामाप्रतीचा आत्मविश्वास वाढलेला असतो. यानंतर पूर्वी काम केलेल्या ठिकाणचे सहकारी मित्र, विविध जाहिराती, आपल्याला काम देऊ शकणाऱ्या संस्थांशी संपर्क साधा. मुलाखतींना आत्मविश्वासाने जा. पूर्वानुभव तर उपयोगी ठरतोच, पण घेतलेल्या ब्रेकनंतर तुम्ही अधिक प्रगल्भ, संयमी, स्थिर आणि निकड असल्याने कामाच्या प्रती समर्पित होण्यास तयार झालेले असतात. कुठल्याही कंपनीला या गुणांनी युक्त उमेदवारांचीच गरज असते. अर्थात हे सर्व तुमच्या कामातून व्यक्त व्हायलाच हवे.

▸ ▸ ▸

बना जबाबदार अधिकारी

प्रत्येक दिवशी उगवणाऱ्या सूर्याला अस्त असतोच. आपल्या करिअरच्या सर्वोच्च पदावर पोहोचल्यावर कुणालाही अशी हेटाळणी नक्कीच आवडणार नाही. म्हणून आज आपण मोठे बॉस झाल्यानंतर काय करावे आणि काय टाळावे हेच बघणार आहोत.

मित्रांनो, करिअर करत असताना पदोन्नती होण्यासाठी अनुभव हा एक महत्त्वाचा निकष असतो. प्रदीर्घ अनुभव घेतल्यानंतर आपल्याला वरिष्ठ पद मिळणे ही करिअरमधील जशी सन्मानाची बाब असते, तशीच ती जबाबदारीचीदेखील गोष्ट असते. खूप वर्षे काम केल्यानंतर बॉस बनणे आपल्याकडे अनेक सुविधा घेऊन येते. आपल्याला वाढलेले अधिकार, मोठा पगार, वेगवेगळे भत्ते, स्वतंत्र केबिन, हाताखाली कामासाठी माणसे, स्वत: थेट काम न करता हाताखालील मंडळींकडून काम करून घेणे, त्यांना हुकूम सोडणे यांसारख्या प्रथमदर्शनी सुखावणाऱ्या गोष्टी मिळतात. निश्चितपणाने आपल्या कामातील समृद्ध अनुभवाच्या जोरावर आपण वरिष्ठ अधिकारी बनता. या वाढलेल्या सुविधा आणि अधिकारांच्या माध्यमातून आणि अनुभवाच्या जोरावर आपल्याला दिलेली जबाबदारी आपण कौशल्याने अधिक दर्जेदार काम करवून घ्यायला हवे यासाठीच दिलेली असते. मात्र अनेकदा हे अधिकार आपल्याला अहंकारी बनवतात. आपल्या वागण्या-बोलण्यात, विचार करण्यात आणि वर्तणुकीत नको ते अप्रिय बदल घडतात, ज्याला सोप्या भाषेत 'डोक्यात हवा जाणे' असे म्हणतात. त्यामुळे आपल्याला दिलेल्या जबाबदारीचा बोजवारा तर वाजतोच, शिवाय हाताखाली काम करणाऱ्या कर्मचाऱ्यांच्या अप्रियतेला, नाराजीला, द्वेषाला आणि प्रसंगी रोषाला आपण पात्र ठरता. व्यवस्थापनासह सर्वांनाच आपल्याला पदोन्नती देऊन चूक

झाली आहे असे वाटायला लागते. आपल्याबद्दलच्या तक्रारींमध्ये वाढ होते. मग निर्भयपणे आणि दर्जेदार काम करणे बाजूला पडून राजकारण सुरू होते. दुसऱ्यावर चिखलफेक करण्यासाठी आपल्यालाही चिखलात उतरावे लागते. दीर्घ अनुभव घेऊन करिअरमधील उच्च पदावर पोहोचल्यानंतर असे प्रकार अधोगतीला कारणीभूत तर ठरतातच; पण आपण करिअरचे इतर मार्गदेखील धूसर करून टाकतात. करिअरच्या शिखरावरून सन्मानाने निवृत्त होणे हे आपले करिअर सुवर्णमयी असल्याचे आणि सर्वार्थाने यशस्वी असल्याचे प्रतीक आहे. अहंकाराने ग्रस्त होऊन अधिकारांना हुकूमशाही पद्धतीने वापरल्याने हाताखालील खूप निष्पाप, प्रामाणिक, होतकरू आणि गुणवान लोकांचे नुकसान, मानसिक खच्चीकरण झाल्याची असंख्य उदाहरणे आहेत. प्रत्येक क्षेत्रात आहेत. मी एकदा एका अत्यंत गुणवान आणि हाडाचे शिक्षक असलेल्या मुख्याध्यापकांच्या सेवानिवृत्तीच्या कार्यक्रमाला उपस्थित होतो. त्या वेळी त्यांनी व्यक्त केलेले त्यांचे मनोगत खरोखर खूप सूचक आणि अंजन घालणारे होते. ते म्हणाले, ''आम्ही मोठे झालो तरी आम्हाला आमचे रिटायर्ड झालेले शिक्षक किंवा मुख्याध्यापक रस्त्याने पायी जाताना दिसले, तर आम्ही तात्काळ थांबून भर रस्त्यावर त्यांच्या पाया पडून आदर व्यक्त करत असू. त्यांची विचारपूस करत असू. पायी जात असतील तर त्यांना हवे तिथे सोडण्यासाठी जात असू आणि असे करताना आम्हाला खूप समाधान मिळत असे. आमच्या जीवनाला दिशा देणाऱ्या एका खऱ्या देवमाणसाला आम्ही काहीतरी सेवा देऊ शकतोय हीच प्रामाणिक भावना असे. मात्र आज गंगापूर रोडवर रिटायर झालेले पैशापारशी मुख्याध्यापक पायी फिरताना दिसतात. हाताखाली काम केलेले कर्मचारी तर सोडाच, पण विद्यार्थीसुद्धा त्यांच्यापासून तोंड फिरवून, दुर्लक्ष करून, टाळून निघून जातात.''

मित्रांनो, प्रत्येक दिवशी उगवणाऱ्या सूर्याला अस्त असतोच. आपल्या करिअरच्या सर्वोच्च पदावर पोहोचल्यावर कुणालाही अशी हेटाळणी नक्कीच आवडणार नाही. म्हणून आज आपण मोठे बॉस झाल्यानंतर काय करावे आणि काय टाळावे हेच बघणार आहोत.

मित्रांनो, वरिष्ठ स्थान हे खूप संवेदनशील असते. मान, सन्मान आणि अधिकार त्या स्थानाला असतात. म्हणून तिथे विराजमान होणाऱ्या व्यक्तीने आपण स्वभाव, विशेषतः आपले दुर्गुण, प्रशासनाच्या अजिबात आड येऊ देऊ नयेत. त्या ठिकाणी काम करताना पूर्णवेळ पूर्वग्रहरहित आणि समजूतदारच असले

पाहिजे. आपल्यावर टाकलेली जबाबदारी पूर्ण करण्यासाठी हे अधिकार मिळाले आहेत याचे वास्तविक भान सदोदित टिकवून ठेवले पाहिजे.

वरिष्ठ पद मिळाल्यानंतर आपली खुशामत करणारी मंडळी आपल्याभोवती जमा होतील. स्तुतिप्रियता ही वरिष्ठ पदावर विराजमान व्यक्तीसाठी धोक्याची गोष्ट असते. एकतर आपण या खुशामत करणाऱ्या मंडळींच्या ताब्यात जाऊ लागतात, सर्वात वाईट म्हणजे कामाकडे तुमचे दुर्लक्ष व्हायला लागते. चांगल्या कामाचे कौतुक होणे ही स्वाभाविक बाब आहे. पण जर आपल्याला चांगल्या कामाचे फळ म्हणून जर वरिष्ठ पद मिळाले आहे तर आता आपण इतरांकडून चांगले काम करवून घेऊन त्यासाठी त्यांचे कौतुक करण्याची वेळ आलेली आहे हे लक्षात ठेवावे. विनाकारण आणि उठताबसता स्तुती करणारी मंडळी कामचोर किंवा आपले अंत:स्थ विरोधक असण्याची शक्यता नाकारता येत नाही.

एकापेक्षा अनेक व्यक्तींवर जेव्हा आपण अधिकारी म्हणून काम करता, तेव्हा तर आपल्या अनुभवाने विकसित झालेले अनेक गुण, जसे व्यवस्थापन, नियोजन, नेतृत्वगुण, अचूक निर्णयक्षमता, दूरदृष्टी प्रभावीरीत्या वापरण्याची सुवर्णसंधीच मिळते. मात्र आपण इतक्या लोकांचे बॉस आहोत हा उन्माद सगळ्या गुणांना मारतो. कामाच्या ठिकाणचे वातावरण नासते. मग कर्मचाऱ्यांवर उगाच चिडणे, खेकसणे सुरू होते. प्रामाणिकपणे काम करणाऱ्यांचा हमखास तिरस्कार व्हायला लागतो. कारण त्यांचे प्रामाणिक डोळे बघून आपला आतला आवाज आपण चुकतोय हे सांगत असतो. पण सवंग खुशामतीने फुललेला आपला अहंकार संघर्ष निर्माण करतो. कर्मचाऱ्यांशी अरेरावीची भाषा, अडवणूक, पिळवणूक, कामावरून काढून टाकण्याच्या, बदली करण्याच्या, मेमो देण्याच्या धमक्या, श्रमविभागणीत अन्याय, चारचौघांत अपमानकारक वागणूक, मानसिक छळ, गरजेच्या वेळीसुद्धा रजा देताना खूप जास्त घासाघीस, असहकार, हेटाळणी, हाताखालील कर्मचाऱ्यांमध्ये भांडणे लावून दुर्बलांकडून जास्तीची कामे करवून घेणे यासारखे हिणकस उद्योग आपला अहंकार करवून घेतो. आपण त्या पदासाठी पात्र नाहीत हे आपणच सिद्ध करू लागतो. विचार करा, पोटासाठी आणि करिअरसाठी काम करायला येणाऱ्या कर्मचाऱ्यांना आपला अधिकारी असे करताना आवडेल का? त्याला ते खरेच रिस्पेक्ट देतील का? मित्रांनो, अधिकारपदावर असताना आपण नि:पक्षपाती, विचारी आणि सूज्ञ असले पाहिजे. विशेषत: महिला कर्मचाऱ्यांच्या बाबतीत तर निश्चित असले पाहिजे. कारण पूर्वीप्रमाणे पुरुष अर्थार्जन करून एकटा संपूर्ण जबाबदारी पार

करिअरमध्ये पदोन्नती होण्यासाठी अनुभव हा महत्त्वाचा निकष असतो. प्रदीर्घ अनुभव घेतल्यावर आपल्याला वरिष्ठ पद मिळणे ही करिअरमधील जशी सन्मानाची बाब असते, तशीच ती जबाबदारीचीदेखील गोष्ट असते. खूप वर्षे काम केल्यानंतर बॉस बनणे आपल्याकडे अनेक सुविधा घेऊन येते. आपल्याला वाढलेले अधिकार, मोठा पगार, वेगवेगळे भत्ते, स्वतंत्र केबिन, हाताखाली कामासाठी माणसे, स्वतः थेट काम न करता हाताखालील मंडळींकडून काम करून घेणे, त्यांना हुकूम सोडणे यांसारख्या प्रथमदर्शनी सुखावणाऱ्या गोष्टी मिळतात. या वाढलेल्या सुविधा आणि अधिकार यांच्या माध्यमातून आणि अनुभवाच्या जोरावर आपल्याला दिलेली जबाबदारी आपण कौशल्याने अधिक दर्जेदार काम करवून घ्यायला हवे यासाठीच दिलेली असते.

पाडण्यास समर्थ असण्यासारखी परिस्थिती होती. पण आज परिस्थिती तशी नाही. खर्च, गरजा, महागाई ज्या प्रमाणात वाढली, तितकी उत्पन्नाची साधने मर्यादितच राहिलीत. त्यामुळे महिलांनाही अर्थार्जनासाठी बाहेर पडणे अपरिहार्य झालेले आहे. आपण जर वरिष्ठ पदावर काम करणारे पुरुष असाल, तर पुरुषप्रधान मानसिकता पूर्णपणे दूर ठेवायली हवी. खरे तर पुरुष जसे आणि जितके काम करतो, त्यापेक्षा अधिक काम महिला करत असतात. ते करत असताना त्यांना अनेकदा घरातून असहकार, अपत्य संगोपनात अडचणी, कमी वेतन, जास्त काम, पुरुषांचे होणारे जाच यांसारख्या गोष्टींना सामोरे जावे लागत असते. याचे भान ठेवून महिला कर्मचाऱ्यांसोबत स्वतः आणि इतरांनीदेखील सन्मानाने जबाबदारीने वागले बोलले पाहिजे.

सर्वात महत्त्वाचे म्हणजे हाताखाली काम करणाऱ्या मंडळींच्या चांगल्या गुण, गोष्टी, कौशल्यांना शोधून, त्यांचा आत्मविश्वास वाढवून काम करून घेता येते. त्यामुळे त्यांचा काम करण्यातला रस वाढतो, हुरूप वाढतो. वर्तणुकीतील आपला रामशास्त्री बाणा सवंग गोष्टींना वाढू देत नाही. चांगल्या गोष्टींचं सार्थ कौतुक आणि फालतू गोष्टींना वेळीच चाप लावण्याचा आपला गुण एक वरिष्ठ अधिकारी म्हणून नैतिक आणि आदरयुक्त धाक निर्माण करतो. आपल्या

कार्यक्षेत्रातली अद्ययावत माहिती अपडेट असणे ही मोठी ताकद असते. त्यामुळे कामचुकारपणा करायला कोणालाही वाव मिळत नाही. एकूणच कामाचा दर्जा, गुणवत्ता सुधारते. आपल्या हाताखालील मंडळींची प्रगती, त्यांना मिळणारे यश याचे मोठे श्रेय निश्चितपणाने एक सकारात्मक वरिष्ठ अधिकारी म्हणून आपल्याला मिळणार असते. आपल्या पदाला या पद्धतीने न्याय दिल्याचे आणि कित्येकांचे करिअर आपल्या अधिकारकाळात घडविल्याचे समाधान फार मोठे असते. याची पावती आपल्यालादेखील निवृत्तीनंतर हाताखाली घडलेल्या व्यक्तींच्या आस्थेवाईकपणे आपली विचारपूस करण्यातून मिळून जाईल. तेच असेल आपल्या यशस्वी करिअरचे प्रमाण!

▸ ▸ ▸

लेखक परिचय

डॉ. शैलेंद्र शिवाजीराव गायकवाड

१६, छत्रपती, राधानगर, प्रोफेसर कॉलनी,
चौधरी मळा, हनुमान वाडी, पंचवटी
नाशिक ४२२ ००३
मोबाइल : ९८९०१४१०६१, ९९६०९६४१०९,
९४२२७२९९९३

Email: drshailendragaikwad@gmail.com
Website: www.gaikwadhypnosiscentre.com

- आंतरराष्ट्रीय ख्यातीचे संमोहन तज्ज्ञ, समुपदेशक, व्याख्याते, प्रशिक्षक
- गेल्या २१ वर्षांपासून संपूर्ण देशभर विद्यार्थी, नोकरदार, व्यावसायिक, गृहिणी, समाजातील प्रत्येक घटकांसाठी संमोहनाद्वारे व्यक्तिमत्त्व विकास, समाज प्रबोधन, अंधश्रद्धा निर्मूलन करण्यात मोलाचा वाटा.
- अनेक नामांकित वृत्तपत्रांतून लेखमाला प्रसिद्ध झाल्या आहेत.
- देशातील शेतकरी, सैनिक आणि पोलीस दलासाठी त्यांची 'समुपदेशन व मानसिक ताणांचे व्यवस्थापन' कार्यशाळा विनामूल्य आहे. यासाठी त्यांचे देशभर दौरे होत असतात.
- भारतातील पहिले व एकमेव असे संमोहन तज्ज्ञ आहेत की त्यांनी मा. राष्ट्रपती प्रतिभाताई पाटील आणि त्यांचे पती डॉ. देवीसिंह शेखावत यांना राष्ट्रपती भवन, दिल्ली येथे संमोहनाची अनुभूती दिली आहे.
- नाशिकच्या ९४ वर्षांची परंपरा असलेल्या सुप्रसिद्ध 'वसंत व्याख्यानमाले'चे ते एक सन्माननीय व्याख्याते आहेत. देशातील विविध व्याख्यानमाला, शैक्षणिक संस्था आणि इंडस्ट्रीजमध्ये त्यांची व्याख्याने सातत्याने होत असतात.

- अभिनय, गायन आणि दिग्दर्शनातही आपला ठसा उमटविला आहे. विविध भाषिक अनेक चित्रपटांमध्ये त्यांनी अभिनय केला आहे. पुरस्कारप्राप्त लघुचित्रपटांची निर्मिती त्यांनी केली आहे.
- त्यांनी संमोहनाद्वारे जसे समाजात कार्य केले आहे, तसेच पर्यावरणासाठी उल्लेखनीय योगदान दिले आहे. वृक्ष संवर्धनाचे कार्य सतत चालू आहे. नाशिकसह संपूर्ण देशात लागू होत असलेल्या ' नो हॉर्न' मोहिमेत त्यांचे मोठे योगदान आहे.
- सामाजिक कार्यातही ते अग्रेसर असून उत्तराखंड येथे आलेली नैसर्गिक आपत्ती, माळीण दुर्घटना, नेपाळ येथे झालेला भूकंप अशा नैसर्गिक आपत्तींच्या वेळी प्रत्यक्ष जाऊन मदतकार्य केले आहे.
- त्यांच्या कार्याची दखल पुणे येथील यशदा संस्थेनेदेखील घेतली असून त्याठिकाणी आपत्ती व्यवस्थापन या विषयावर मार्गदर्शन केले आहे.
- सामाजिक, सांस्कृतिक, धार्मिक, शैक्षणिक अशा अनेक क्षेत्रांत डॉ. गायकवाड यांचे योगदान उल्लेखनीय आहे.
- 'Eminent Hypnotist of India', 'मानवता भूषण', 'दक्ष नागरिक' आणि 'राज्यस्तरीय संमोहन भूषण' या पुरस्कारांनी त्यांच्या कार्याचा सन्मान केला गेला आहे.
- त्यांनी सलग २४५ मिनिटांत किशोर कुमार आणि कुमार शानू यांची ३५ गाणी गाऊन ध्वनिमुद्रित केल्याच्या जागतिक विक्रमाची 'इंटरनॅशनल जीनिअस बुक ऑफ रेकॉर्ड्स' आणि 'वंडर बुक ऑफ रेकॉर्ड्स इंटरनॅशनल' यांत नोंद करण्यात आली आहे.

www.ingramcontent.com/pod-product-compliance
Lightning Source LLC
LaVergne TN
LVHW100322181026
850499LV00039B/938